LANGENSCHEIDTS
PRAKTISCHE LEHRBÜCHER

LANGENSCHEIDTS
PRAKTISCHES LEHRBUCH
ISLÄNDISCH

von
Ríta Duppler und Astrid van Nahl

LANGENSCHEIDT
BERLIN · MÜNCHEN · WIEN · ZÜRICH · NEW YORK

Langenscheidts Praktisches Lehrbuch Isländisch
Ein Standardwerk für Anhänger
von Ríta Duppler und Astrid van Nahl

Dieses Werk erschien bisher unter dem Titel
Lehrbuch des Isländischen
im Programm Verlag Enzyklopädie

Zu diesem Lehrbuch sind zwei Begleitkassetten mit einer Einführung in die Aussprache und den Lektionstexten erhältlich (Best.-Nr. 80408).

Titelfoto: Arctic-Images
Fotograf: Ragnar Th. Sigurdsson, Kopavogur (Island)

Das Werk und seine Teile sind urheberrechtlich geschützt. Jede Verwertung in anderen als den gesetzlich zugelassenen Fällen bedarf deshalb der vorherigen schriftlichen Einwilligung des Verlages.

© *1994 Langenscheidt Verlag Enzyklopädie*
© *2000 Langenscheidt KG, Berlin und München*
Printed in Germany

ISBN-13: 978-3-468-26170-1
ISBN-10: 3-468-26170-5

Vorwort

Dieses Lehrbuch ist eine Einführung in die lebendige moderne Sprache Islands. Das zeigt sich zum einen am Wortschatz, der sich neben einem festen Grundwortschatz an der gesprochenen Sprache orientiert und bisweilen auch Ausdrücke und feste Wendungen bringt, die die gängigen Wörterbücher nicht verzeichnen. Zum anderen wurde völlig darauf verzichtet, sprachgeschichtliche Erläuterungen zu geben, wie sie häufig in anderen Lehrbüchern dieser Sprache zu finden sind. Die Tatsache, dass sich die isländische Sprache seit einem guten Jahrtausend im morphologischen und syntaktischen Bereich wenig verändert hat, macht sie insbesondere für Sprachgeschichtler interessant und ist Ursache dafür, dass man bei der Betrachtung auch des modernen Isländischen meist von einem historischen Sprachstand ausgeht. Lautentwicklungen und -veränderungen werden erklärt, Substantive nach Stämmen klassifiziert, Verben nicht nur in starke und schwache, sondern überdies in ehemals reduplizierende Verben und Präterito-Präsentia eingeteilt. Ein solches Vorgehen hat natürlich seine Berechtigung und ist mit Sicherheit die wissenschaftlich bessere Methode.

Eigene (leidvolle) Erfahrungen als Lernende und Lehrende, in Privatstunden und im Unterricht mit den Studenten / Studentinnen an der Universität Bonn führten uns jedoch zu der Erkenntnis, dass diese Methode zwar einen hervorragenden Einblick in den geschichtlichen Werdegang einer germanischen Sprache gestattet, den Zugang zum gesprochenen Isländisch jedoch eher erschwert. Wir gehen daher in unserem Lehrbuch von der heutigen Sprache aus und verzichten auf jede historische Erläuterung; wir beschreiben den jetzigen Sprachzustand, wie er sich dem Lernenden darbietet. Da sich vieles aber tatsächlich nur aus der Sprachgeschichte erklären lässt (Umlaute, Brechung, Assimilationen, Synkope etc.), finden sich bei uns hin und wieder Klassifizierungen wie „unregelmäßig" für Vorgänge, die diesen Namen im eigentlichen Sinne nicht verdienen. Bisweilen werden auch Substantive zusammengefasst, die ihrer Stamm-Zugehörigkeit nach keine Einheit bilden; bei den schwachen Verben wurde auf die Zuordnung zu einer der vier Klassen verzichtet und statt dessen jeweils die Präteritalform bzw. Präteritalendung angegeben.

Aufgrund des Formenreichtums der Sprache standen wir vor dem Problem, ansprechende Texte zu schreiben, die den Lernenden nicht überfordern durften. Um einer inhaltlichen Langeweile vorzubeugen, haben wir uns vom 1. Kapitel an für eine fortlaufende Handlung im Buch entschieden. Folglich war es nicht zu vermeiden, in den Texten bestimmte Wortformen oder grammatische Kategorien zu verwenden, die aufgrund ihrer Schwierigkeit erst in späteren Kapiteln behandelt werden. Dadurch wurde es jedoch möglich, die Texte von Anfang an lebendiger zu gestalten und „Verrenkungen" zu vermeiden.

Die Lektionen gliedern sich in einen Leseteil (1A), der aus einem erzählenden Text und einem sich anschließenden Dialog, jeweils mit eigenem Wortschatz, besteht, in einen sich anschließenden Grammatikteil (1B), einen landeskundlichen Teil mit Sprachgebrauch und Sachinformationen für Urlauber (1C) und einen Übungsteil (1D). Es empfiehlt sich, bereits vor dem Lesen des Textteils das entsprechende Grammatikkapitel anzusehen, da die Grammatik jeweils mit dem Lesestück und dem Dialog in enger Verbindung steht; das Erkennen von neuen grammatischen Formen wird so erleichtert. Die Form des *Lektionswörterverzeichnisses* verändert sich fortlaufend. In der ersten Lektion finden sich hier die flektierten Wörter samt Übersetzung; sie sind jedoch auf ihre Grundform zurückgeführt. In den weiteren Lektionen werden Substantive, Verben und später auch Adjektive jeweils nur mit den grammatischen Angaben versehen, die bereits bekannt sind; der Lernende erhält also immer nur die Menge an Information, die er verkraften kann, und wird nicht mit zusätzlichem Ballast beladen. Der Gesamtwortschatz, das Allgemeine Wörterverzeichnis am Ende des Buches, hat die übliche Form eines „normalen" Wörterbuches und dient zum Nachschlagen; er enthält jeweils sämtliche notwendigen Angaben. Der Wortschatz wurde speziell auf den Aufenthalt im Lande abgestimmt; daher kann es sein, dass einige Themenbereiche, wie man sie aus anderen Lehrbüchern kennt, nicht behandelt werden.

Der **Dialog** vertieft das Thema des *erzählenden Textes;* da sich im Isländischen oft Zeitformen oder Adjektive nach Geschlecht und Anzahl der Sprechenden richten, werden hier feminine und maskuline Formen besonders eingeübt.

Der **Grammatikteil** ist so einfach wie möglich gehalten. Zahlreiche Beispielsätze verdeutlichen das neu Erlernte und erleichtern den Umgang mit der Sprache. So wird das logische Erkennen von grammatischen Strukturen durch das intuitive Aufnehmen von Sprachbausteinen ergänzt. Die Sätze sind übersetzt, so dass auch unbekannte Wörter aufgenommen werden konnten. Zu jedem Paradigma finden sich jeweils Wörter aufgelistet, die genauso flektieren; wegen des Formenreichtums der isländischen Sprache empfiehlt es sich, mit diesen Wörtern zusätzlich die Flexionsendungen einzuüben.

Der sich anschließende Teil zu **Sprachgebrauch und Landeskunde** hängt wiederum mit dem erzählenden Text eng zusammen. Die deutschen Jugendlichen, die im Mittelpunkt der Handlung stehen, kommen in Situationen, wie sie der Islandreisende erlebt. Zu dem jeweiligen Thema des Kapitels finden sich Redewendungen, die die Konversation in alltäglichen Situationen erleichtern, verbunden mit konkreten Sachangaben zu Land und Leuten.

Die **Übungen** verfolgen zwei Anliegen: Zum einen wollen sie durch reines Einüben der grammatischen Formen dazu beitragen, diese überaus formenreiche Sprache leichter zu bewältigen; dieses Ziel verfolgen insbesondere jene Übungen, bei denen Substantivendungen, Verbformen, Artikel, Adjektive etc. eingesetzt oder ergänzt werden sollen. Zum anderen gibt es Übungen kommunikativer Art. Es werden konkrete Sprechsituationen dargestellt, in denen der Lernende sich äußern muss. Diese Übungen stehen jeweils in enger Beziehung zu Teil C (Sprachgebrauch und Landeskunde).

Vorwort

Um einem großen Benutzerkreis den Zugang zu diesem Buch zu ermöglichen, werden Fachausdrücke in einem vorangestellten Verzeichnis übersetzt und durch ein deutsches Beispiel erläutert. Da die Sprachstruktur des Isländischen der des Deutschen sehr ähnlich ist, wird die Syntax in diesem Buch eher am Rande behandelt. Bei Gemeinsamkeiten und Übereinstimmungen beschränken wir uns in der Regel auf den Hinweis „wie im Deutschen". Abweichungen, nicht nur in der Syntax, die zur Fehlerträchtigkeit führen können, etwa in der Anwendung des Konjunktivs, sind jedoch immer angeführt und mit einem ☞ versehen.

Durch den Aufbau des Buches hoffen wir, eine Vielzahl von Lernwilligen anzusprechen. Hinweise, Fragen und Anregungen unserer Student/inn/en und Schüler/innen haben wir bei der ersten Auflage des Buches, bei der Überarbeitung zur dritten und bei der jetzt vorgelegten vierten Auflage des Buches berücksichtigt. Ihnen allen sei an dieser Stelle gedankt.

Das Buch kann in Sprachkursen der Volkshochschulen eingesetzt werden, die häufig Vorträge oder gar Exkursionen nach Island anbieten; es eignet sich vor allem in Verbindung mit den beiden Sprachkassetten auch zum Selbststudium und kann benutzt werden von demjenigen, der Zugang zu Land und Leuten sucht. Es wird jedoch auch im Unterricht an vielen Universitäten verwendet, die Isländisch nicht vom Altnordischen her betrachten, vom jeweiligen Dozenten mit den entsprechenden Erläuterungen versehen. Die Kapitelzahl ermöglicht eine Aufteilung auf zwei oder drei Semester; dabei behandeln die ersten 9 Kapitel grundlegende Grammatikthemen, während danach immer stärker die Texte mit den dazugehörigen Dialogen und kommunikativen Übungen im Mittelpunkt stehen.

Das Lehrbuch erhebt nicht den Anspruch, die isländische Sprache erschöpfend dargestellt zu haben. Manches bleibt subjektiv, mag lückenhaft erscheinen. Wir sind der Meinung, dass man diese schöne, aber schwierige Sprache ohnehin nur im Land selbst vollständig erlernen kann. Auf dem Weg dahin aber sollte das Buch ein brauchbares Hilfsmittel sein.

Für Korrekturlesen dieser Auflage bedanken wir uns bei Sigrún Þorsteinsdóttir.

Bonn / Berlin   Astrid van Nahl / Ríta Duppler

Inhaltsverzeichnis

Vorwort	5
Inhaltsverzeichnis	8
Abkürzungsverzeichnis	13
Verzeichnis der grammatikalischen Fachausdrücke	14
Alphabet und Aussprache	16
1A Text und Dialog: Í flugvélinni	22
1B Grammatik	23
1. Das Personalpronomen im Nominativ	23
2. Das Präsens von vera	24
3. Maskulina (-i), Feminina (-a)	24
4. Der unbestimmte Artikel	25
5. Der bestimmte Artikel im Nominativ	26
6. Die Fragewörter hvað und hvert	26
1C Sprachgebrauch und Landeskunde	26
1. Hinweise für die Fahrt nach Island	26
2. Die Anrede	27
3. Nützliche Wendungen	27
1D Übungen	27
2A Text und Dialog: Á flugvellinum	29
2B Grammatik	30
1. Maskulina (-s, -ar), Feminina (-ar, -ar); Neutra (-s, -)	30
2. Flexion des bestimmten Artikels	32
3. Das Verb eiga im Präsens	33
4. Die Präpositionen á, í, frá, um, til	34
5. Die Fragewörter hvar und hver	35
2C Sprachgebrauch und Landeskunde	35
1. Nach der Ankunft auf Island	35
2. Nützliche Wendungen	35
2D Übungen	36
3A Text und Dialog: Keyrt til Reykjavíkur	37
3B Grammatik	38
1. skulu, kunna að, þurfa að, mega, ætla að + Infinitiv im Präsens	38
2. Das Relativpronomen sem	40
3. Flexion und Gebrauch des Possessivpronomens: minn, þinn, sinn; hans, hennar, þess	40
4. Die Fragewörter hvenær und hvaða	42
3C Sprachgebrauch und Landeskunde	42
1. Die Landzunge REYKJANES	42
2. Begrüßung und Abschied	42
3D Übungen	43
4A Text und Dialog: Heima hjá afa og ömmu	44
4B Grammatik	45
1. Schwache Verben im Präsens	45
2. Der Imperativ Singular	47

Inhaltsverzeichnis

3. Die Flexion der Personalpronomen	48
4. *okkar, ykkar, þeirra* als Possessiva der 1.,2.,3. Person Plural	48
5. Das Pronomen *einhver* in seinen Abkürzungen	48
6. Maskulina *(-s, -ir)*, Feminina *(-ar, -ir)*	49
7. Das Fragewort *hvernig*	50
4C Sprachgebrauch und Landeskunde	50
1. Unterkunft auf Island	50
2. Nützliche Wendungen	50
4D Übungen	51
5A Text und Dialog: „Hvað eigum við að gera í dag?"	53
5B Grammatik	54
1. Maskulina *(-ar, -ir / -jar, -ir)*; Feminina *(-ur, -ur / -ar, -ur)*	54
2. *fara að, vera að, vera búinn að* + Infinitiv	57
3. Die Präpositionen *með, frá, úr, eftir, fyrir*	58
4. Starke Verben im Präsens	59
5. Das Fragewort *af hverju*	61
5C Sprachgebrauch und Landeskunde	61
1. In Reykjavík	61
2. Fragen nach dem Weg	61
5D Übungen	61
6A Text und Dialog: Á kaffihúsinu	63
6B Grammatik	64
1. Maskulina *(-ar, -ir)*; Feminina *(-ar, -ar)*	64
2. Das Reflexivpronomen	65
3. Grund- und Ordnungszahlen von 1 - 100	66
4. Monate und Wochentage	69
5. Wichtige Zeitangaben:	69
6. Das Fragewort *hvaðan*	70
6C Sprachgebrauch und Landeskunde	70
1. Isländische Feiertage	70
2. Das Datum	70
3. Die Jahreszeiten	71
6D Übungen	71
7A Text und Dialog: Afi á afmæli	73
7B Grammatik	74
1. Maskulina *(-s, -ar)*; schwache Neutra *(-a, -u)*	74
2. Schwache Verben im Präteritum	76
3. Grund- und Ordnungszahlen ab 100	78
4. *annar* als Pronomen und als Zahlwort	78
5. Die Fragewörter *hvor* und *hvort*	79
7C Sprachgebrauch und Landeskunde	79
1. Zur Geschichte Islands	79
2. Jahreszahlen	80
3. Altersangaben	80

Inhaltsverzeichnis

7D Übungen	80
8A Text und Dialog: Á Þingvöllum	82
8B Grammatik	83
1. Neutra (-urs, -ur)	83
2. Starke Verben im Präteritum	84
3. Das Partizip Perfekt	90
4. Die Hilfsverben *geta* und *hafa*	90
5. Verstärkung von Eigennamen und Personenbezeichnungen	91
6. Die Fragewörter *til hvers* und *hvers vegna*	91
8C Sprachgebrauch und Landeskunde	92
1. Þingvellir	92
2. Die Uhrzeit	92
8D Übungen	93
9A Text und Dialog: Undirbúningur fyrir ferðalag	94
9B Grammatik	96
1. Schwache und starke Adjektivflexion	96
2. *Hafa, vera með* und *eiga*	101
3. Die Fragewörter *hvers konar, hvers lags* und *hvers kyns*	101
9C Sprachgebrauch und Landeskunde	102
1. Camping	102
2. Nützliche Wendungen	102
9D Übungen	102
10A Text: Bréf / Póstkort	104
10B Grammatik	106
1. Neutra (-[i]s, -); Feminina (-var, -var/-ar, -ar); Maskulina (-anda, -endur)	106
2. Das Partizip Präsens	107
3. Das Partizip Perfekt der schwachen Verben	108
4. Die Flexion des Partizips Perfekt	109
5. Das Perfekt	111
6. Das Passiv	112
10C Sprachgebrauch und Landeskunde	113
1. Islands Straßen	113
2. Briefe	113
10D Übungen	114
11A Text und Dialog: „Hvað eigum við að gera í dag?"	115
11B Grammatik	118
1. *vilja, muna, munu* und *vita* in Präsens und Präteritum	118
2. Die Hilfsverben *eiga, mega, þurfa* und *kunna* im Präteritum	119
3. Die Anwendung der Zeiten im Isländischen	120
4. Indefinitpronomen: *nokkur, einhver, einn, neinn, enginn, ýmis*	122
11C Sprachgebrauch und Landeskunde	125
1. Schwimmen auf Island	125
2. Nützliche Wendungen für das Schwimmen	126
11D Übungen	126

Inhaltsverzeichnis

12A Text und Dialog: Akureyri - höfuðborg Norðurlands	128
12B Grammatik	131
1. Indefinitpronomen: *allur, sumur, báðir*	131
2. Unregelmäßige Maskulina *(vetur, fingur, fótur, maður)*	
unregelmäßige Feminina *(kýr, mús, ær)*	
Verwandtschaftsbezeichnungen *(bróðir, faðir, móðir, dóttir, systir)*	132
3. Das Plusquamperfekt	135
4. Der Imperativ	135
12C Sprachgebrauch und Landeskunde	137
1. In Akureyri	137
2. Essen und Trinken	137
12D Übungen	138
13A Text und Dialog: Borgin skoðuð - smáslys	140
13B Grammatik	143
1. Maskulina *(-s, -ar)*; unregelmäßige Neutra	143
2. Das Mediopassiv der Verben	145
3. Die Flexion der medialen Verben	146
4. Konjunktiv Präsens	148
13C Sprachgebrauch und Landeskunde	150
1. Im Krankheitsfall	150
2. Nützliche Wendungen im Krankheitsfall	150
13D Übungen	151
14A Text und Dialog: Með rútu frá Akureyri til Borgarness	152
14B Grammatik	155
1. Konjunktiv Präteritum	155
2. Konjunktionen	158
14C Sprachgebrauch und Landeskunde	162
1. Unterwegs mit dem Bus	162
2. Isländische Landschaftsnamen	162
14D Übungen	162
15A Text und Dialog: Í rigningu og roki á leiðinni vestur	164
15B Grammatik	167
1. Konjunktiv Plusquamperfekt	167
2. Nicht deklinierbare Adjektive	168
3. Die Steigerung der Adjektive	168
4. Der Vergleich	170
5. Deklination des Komparativs und Superlativs	170
6. Steigerung des Komparativs und Superlativs	170
15C Sprachgebrauch und Landeskunde	171
1. Souvenirs aus Island	171
2. Wortschatz zum Kleidungskauf	171
15D Übungen	172
16A Text und Dialog: Jan, Ruth og Arne bætast í hópinn	174
16B Grammatik	178

Inhaltsverzeichnis

1. Demonstrativpronomen: þessi, sá, hinn, slíkur / þvílíkur, sjálfur, sami	178
2. Feminina (-unar, -anir); indeklinable Substantive aller Genera	181
3. Imperativ durch verneinten Infinitiv	182
4. Die Verben róa, gróa, núa und snúa	183
5. Unpersönliche Verben	183
16C Sprachgebrauch und Landeskunde	184
1. Landeskundliches	184
2. Isländische Vorsilben	184
16D Übungen	185
17A Text und Dialog: Með bílaleigubíl til Reykjavíkur	186
17B Grammatik	190
1. Die Bildung von Adverbien	190
2. Ortsadverbien	191
3. Zeitadverbien	192
4. Adverbien der Art und Weise	192
5. Steigerung der Adverbien	192
6. Die Flexion der Indefinitpronomen hver und hvor	193
7. Der Konditional	195
17C Sprachgebrauch und Landeskunde	196
1. Autofahren auf Island	196
2. Bildung von Substantiven	196
17D Übungen	197
18A Text und Dialog: Allt er gott sem endar vel	199
18B Grammatik	202
1. Zusammenfassende Regeln zur Syntax	202
2. Präpositionen im Überblick	204
18C Sprachgebrauch und Landeskunde	211
1. Studieren in Island	211
2. Wortschatz zum Studium	211
18D Übungen	211
Allgemeines Wörterverzeichnis	213
Lösungen	250

Abkürzungsverzeichnis

adj	Adjektiv
adv	Adverb
A	Akkusativ
art	Artikel
D	Dativ
f	feminin
G	Genitiv
imp	Imperativ
indekl	indeklinabel
inf	Infinitiv
kon	Konjunktiv
kond	Konditional
konj	Konjunktion
m	maskulin
n	neutrum
N	Nomirativ
perf	Perfekt
pl	Plural
poss pron	Possessivpronomen
präp	Präposition
präs	Präsens
prät	Präteritum
rel pron	Relativpronomen
sg	Singular
sup	Superlativ
ugs	umgangssprachlich

Verzeichnis der grammatikalischen Fachausdrücke

Adjektiv	Eigenschaftswort: das *gelbe* Auto
adjektivisch	als Eigenschaftswort gebraucht
Adverb	Umstandswort: er fährt *gut*
Akkusativ	4. Fall, Wenfall: ich sehe *den Mann*
Aktiv	Tätigkeitsform: *ich schreibe*
Artikel	Geschlechtswort: *der, die, das, ein(-e)*
Attribut	Beifügung, Eigenschaft: das *schöne* Land
attributiv	als Beifügung verwendet
Dativ	3. Fall, Wemfall: ich fahre mit *dem Auto*
deklinieren	ein Wort beugen: *der Mann* (Nominativ), *des Mannes* (Genitiv), *dem Mann* (Dativ), *den Mann* (Akkusativ)
Demonstrativpronomen	hinweisendes Fürwort: *dieser, jener*
Dental	Zahnlaut: *t, d, ð, þ*
Diphthong	Zwielaut: *ei, au, eu*
Femininum	Wort weiblichen Geschlechts
flektieren	(ein Wort) beugen; → deklinieren, → konjugieren
Flexion	Deklination oder Konjugation von Worten
Futur	Zukunft: *ich werde schreiben*
Genitiv	2. Fall, Wesfall: das Haus *meines Bruders*
Genus	Geschlecht; → Maskulinum, → Femininum, → Neutrum
Imperativ	Befehlsform: *geh(e)!*
Imperfekt	Vergangenheit: *ich schrieb*
Indefinitpronomen	unbestimmtes Fürwort: *jeder, kein, einige*
indeklinabel	unveränderlich
Indikativ	Wirklichkeitsform: *ich schreibe*
Infinitiv	Nennform, Grundform: *(zu) schreiben*
intransitiv(es Verb)	kein Objekt forderndes Zeitwort: ich *lebe*, ich *schlafe*
Kardinalzahl	Grundzahl, z.B. *eins, zwei, drei, vier*
Kasus	Fall, → Nominativ, → Genitiv, → Dativ, → Akkusativ
kausal	begründend („weil")
Komparativ	1. Steigerungsstufe eines Eigenschaftswortes: *wärmer*
Konditional	Bedingungsform: *ich würde gehen*
konjugieren	(ein Zeitwort) beugen: *ich schreibe, du schreibst, er schreibt*
Konjunktion	Bindewort: *und, aber, obwohl, weil*
Konjunktiv	Möglichkeitsform: *ich sei, ich käme*
Konsonant	Mitlaut, z.B. *b, c, d*
konzessiv	einräumend („obwohl")

Maskulinum	Wort männlichen Geschlechts
Mediopassiv / Medium	Form des Verbs, die eine Tätigkeit bezeichnet, die am Subjekt selbst geschieht (nicht im Deutschen)
Neutrum	Wort sächlichen Geschlechts
Nominativ	1. Fall, Werfall: *der Mann* fährt Auto
Numerus	Zahlform des Hauptwortes oder Eigenschaftswortes; → Singular, → Plural
Objekt	Satzergänzung: ich schreibe *den Brief* (wen? was?)
Ordinalzahl	Ordnungszahl: *der erste; erstens*
Partizip Perfekt	Mittelwort der Vergangenheit: *geschrieben*
Partizip Präsens	Mittelwort der Gegenwart: *schreibend*
Passiv	Leideform: das Kind *wird geschlagen*
Perfekt	Vollendete Gegenwart: *ich habe geschrieben*
Personalpronomen	persönliches Fürwort: *ich, du, er*
Plural	Mehrzahl: *Kinder*
Plusquamperfekt	Vorvergangenheit: *ich hatte geschrieben*
Possessivpronomen	besitzanzeigendes Fürwort: *mein, dein, unser*
Präfix	Vorsilbe: *ent-, ge-, ver-*
Präposition	Verhältniswort: *an, auf, in, unter, neben*
Präsens	Gegenwart: *ich schreibe*
Präteritum	Vergangenheit: *ich schrieb*
reflexiv	rückbezüglich: ich ziehe *mich* an
Reflexivpronomen	rückbezügliches Fürwort: *sich, mich*
Relativpronomen	nebensatzeinleitendes Fürwort: das Auto, *das* ich fahre
Singular	Einzahl: *Kind*
Stamm	Wort ohne Beugungsendung: *geh[e], geh[t]; gut[e]; Mensch[en]*
stimmhafter Konsonant	weich auszusprechender Mitlaut: *d, g, b*
stimmloser Konsonant	hart auszusprechender Mitlaut: *t, k, p*
Subjekt	Satzgegenstand: *der Mann* fährt Auto (wer?)
Substantiv	Hauptwort: *die Frau, der Mann*
substantivisch	als Hauptwort gebraucht
Superlativ	2. Steigerungsstufe eines Eigenschaftswortes: *am schönsten; der wärmste*
transitiv(es Verb)	Zeitwort, das eine Ergänzung fordert: ich *schreibe* den Brief
Verb	Zeitwort: *schreiben*
Vokal	Selbstlaut: *a, e, i, o, u*

Alphabet und Aussprache

Das isländische Alphabet kennt dieselben Buchstaben wie das Deutsche und darüber hinaus einige weitere; es hat insgesamt zweiunddreißig Buchstaben:

A a Á á B b D d Ð ð E e É é F f G g H h I i Í í J j K k L l
M m N n O o Ó ó P p R r S s T t U u Ú ú V v X x Y y Ý ý
Þ þ Æ æ Ö ö

Bis Ende der siebziger Jahre findet sich auch der Buchstabe z, der seither konsequent ohne Rücksicht auf etymologische Zusammenhänge durch s ersetzt wurde. Viele Vokale sind zweifach vorhanden: a/á, e/é, i/í, o/ó, u/ú, y/ý. Im Altisländischen standen die Vokale mit Akut (Akzent) wie auch æ für lange Vokale, diejenigen ohne Akzent und ö für kurze. Heute können alle Vokale und auch die Diphthonge au, ei, ey lang oder kurz sein; der Akut bezeichnet nicht mehr die Länge, sondern eher die Qualität des jeweiligen Vokals. Die Isländer empfinden die häufig als „leicht" und „schwer" bezeichneten Vokale jedoch als eigenständige Laute und trennen sie normalerweise auch im Wörterbuch voneinander. Die Aussprache der Vokale ist sehr von den sie umgebenden Konsonanten und Konsonantenverbindungen abhängig; in der Regel werden Vokale und Diphthonge jedoch vor Doppelkonsonanten oder Konsonantengruppen kurz, vor einfachem Konsonant und im Auslaut lang gesprochen. Vor k, p, s, t in Verbindung mit j, r oder v sind sie immer lang.

In der folgenden Aufstellung sind stimmlose Konsonanten durch einen kleinen Kreis (₀) unter oder über dem Aussprachezeichen kenntlich gemacht. Die Behauchung von p, t, k ist durch ein ʰ gekennzeichnet, die Erweichung jeweils durch ein ʲ. Zwischen dem Süd- und Nordisländischen gibt es bei den Konsonanten l, m, n und r Abweichungen hinsichtlich ihrer Stimmhaftig- bzw. Stimmlosigkeit.

Die Bezeichnungen „Anlaut" und „Auslaut" gelten, wenn nicht anders vermerkt, für Wort- und Silbenan- bzw. -auslaute.

	Stellung	*Laut*	*dt. etwa*	*Beispiele*
A	allgemein	[a]	halten	haf, halda, allur
	vor *ng/nk*	[au]	Haut	langur, banki
	vor *gi*	[ai]	Heide	magi
Á	allgemein	[au]	laut	ágúst, mál
B	im An- und Inlaut	[b]	Bauer	bróðir, albúm
	im Auslaut nach *m*	[p]	Lampe	lamb

Alphabet und Aussprache

D	im An- und Inlaut	[d]	Dolch	dagur, andast
	im Auslaut nach l/n	[t]	Land	síld, land
Ð	nach Vokal; nach f/g/r	[ð]	engl. the	bíða, áður hafði, sagði, orðið
	zwischen r und n; zwischen g und s	—	—	orðnir, bragðs
E	allgemein	[ɛ]	Bär	bera, ella
	vor ng/nk und gi/gj; bisweilen vor ga/gu	[ei]	engl. may	lengi, skenkja dreginn, segja mega, megu
É	allgemein	[jɛ]	jäh	ég, sér
F	im Anlaut; im Silbenauslaut vor f/s/þ	[f]	fahren	fara, föt ofsækja
	im Auslaut sonst; zwischen Vokalen; zw. Vokal und ð/g/j/r; zwischen l/r und Vokal	[v]	Sklave	starf, þörf hafa hafði, lífga, refja, efri hálfur, starfa
	vor l und n	[b]	halb	Keflavík, safna
G	im Anlaut; zwischen Vokal und l/n	[g]	geben	gata, gaumur, grafa sigla, Signý
	im Anlaut vor e/æ	[gʲ]	—	gefa, gæs
	im Anlaut vor i/í, y/ý, ei, ey, j	[g̊]	—	gista, gys, geisa, geyma, gjalda
	zwischen Vokal und i/j	[j]	Boje	bogi, segja
	zwischen Vokalen; zwischen Vokal und ð/r; im Auslaut nach Vokal	[ɣ]	—	saga, dagur sagði, fagri sög

Alphabet und Aussprache

	zw. Vokal und f/s/t, þ	[x]	Bach	hægfara, hugsa, sagt, tugþraut
G	im Auslaut nach l/r	[k]	Werk	volg, berg
	in der Silbe guð-	[gv]	Gwendolin	Guð, Guðrún
	zwischen l und d/t/n/s; zwischen r und ð/t/n	—	—	fylgdi, bólgna margt
H	im Anlaut vor Vokal	[h]	haben	hafa, afhenda
	hj, hl, hn, hr	[ʰh]	—	hjálpa, hlaupa, hnífur, hreinn
	hv	[kv]	Quelle	hverfa, eitthvað
I	allgemein	[ɪ]	bitte	lifa, við
Í	allgemein	[i]	Lied	bíða, síðar
J	allgemein	[j]	Januar	janúar, liggja
K	im Inlaut; im Silbenauslaut bei Komposita	[k]	winken	leika, aka sakleysi
	im An- und Auslaut	[kʰ]	—	kokkur; verk
	im Anlaut vor e/i/í/y/æ/ ei/ey/j; im Inlaut vor i/j	[kʲ]	—	kemur, kindur, kyn, kæna, Kjartan tæki, sækja
	zwischen Vokal und k/l/n	[ʰk]	—	jakki, ökli, vakna
	zwischen Vokal und t	[x]	lachen	spakt
L	allgemein	[l]	Lehrer	læra, leita, ala
	vor p/t/k; im Auslaut nach f/g/r/s	[l̥]	etw. Gel	stelpa, velta, stúlka afl, rugl, karl, rusl

Alphabet und Aussprache

	Regel	IPA	Beispiel	Isländisch
	ll zwischen Vokalen; ll zw. Vokal und *n/r*; ll im Wortauslaut (*nicht in Eigennamen!*)	[dl] [dl̥]	*etw.* Handel (ohne e) —	fullur, milli hellna, allra fjöll
M	allgemein	[m]	Mann	mér, heimur, rúm
	vor *p/t/k*	[m̥]	*etw.* Sumpf	lampi, heimt, rýmka
N	allgemein	[n]	Name	nú, efna
	im Auslaut nach *f/g/k/ r/s/t*; vor *t*	[n̥]	*etw.* Kante	nafn, þögn, tálkn, barn, lausn, vatn vanta
	nn nach Vokalen mit Akut und Diphthongen (*nicht im Artikel!*); nn im Auslaut	[dn] [dn̥]	*etw.* Laden (ohne -e-) —	seinni, brúnni Spánn, hreinn
	ng	[ŋg]	Ingo	langur
	ng vor *i/j*	[ŋgi]	—	engi, lengja
	ng vor *l/s*	[ŋ]	wringen	kringla, ungs
	ng vor *t*	[ŋ̥]	—	langt
	ng im Wortauslaut	[ŋk]	sinken	söng
	nk	[ŋ̥k]	Tanker	tankur
O	allgemein	[o]	kommen	og, svo
Ó	allgemein	[ou]	*engl.* so	bók, ól, kló
P	allgemein	[p]	Platz	hlaupa
	im An- und Auslaut	[pʰ]	Post	panta, þorp
	zw. Vokal und *l/n/p*	[ʰp]	—	epli, opna, teppi
	vor *é*	[pʲ]	Pierre	Pétur
	vor *t*	[f]	Luft	keypt, september

Alphabet und Aussprache

R	Zungenspitzen-r	[r]	—	róa, vera
	vor p/t/k/s/f; im Wortauslaut	[r̥]	—	harpa, kort, verk, versna, hvarf mjór
	rl rl im Wortauslaut	[rdl] [rdl̥]	Kordel —	kerling karl
R	rn rn im Wortauslaut	[rdn] [rdn̥]	werden —	mennirnir barn
S	allgemein	[s]	Gras	lesa, sá
T	allgemein	[t]	etliche	ýta, sötra
	im An- und Auslaut	[tʰ]	Theologie	tíu, kort
	zw. Vokal und l/n/t	[ʰt]	etwa	ætla, vatna, þótt
U	allgemein	[ø]	Öl	gulur, kuldi
	vor ng/nk	[u]	Bunker	þungur, bunki
Ú	allgemein	[uː]	du	þú, rúst, úti
V	allgemein	[v]	Zwerg	dvergur, verpa
X	allgemein	[ks]	Wachs	lax, vaxa
Y	siehe unter I / Í			
Þ	nur im Anlaut	[θ]	engl. thick	þú, alþýða
Æ	allgemein	[ai]	Leid	ætla, læknir
Ö	allgemein	[œ]	Löffel	för, öfund
	vor ng/nk/gi	[œy]	Feuilleton	söngur, hönk
ei ey	allgemein	[ɛi]	engl. grey	steinn, leysa
au	allgemein	[œy]	Feuilleton	auga, þau

Zur Doppelkonsonanz

Doppelte Konsonanten werden gedehnter als im Deutschen gesprochen: *amma (Oma)* etwa „ammmma", *vinna (arbeiten)* etwa „winnnna". *kk, pp, tt* mit folgendem Vokal oder *l, n, r, v* (und *k, p, t* mit folgendem *l, n*) werden präaspiriert (ʰ), d.h., ihnen geht ein Hauchlaut voraus.

Zur Betonung

Die Hauptbetonung eines Wortes fällt in der Regel immer auf die erste Silbe (Stammsilbe; vgl. 1B 2 und 3). Bei zusammengesetzten Worten (Komposita) kann das zweite Wortglied einen Nebenakzent erhalten, ebenso der angehängte zweisilbige Artikel. Innerhalb des Satzes stehen insbesondere Substantive und Adjektive in betonter Stellung; je „unwichtiger" das Wort, desto weniger betont ist es. Wie im Deutschen kann der Sprecher jedes beliebige Wort durch Betonung hervorheben.

Zur Silbentrennung

Die isländische Silbentrennung unterscheidet sich grundlegend von der des Deutschen. Wörter werden jeweils vor den zweiten, dritten etc. Vokalen getrennt, d.h., Konsonanten gehören jeweils zur vorausgehenden Silbe: *kart-öfl-ur (Kartoffeln); reikn-ing-ur (Rechnung); sann-indi (Wahrheit)*. Komposita werden in ihre einzelnen Bestandteile zerlegt, die Teile dann jeweils wie Einzelworte getrennt: *steik-ara=panna (Brat= Pfanne); næt-ur=lækn-ir („Nacht= arzt")*. Substantive mit angehängtem Artikel werden wie Einzelworte behandelt: *landa + nna = land-anna (G/pl von Land)*.

Zur Zeichensetzung

Die Zeichensetzung ist im Isländischen ungeregelt und frei. Zum besseren Verständnis sind die Texte dieses Buches, besonders in den ersten Kapiteln, in etwa mit den dem Deutschen entsprechenden Satzzeichen versehen.

Zur Großschreibung

Im Isländischen werden alle Wörter klein geschrieben, bis auf zwei Ausnahmen:
1. das erste Wort im Satz (nach einem Punkt)
2. Eigennamen von Personen, Orten, Bergen, Flüssen, bisweilen von Gebäuden.

Lektion 1

1A Text: Í flugvélinni

Elena og Lars eru systkini. Þau búa í Bonn í Þýskalandi. Pabbi þeirra er þýskur, en mamma þeirra er íslensk. Þau eru að fara með flugvél til Íslands að heimsækja afa sinn og ömmu sína. Flugfreyjan ber fram drykki og blöð. Seinna kemur hún með matarbakkann. Það er alltaf svo gaman að borða í flugvél.

í + D (wo?), + A (wohin?) in, an, auf
flugvélinni D + art v. flugvél f dem Flugzeug
og und
eru 3. pl präs v. vera sind
systkini n/pl Geschwister
þau n/pl sie
búa wohnen, leben
Þýskalandi D/sg v. Þýskaland n Deutschland
pabbi m Papa
þeirra poss pron pl ihr, ihre
er 3. sg präs v. vera ist
þýskur deutsch
en und, aber
mamma f Mama
íslensk f/sg v. íslenskur isländisch
að fara (zu) fahren, gehen
með + D/A mit
til + G nach, hin, zu
Íslands G/sg v. Ísland n Island

að vor inf (um) zu
heimsækja besuchen
afa A v. afi m Opa
sinn, sína A/sg poss pron ihr, ihre
ömmu A v. amma f Oma
flugfreyjan N + art v. flugfreyja f die Stewardess
ber 3. sg präs v. bera trägt
bera fram servieren
drykki A/pl v. drykkur m Getränke
blöð pl v. blað n Zeitungen
seinna dann, später
kemur 3. sg präs v. koma kommt
hún sg sie
matarbakkann A + art v. matarbakki m das Tablett
það er es ist
alltaf immer
svo so
gaman n Vergnügen, Spaß
borða essen

1A Dialog

Flugfreyja: Góðir farþegar, gerið svo vel að rétta stólbökin og spenna öryggisbeltin og athugið að reykingar eru bannaðar.
Elena: Loksins erum við á leiðinni til afa og ömmu.
Lars: Núna kemur flugfreyjan með blöð og eitthvað að drekka. Ertu ekki þyrst?
Flugfreyja: Eruð þið þyrst, krakkar mínir, hvað má bjóða ykkur að drekka?
Lars: Helst kók, takk, fyrir okkur bæði.
Elena: Þarna kemur maturinn, það er alltaf svo gaman að borða í flugvél.

Flugfreyja: Hér er maturinn, gerið þið svo vel.
Lars/Elena: Takk.

góðu *pl v.* góður gute; *hier:* liebe
farþegar *N/pl v.* farþegi *m* Passagiere
gerið svo vel *od. (persönlicher)* gerið þið svo vel bitte
rétta aufrichten
stólbökin *A/pl + art v.* stólbak *n* die Rücklehnen
spenna anlegen, anschnallen
öryggisbeltin *A/pl + art v.* öryggisbelti *n* die Sicherheitsgurte
athugið *imp pl v.* athuga denken Sie daran, beachten Sie
að dass
reykingar *f/pl* das Rauchen
bannaðar *part perf f/pl v.* banna verboten
loksins endlich
erum *1. pl präs v.* vera (wir) sind
við wir
á leiðinni auf dem Weg
nú(na) nun, jetzt

eitthvað etwas
drekka trinken
ertu = ert þú *2.sg präs v.* vera bist du
ekki nicht; kein
eruð *2.pl präs v.* vera (ihr) seid
þyrst *f/sg od. n/pl v.* þyrstur durstig
krakkar *N/pl v.* krakki *m* Kinder
mínir *m/pl v.* minn meine
hvað was
má *1./3. sg präs v.* mega darf
bjóða anbieten
ykkur *D/A* euch
helst am liebsten
kók *f* eine Cola
takk danke
fyrir *+ D/A* für
okkur *D/A* uns
bæði beide
þar(na) dort
maturinn *N + art v.* matur *m* Essen
hér hier

1B Grammatik
1. Das Personalpronomen im Nominativ

	Singular		Plural	
1. Pers.	ég	ich	við	wir
2. Pers.	þú	du	þið	ihr
3. Pers.	hann	er	þeir	sie (m)
	hún	sie	þær	sie (f)
	það	es	þau	sie (n)

In der 3. Person Plural wird wie im Singular nach Geschlechtern unterschieden. Das neutrale þau verwendet man auch bei Personen verschiedenen Geschlechts:

pabbi og Lars → þeir
mamma og Elena → þær
Lars og Elena → þau

Lektion 1

2. Das Präsens von *vera*

Im Isländischen enden so gut wie alle Verben im Infinitiv auf -a. Bei manchen Verben geht dem -a ein j- voraus. Ein Verb besteht also aus dem Wortstamm und einer Endung, die im Isländischen in fast jeder Person unterschiedlich ist: *sit–ja; far–a*. Betont wird jeweils der erste Vokal des Stammes.

	Singular		Plural		
1. Pers.	ég er	ich bin	við erum	wir sind	
2. Pers.	þú ert	du bist	þið eruð	ihr seid	
3. Pers.	hann er	er ist	þeir eru	sie sind	(m)
	hún er	sie ist	þær eru	sie sind	(f)
	það er	es ist	þau eru	sie sind	(n)

- In Fragesätzen wird aus **ert þú** ein zusammengezogenes **ertu**.
- **vera að + Infinitiv** drückt eine Handlung aus, die gerade stattfindet oder in allernächster Zukunft liegt:

  Þau eru að fara til Íslands. Sie sind auf dem Weg nach Island.
  Ég er að koma. Ich komme gleich.

3. Maskulina *(-i)*, Feminina *(-a)*

Auch Substantive bestehen aus einem Wortstamm und einer Endung. Betont wird der erste Vokal des Stammes. Die Endungen sind in den folgenden Flexionsparadigmen immer durch einen Strich (-) vom Stamm getrennt aufgeführt.

Im Isländischen gibt es wie im Deutschen drei Geschlechter. Substantive, die auf Konsonant enden, können maskulin, feminin oder Neutrum sein. Substantive auf -i sind häufig maskulin, Substantive auf -a feminin. Diese Substantive nennt man „schwach", weil sie nicht in jedem Kasus eine unterschiedliche Endung haben. Sie enden in allen Singularformen auf Vokal.

	pabbi (m) – Papa	
	Singular	Plural
N	pabb - i	pabb - ar
G	pabb - a	pabb - a
D	pabb - a	pöbb - um
A	pabb - a	pabb - a

● Ein betontes -a wird zu -ö, wenn in der Folgesilbe ein -u steht (u-Umlaut).

Wie *pabbi* gehen z.B. **afi** Opa, **krakki** Kind, **matarbakki** Esstablett, **penni** Füller, **gluggi** Fenster, **miði** Zettel, **sími** Telefon, **skóli** Schule, **tími** Zeit, **forseti** Präsident, **forstjóri** Direktor.

	mamma (f) – Mama	
	Singular	Plural
N	mamm - a	mömm - ur
G	mömm - u	mamm - a
D	mömm - u	mömm - um
A	mömm - u	mömm - ur

● Endet der feminine Stamm auf -g oder -k, wird die Endung im G/pl zu -na, z.B. sag-a : sag-na Geschichte, tung-a : tung-na Zunge, stúlk-a : stúlk-na Mädchen.

Wie *mamma* gehen z.B. **amma** Oma, **flugfreyja** Stewardess, **húfa** Mütze, **fata** Eimer, **hetja** Held, **hilla** Regal, **kápa** Damenmantel, **króna** Krone (Geld), **sápa** Seife, **sígaretta** Zigarette, **sítróna** Zitrone, **stofa** Wohnzimmer, **þýska** Deutsch.

4. Der unbestimmte Artikel

Im Isländischen gibt es keinen unbestimmten Artikel. Das Substantiv steht allein, manchmal auch dann, wenn wir den bestimmten Artikel erwarten:

Ég fer með flugvél. Ich fliege mit <u>dem</u> Flugzeug.
Hann borðar í flugvél. Er isst <u>im</u> [= in dem] Flugzeug.

Lektion 1

5. Der bestimmte Artikel im Nominativ (vgl. 2B 2)
Der bestimmte Artikel wird im Isländischen an das Substantiv angehängt; er bildet mit ihm zusammen ein einziges Wort:
- matur → matur - inn (m)
- flugvél → flugvél - in (f)
- land → land - ið (n)

Endet das Substantiv auf Vokal (-i oder -a), fällt das -i des Artikels weg:
- pabbi → pabbi - nn (m)
- mamma → mamma - n (f)

Die Formen des Artikels lauten also im Nominativ Singular:

Maskulinum	Femininum	Neutrum
- inn	- in	- ið

6. Die Fragewörter *hvað* und *hvert*
hvað? - was?
- Hvað segir hann? Was sagt er?
- Hvað er þetta? Was ist das?

☞ Das Fragewort **hvað** entspricht oft dem deutschen „wie?", auch im Ausruf in Verbindungen mit *en*. Beachten Sie die veränderte Wortstellung (Subjekt vor Verb) im Ausrufesatz:
- Hvað heitir þú? Wie heißt du?
- En hvað veðrið er gott! Wie gut das Wetter ist!

hvert? - wohin?
- Hvert fara þau? Wohin fahren / gehen sie?

1C Sprachgebrauch und Landeskunde
1. Hinweise für die Fahrt nach Island
Island erreichen Sie mit dem Flugzeug und dem Schiff; sie sollten sich bei einem Reisebüro über die günstigsten Möglichkeiten einer Islandreise informieren. Es gibt eine Anzahl attraktiver Gruppen-, Familien- und Jugendtarife. Von HAMBURG und FRANKFURT aus gibt es regelmäßig Linienflüge, im Sommer - dann auch ab KÖLN/ BONN und MÜNCHEN - zusätzlich günstige Charterflüge. Die Flugdauer von Frankfurt beträgt etwa 3 Stunden 45 Minuten. Während der Sommermonate hält die färöische

Smyril Line einen wöchentlichen Personen- und Autofährverkehr aufrecht. Die Schiffe fahren von ESBJERG in Dänemark oder von BERGEN in Norwegen über die FÄRÖER-Inseln nach SEYÐISFJÖRÐUR im Osten Islands.
Auf jedem Frachtschiff der Reederei *Eimskip* finden Passagiere sechs komfortable Kabinen vor. Die Hauptanlaufhäfen sind HAMBURG, ANTWERPEN, ROTTERDAM, IMMINGHAM und REYKJAVÍK.

2. Die Anrede

Im Isländischen redet man sich mit dem Vornamen an und duzt sich; dies gilt auch für Fremde. Die veraltete Höflichkeitsform þér (wie die 2. Person Plural benutzt) ist kaum noch in Gebrauch. Im Isländischen behalten Frauen und Männer jeweils ihren Geburtsnamen; Ehepaare führen keinen gemeinsamen Namen. Der Familienname besteht aus dem Vornamen des Vaters, an den bei Männern die Endung -son, bei Frauen die Endung -dóttir gehängt wird, also **Sigurður Pálsson**, „Sigurður, Sohn des Páll", **Anna Egilsdóttir**, „Anna, Tochter des Egill". Namen werden wie entsprechende Maskulina und Feminina dekliniert.

3. Nützliche Wendungen

Wohin fährst du / fahren Sie?
Hvert ert þú að fara?
Ich fahre nach Island.
Ég er að fara til Íslands.
Bist du Isländer / Isländerin?
Ert þú Íslendingur?
Nein, ich bin Deutscher / Deutsche.
Nei, ég er Þjóðverji.
Woher kommst du?
Hvaðan ert þú?

Ich komme aus Deutschland.
Ég er frá Þýskalandi.
Bist du „deutsch"?
Ert þú þýskur / þýsk?
Ja, ich bin „deutsch".
Já, ég er þýskur / þýsk.
Wie heißt du?
Hvað heitir þú?
Ich heiße Lars.
Ég heiti Lars.

1D Übungen

1. *Setzen Sie die Sätze in den Plural:*
    a. Þetta *(das, dies)* er mamma. b. Þetta er flugfreyja. c. Þetta er afi. d. Þetta er amma. e. Þetta er bakki. f. Þetta er krakki.
2. *Hängen Sie den bestimmten Artikel an:*
    a. Þarna er mamma. b. Þarna er flugfreyja. c. Þarna er flugvél. d. Þarna er stólbak. e. Þarna er öryggisbelti. f. Þarna er afi. g. Þarna er farþegi. h. Þarna er kók.

Lektion 1

3. *Ersetzen Sie das Substantiv durch das Personalpronomen:*
   a. Hér er mamma. b. Hér eru systkini. c. Hér eru drykkir. d. Hér er maturinn. e. Hér er flugvél. f. Hér er blað. g. Hér eru farþegar.

4. *Setzen Sie die richtige Form von* vera *ein:*
   a. Elena og Lars ...... systkini. b. Pabbi þeirra ...... þýskur. c. Mamma þeirra ...... íslensk. d. Loksins ...... við á leiðinni til Íslands. e. Maturinn ...... hér. f. Þið ...... á Íslandi. g. Lars ...... að borða. h. Elena ...... að drekka. i. Krakkarnir *(N/pl + art v. krakki)* ...... að spenna öryggisbeltin.

5. *Beantworten Sie die Fragen zum Text:*
   a. Hvert eru Lars og Elena að fara? b. Hvað ber flugfreyjan fram? c. Hvað er á matarbakkanum? d. Hvað drekka krakkarnir?

6. *Übersetzen Sie:*
   Ich fahre nach Island, wohin fährst du? Bist du Isländerin? Nein, ich bin Deutsche. Bist du Deutscher? Nein, ich bin Isländer. Ja, ich bin Deutscher. Ich komme aus Deutschland, und ich fahre nach Island. Wie heißt du? Ich heiße Jón.

Lektion 2

2A Text: Á flugvellinum

Flugvélin lendir á flugvellinum í Keflavík. Lars og Elena fara út úr vélinni og inn í flugvallarbygginguna. Þau fara í vegabréfaeftirlitið og sýna þar vegabréfin sín. Síðan bíða þau eftir ferðatöskunum. Ferðatöskurnar koma á færibandi. Þau taka töskurnar og fara með þær í gegnum tollinn. Tollvörðurinn spyr um tollskyldan varning. Fyrir utan bíða afi og amma. Elena fellur um hálsinn á ömmu sinni, en Lars tekur í hendina á afa sínum og kyssir hann á kinnina.

á + D *(wo?)*, + A *(wohin?)* in, an, auf
flugvellinum *D/sg + art v.* **flugvöllur** *m* Flugplatz, Flughafen
lendir *3. sg präs v.* **lenda** landen
fara *3. pl präs v.* **fara** gehen, fahren
út hinaus
úr + D aus
vélinni *D/sg + art v.* **vél** *f* Maschine
inn hinein
flugvallarbygginguna *A/sg + art v.* **flugvallarbygging** *f* Flughafengebäude
vegabréfaeftirlit *n* Passkontrolle
sýna zeigen
vegabréf *n* Pass
sín *A n/pl v.* **sinn** sein, ihr
síðan dann, später
bíða eftir + D warten auf
ferðatöskunum *D/pl + art,* ferðatöskurnar, *N/pl + art v.* **ferðataska** *f* Koffer
koma kommen
færiband *n* Fließband
taka nehmen

töskurnar *A/pl + art v.* **taska** *f* Tasche; *hier:* Koffer
í gegnum + A durch
toll *A/sg v.* **tollur** *m* Zoll
tollvörður *m* Zollbeamter
spyr *3. sg präs v.* **spyrja** fragen
spyrja um + A fragen nach
tollskyldan *A/sg m v.* **tollskyldur** zollpflichtig
varning *A/sg v.* **varningur** *m* Ware
fyrir utan außerhalb, draußen
fellur *3. sg präs v.* **falla** fallen
um + A um
háls *m* Hals
falla um hálsinn á + D jemandem um den Hals fallen
sinni *D/sg f v.* **sinn** sein, ihr
tekur *3. sg präs v.* **taka** nehmen
taka í hendina á + D jemandem die Hand geben
sínum *D/sg/m, D/pl v.* **sinn** sein, ihr
kyssir *3. sg präs v.* **kyssa** küssen
hann ihn
kinnina *A/sg + art v.* **kinn** *f* Wange

2A Dialog

Flugfreyja: Góðir farþegar, vélin lendir eftir nokkrar mínútur, gerið svo vel að sitja kyrr í sætunum þar til vélin hefur stöðvast.
Elena: En hvað veðrið er gott!

Lektion 2

Lars:	Ertu með vegabréfið þitt? Við eigum að sýna það í vegabréfaeftirlitinu.
Elena:	Á ég að biðja um stimpil í vegabréfið?
Lars:	Já, gerðu það.
Elena:	Vilt þú líka fá stimpil?
Lars:	Já, auðvitað.
Elena:	Jæja, hér er mín taska, ég sé þína þarna.
Lars:	Fínt, nú eigum við að fara í gegnum tollinn.
Tollvörður:	Eruð þið með nokkurn tollskyldan varning?
Lars:	Nei.
Afi:	Lars minn, Elena mín, mikið er gaman að sjá ykkur.

eftir + D/A nach
nokkrar A/pl f v. nokkur m einige; im Singular: irgendeiner
mínúta f Minute
sitja kyrr sitzen bleiben
sætunum D/pl + art v. sæti n Sitzplatz
þar til bis
hefur 3. sg präs v. hafa haben
hafa stöðvast stehen geblieben sein
veðrið N/A/sg + art v. veður n Wetter
gott n/sg v. góður gut
vera með + A etwas bei sich haben
þitt n/sg v. þinn dein
eigum 1. pl präs v. eiga haben
eiga að + inf etwas tun müssen, etwas tun werden
vegabréfaeftirlitinu D/sg + art v. vegabréfaeftirlit n Passkontrolle
á 1./3. sg präs v. eiga haben

biðja um + A bitten um, fragen nach
stimpil A/sg v. stimpill m Stempel
já ja
gerðu það imp v. gera tu das
vilt þú willst du
líka auch
fá bekommen
auðvitað natürlich
jæja na, nun gut, ach so, also (am Anfang einer wörtlichen Rede)
mín N/sg f v. minn mein
sé 1. sg präs v. sjá sehen
þína A/sg f v. þinn dein
fínt adv fein, prima
nokkurn A/sg m v. nokkur m irgendwer
nei nein
mikið er gaman es ist eine große Freude
sjá sehen

2B Grammatik
1. Maskulina (-s, -ar), Feminina (-ar, -ar); Neutra (-s, -)

Um ein Substantiv richtig deklinieren zu können, braucht man neben der N/sg-Form immer zusätzlich den G/sg und den N/pl. Aus diesen Formen lässt sich dann jeweils die vollständige Deklination ersehen. Von nun an werden im Lektionswörterverzeichnis diese wichtigen Endungen dem Substantiv in Klammern nachgestellt; dies gilt jeweils nur für bereits behandelte Deklinationsklassen.

Substantive, die im N/sg auf -ur enden, sind in der Regel maskulin. Viele **Maskulina** werden wie *hestur* (Pferd) dekliniert:

hestur (m) – Pferd		
	Singular	Plural
N	hest - ur	hest - ar
G	hest - s	hest - a
D	hest - i	hest - um
A	hest -	hest - a

- Die Endung -ur der Maskulina ruft **keinen** Umlaut von -a zu -ö hervor!
- Bei **allen** Substantiven endet der G/pl auf -a, der D/pl auf -um.
- Bei allen Maskulina (aber nicht bei denen, die auf -i enden) entspricht der A/sg dem N/sg ohne Endung; im A/pl fehlt jeweils das -r der N/pl-Endung.

Wie *hestur* gehen z.B. *draumur* Traum, *hundur* Hund, *kálfur* Kalb, *munnur* Mund, *pollur* Pfütze, *prestur* Pfarrer, *tómatur* Tomate.

Viele **Feminina** werden wie *nál* (Nadel) dekliniert:

nál (f) - Nadel		
	Singular	Plural
N	nál	nál - ar
G	nál - ar	nál - a
D	nál	nál - um
A	nál	nál - ar

- Bei **allen** Feminina sind Nominativ und Akkusativ Plural gleich.

Wie *nál* gehen z.B. *hlið* Seite, *hlíð* Abhang, *kinn* Wange, *rauf* Spalte, *reim* Schnürsenkel, *skál* Schüssel, *skeið* Löffel, *taug* Nerv, *vél* Maschine.

Viele **Neutra** sind einsilbig. Alle einsilbigen und viele mehrsilbigen Neutra, die auf Konsonant enden, werden wie *hús* (Haus) dekliniert:

Lektion 2

	hús (n) – Haus	
	Singular	Plural
N	hús	hús
G	hús - s	hús - a
D	hús - i	hús - um
A	hús	hús

● Bei den Neutra sind jeweils N/A sg und N/A pl gleich; nur wenn das Substantiv ein betontes -a hat, wird dieses im N/A pl zu -ö (und vor -u; vgl. 1B 3):

	land (n) – Land	
	Singular	Plural
N	land	lönd
G	land - s	land - a
D	land - i	lönd - um
A	land	lönd

Wie *hús* gehen z.B. ár Jahr, borð Tisch, eftirlit Kontrolle, fólk (sg!) Leute, hár Haar, líf Leben, mál Sprache, rúm Bett, skinn Fell, verð Preis, verk Arbeit, þorp Dorf.

Wie *land* flektieren z.B. bað Bad, blað Blatt, barn Kind, lamb Lamm.

2. **Flexion des bestimmten Artikels**

Der bestimmte Artikel (vgl. 1B 5) wird auch in all seinen Kasus an das flektierte Substantiv angehängt und bildet mit ihm eine einzige Form. Dabei fällt im D/pl beim Anhängen des Artikels das Endungs-m des Substantivs weg.

	hesturinn (m) – das Pferd	
	Singular	Plural
N	hestur - inn	hestar - nir
G	hests - ins	hesta - nna
D	hesti - num	hestu - num
A	hest - inn	hesta - na

nálin (f) – die Nadel		
	Singular	Plural
N	nál - in	nálar - nar
G	nálar -innar	nála - nna
D	nál - inni	nálu - num
A	nál - ina	nálar - nar

blaðið (n) – das Blatt		
	Singular	Plural
N	blað - ið	blöð - in
G	blaðs - ins	blaða - nna
D	blaði - nu	blöðu - num
A	blað - ið	blöð - in

- Folgende Gesetzmäßigkeiten erleichtern das Erlernen des Artikels:
  - Im G/pl und D/pl ist der Artikel für **alle** Substantive gleich.
  - Bei den Maskulina ist der Artikel im N/A sg gleich.
  - Bei den Feminina ist der Artikel im N/A pl gleich.
  - Bei den Neutra ist der Artikel jeweils im N/A sg und im N/A pl gleich.
  - Der Artikel des G/sg Maskulinum ist mit dem des Neutrums gleich.
  - Der Artikel des N/A pl Neutrum ist mit dem des N/sg Femininum gleich.

Es ist ratsam, sich diese Gesetzmäßigkeiten frühzeitig einzuprägen, da sie sich auch bei den Pronomen und den Adjektiven wiederholen.

3. Das Verb *eiga* im Präsens

Als normales Vollverb, d.h. nicht mit anderen Verben zusammenstehend, bedeutet *eiga* „haben, besitzen".

Lektion 2   34

	Singular	Plural
1. Pers.	ég á ich habe	við eigum wir haben
2. Pers.	þú átt du hast	þið eigið ihr habt
3. Pers.	hann á er hat	þeir eiga sie haben

Als **Hilfsverb** steht *eiga* in der Verbindung **eiga að** + Infinitiv „etwas tun sollen, müssen; etwas tun werden". Der Infinitiv muss dabei im Aussage- wie auch im Fragesatz direkt nach *að* stehen:

Ég á að koma aftur á morgun. Ich soll morgen wiederkommen.
Á ég að biðja um stimpil? Soll ich um einen Stempel bitten?

4. Die Präpositionen *á, í, frá, um, til* (vgl. 5B 3; 18B 2)

Präpositionen ziehen einen bestimmten Kasus nach sich. Bei Orts- oder Richtungsangaben steht auf die Frage „wo?" der Dativ, auf die Frage „wohin?" der Akkusativ. Einige der häufigsten Präpositionen sind im Folgenden aufgeführt:

Dativ: á (in, an, auf)
Þau búa á Íslandi. Sie wohnen auf Island.
Flugvélin lendir á flugvellinum. Das Flugzeug landet auf dem Flugplatz.
      í (in, auf)
Hann er í Þýskalandi. Er ist in Deutschland.
Þau sitja kyrr í sætunum. Sie bleiben auf den Plätzen sitzen.
      frá (von, aus)
Hann segir frá fluginu. Er erzählt vom Flug.
Ég fer frá Þýskalandi á morgun. Ich fahre morgen aus Deutschland weg.

Akkusativ: á (in, an, auf)
Hann kyssir afa á kinnina. Er küsst Opa auf die Wange.
Ég læt bókina á borðið. Ich lege das Buch auf den Tisch.
      í (in, auf)
Ég fæ stimpil í vegabréfið. Ich bekomme einen Stempel in den Pass.
Þær fara inn í flugvallarbygginguna. Sie gehen in das Flughafengebäude.
      um (um, über)
Þú talar um prestinn. Du sprichst über den Pfarrer.
Hún fellur um hálsinn á ömmu. Sie fällt Oma um den Hals.

Genitiv: til (hin, zu, nach)
Þau fara til Íslands. Sie fahren nach Island.
til dæmis zum Beispiel.

5. Die Fragewörter *hvar* und *hver*
hvar? - wo?
> Hvar búa Lars og Elena? Wo wohnen Lars und Elena?
> Hvar lendir flugvélin? Wo landet das Flugzeug?

hver? - wer?
> Hver er að fara til Íslands? Wer ist auf dem Weg nach Island?
> Hver kemur með matarbakkann? Wer bringt das Tablett?

2C Sprachgebrauch und Landeskunde
1. Nach der Ankunft auf Island
Zur Einreise nach Island ist für Deutsche ein gültiger Reisepass oder Personalausweis erforderlich. Bei einer Aufenthaltsdauer von mehr als 3 Monaten benötigt man eine Aufenthaltsgenehmigung.

Zwischen dem LEIFUR-EIRÍKSSON-Flughafen in KEFLAVÍK und REYKJAVÍK gibt es zu jedem Flug Fly-Bus-Zubringerdienste. Die Fahrt vom Flughafen zur City von Reykjavík dauert etwa 45 Minuten. Das Fahrgeld kann im Bus entrichtet werden. Abfahrtsort für die Rückfahrt ist in Reykjavík der City-Terminal am Hotel LOFTLEIÐIR, jeweils zwei Stunden vor jedem Abflug. Von den größeren Hotels, HOTEL SAGA, HOTEL ESJA, HOTEL HOLIDAY INN oder HOTEL HOLT gibt es einen direkten Zubringerbus, den man an der Hotelrezeption buchen muss. Am Flughafen in Keflavík stehen auch Taxen bereit; die Fahrt ist aber teuer und lohnt sich nur, wenn sich mindestens 4 Personen den Fahrpreis teilen.

2. Nützliche Wendungen

Wo ist die Passkontrolle?
Hvar er vegabréfaeftirlitið?

Zeigen Sie bitte den Pass.
Gerið svo vel að sýna vegabréfið.

Sind diese Waren zollfrei?
Eru þessar vörur tollfrjálsar?

Wo ist der Informationsschalter?
Hvar er upplýsingaborðið?

Fährt dieser Bus nach Reykjavík?
Fer þessi rúta til Reykjavíkur?

Wo finde ich den Schalter der Reisegesellschaft...?
Hvar finn ég upplýsingaborð ferðaskrifstofunnar...?

Wo bekomme ich mein Gepäck?
Hvar næ ég í farangurinn?

Von wo fährt der Flughafenbus?
Hvaðan fer flugrútan?

Wie teuer ist die Fahrt?
Hvað kostar í rútuna?

Lektion 3   36

Ist dieser Platz noch frei?   Wie teuer ist ein Taxi nach Reykjavík?
Er þetta sæti laust?   Hvað kostar leigubíll til Reykjavíkur?
Wo bekomme ich ein Taxi?   Kann ich in D-Mark bezahlen?
Hvar get ég náð í leigubíl?   Get ég borgað með þýskum mörkum?

2D Übungen

1. *Deklinieren Sie im Singular und Plural, mit und ohne Artikel:*
   tollur m, flugvél f, eftirlit n, háls m, kinn f, vegabréf n
2. *Fügen Sie die richtigen Endungen an:*
   a. Þetta er prest– . b. Ég kem til prest– . c. Hún fer frá prest– . d. Ég tala um prest–.
3. *Bilden Sie die gleichen Sätze mit folgenden Substantiven:*
   tollur m, flugvél f, eftirlit n, land n, hús n
4. *Hängen Sie in den obigen Sätzen den bestimmten Artikel an.*
5. *Setzen Sie eiga in die richtige Form:*
   a. Þau ...... að fara í vegabréfaeftirlitið. b. Ég ...... að taka töskurnar. c. Þú ...... að fara í gegnum tollinn. d. Við ...... að sýna vegabréfin. e. Hún ...... að fara með flugvél. f. Þið ...... að koma. g. Hann ...... að taka matarbakkann. h. Ég ...... að taka töskuna, en þú ...... að taka veskið (*Handtasche*).
6. *Beantworten Sie die Fragen zum Text:*
   a. Hvar lendir flugvélin? b. Hvar bíða þau eftir ferðatöskunum? c. Hver spyr þau (A/pl n) um tollskyldan varning? d. Hver bíður (3. sg präs v. bíða) eftir Lars og Elenu fyrir utan?
7. *Übersetzen Sie das Gespräch:**
   „Fährt dieser Bus nach Reykjavík?" „Nein, er fährt nach Akureyri. Woher kommen Sie? Aus Deutschland?" „Ja, ich bin Deutscher. Wo fährt der Bus nach Reykjavík?" „Dort." „Danke. Fährt dieser Bus nach Reykjavík?" „Ja, dieser Bus fährt nach Reykjavík." „Was kostet die Fahrt?"

*   Denken Sie hier und bei allen folgenden Übungen und Übersetzungen daran, dass sich die Isländer duzen!

3A Text: Keyrt til Reykjavíkur

Lars og Elena halda á töskunum út að bílnum hans afa. Afi leitar að bíllyklunum sínum, en finnur þá ekki. Amma er með þá í veskinu sínu. Afi biður Lars um að setja töskurnar í farangursgeymsluna. Elena og amma ætla að sitja aftur í, en Lars og afi fram í. Elena heldur á veski ömmu sinnar. Í vetur ætlar Lars að læra á bíl. Amma biður afa að keyra ekki of hratt. Landslagið milli Keflavíkur og Reykjavíkur er frekar gróðurlaust, og fyrir fólk, sem kemur í fyrsta sinn til Íslands, minnir landslagið á tunglið. En fjöllin eru falleg, þó sérstaklega Esjan, en það er stóra fjallið, sem gnæfir yfir Reykjavík.

keyrt *part perf v.* **keyra** (Auto) fahren;
  hier *als Passiv:* es wird gefahren
Reykjavíkur *G/sg v.* **Reykjavík**
halda á + *D* etwas in der Hand tragen
að + *D* zu, hin zu
bíll *m* Auto
hans afa des Großvaters *(doppelter Genitiv)*
leita að + *D* suchen nach
bíllyklunum *D/pl* + *art v.* **bíllykill** *m* Autoschlüssel
finnur *3. sg präs v.* **finna** finden
vera með + *A* etwas bei sich haben
þá *A v.* **þeir** sie
veski *n* Handtasche
biður *3. sg präs v.* **biðja** bitten
biðja um að + *inf* darum bitten, etwas zu tun
setja setzen, stellen, legen
farangursgeymsla, *-u, -ur f* Kofferraum
ætla að + *inf* etwas wollen, beabsichtigen; werden
sitja sitzen
aftur í hinten (drin)
fram í vorne (drin)

heldur *3. sg präs v.* **halda** halten
sinnar *G/sg f v.* **sinn** sein, ihr
í vetur im kommenden Winter
læra lernen
læra á bíl Auto fahren lernen
of *(vor Adverb)* zu
hratt *adv* schnell
landslag, *-s n* Landschaft
milli + *G* zwischen
frekar ziemlich
gróðurlaus öde, ohne Bewuchs
fólk, *-s n (sg!)* die Leute
sem *rel pron (indekl)* welche, -r, -s
í fyrsta sinn zum ersten Mal
minnir *3.sg präs v.* **minna** erinnern
minna á + *A* erinnern an
tungl, *-s n* Mond
fjöllin *N/pl* + *art v.* **fjall**, *-s, fjöll n* Berg
falleg *n/pl v.* **fallegur** schön
þó aber, dennoch
sérstaklega *adv* besonders
Esja, *-u f* Esja, *Eigenname eines Berges*
stóra *n/sg v.* **stór** groß
gnæfir *3.sg präs v.* **gnæfa** ragen
yfir + *D/A* über

Lektion 3

3A Dialog

Afi: Margrét, ertu með lyklana að bílnum?
Amma: Já, þeir eru í veskinu mínu. Gerðu svo vel.
Afi: Lars minn, viltu setja töskurnar í farangursgeymsluna?
Elena: Við skulum sitja aftur í, amma mín. Ég skal halda á veskinu þínu. Lars má sitja fram í hjá afa.
Afi: Kannt þú að keyra bíl, Lars minn?
Lars: Nei, ekki ennþá, en í vetur ætla ég að læra á bíl.
Amma: Þú skalt nú ekki keyra svona hratt, Einar minn, við þurfum ekkert að flýta okkur.
Elena: Landslagið á milli Keflavíkur og Reykjavíkur er eins og á tunglinu!
Lars: Já, en fjöllin eru falleg.
Elena: Já, sérstaklega Esjan.
Afi: Jæja, þá erum við komin heim.

lyklana *A/pl* + *art* v. **lykill** *m* Schlüssel
að + *D* zum
viltu = vilt þú willst du
mig *A* mich
skulum *1. pl präs*, **skal** *1. sg präs* v. **skulu** werden, wollen; sollen
hjá + *D* neben, bei
kannt *2. sg präs* v. **kunna** können
kunna að + *inf* etwas können
ekki ennþá noch nicht

skalt *2. sg präs* v. **skulu** werden, wollen; sollen
svo(na) so
þurfum *1. pl präs* v. **þurfa** brauchen
ekkert nichts; gar nicht
flýta (sér) (sich) beeilen
okkur *D/A* uns
á milli + *G* zwischen
eins og wie *(im Vergleich)*
komin *part perf n/pl* v. **koma** kommen
heim heim, nach Hause

3B Grammatik

1. skulu, kunna að, þurfa að, mega, ætla að + Infinitiv im Präsens

skulu + Infinitiv bedeutet „etwas tun wollen, eigentlich etwas tun sollen". Es beinhaltet bisweilen einen indirekten Vorschlag. Oft drückt es auch nur die Zukunft aus.

	Singular	Plural
1. Pers.	ég skal	við skul - um
2. Pers.	þú skal - t	þið skul - uð
3. Pers.	hann skal	þeir skul - u

Við skulum sitja aftur í. Lass uns hinten sitzen.
Ég skal halda á veskinu. Lass mich die Tasche tragen.
Þú skalt ekki keyra svona hratt. Du solltest nicht so schnell fahren.

kunna að + Infinitiv bedeutet „etwas (tun) können".

	Singular	Plural
1. Pers.	ég kann	við kunn - um
2. Pers.	þú kann - t	þið kunn - ið
3. Pers.	hann kann	þeir kunn - a

Kannt þú að keyra bíl? Kannst du Auto fahren?
Það kann að vera. Das kann sein.
Kunnið þið að tala íslensku? Könnt ihr Isländisch sprechen?

þurfa að + Infinitiv bedeutet „brauchen, nötig haben".

	Singular	Plural
1. Pers.	ég þarf	við þurf - um
2. Pers.	þú þarf - t	þið þurf - ið
3. Pers.	hann þarf	þeir þurf - a

Við þurfum ekkert að flýta okkur. Wir brauchen uns nicht zu beeilen.
Þú þarft ekki að keyra svona hratt. Du brauchst nicht so schnell zu fahren.

mega + Infinitiv bedeutet „dürfen, können".

	Singular	Plural
1. Pers.	ég má	við meg - um
2. Pers.	þú má - tt	þið meg - ið
3. Pers.	hann má	þeir meg - a

Hvað má ég bjóða ykkur að drekka? Was kann ich euch zu trinken anbieten?
Hún má sitja hjá ömmu. Sie darf neben Oma sitzen.

Lektion 3

ætla að + Infinitiv bedeutet „etwas zu tun beabsichtigen". Meist wird es benutzt um die Zukunft auszudrücken. Wie *ætla* flektieren viele Verben, z.B. *borða* essen, *baka* backen, *laga* kochen, *hjálpa* helfen.

	Singular	Plural
1. Pers.	ég ætl - a	við ætl - um
2. Pers.	þú ætl - ar	þið ætl - ið
3. Pers.	hann ætl - ar	þeir ætl - a

Ég ætla að læra á bíl í vetur. Ich will diesen Winter Auto fahren lernen.
Ætlar þú að fara til Íslands? Wirst du nach Island fahren?
Hvað ætlar þú að gera? Was hast du vor?

2. Das Relativpronomen *sem*

☞ Das isländische Relativpronomen gilt für alle Formen unverändert. Es ist unflektierbar, steht also für die deutschen Relativpronomen *welcher, welches, welche, der, die, das* in allen Geschlechtern und Kasus. Anders als im Deutschen steht im *sem*-Satz das Verb in der Regel direkt nach dem Relativpronomen.

fólk, sem kemur í fyrsta sinn hingað Leute, die zum ersten Mal hierher kommen
fjallið, sem gnæfir yfir Reykjavík der Berg, der Reykjavík überragt
Lars, sem ætlar að læra á bíl Lars, der Auto fahren lernen will

3. Flexion und Gebrauch des Possessivpronomens : minn, þinn, sinn; hans, hennar, þess

Die Endungen der Possessivpronomen entsprechen weitgehend den Endungen des bestimmten Artikels. Für die 1.-3. Person Plural vgl. 4B 4.

	m/sg	f/sg	n/sg
N	minn	mín	mitt
G	míns	minnar	míns
D	mínum	minni	mínu
A	minn	mína	mitt

	m/pl	f/pl	n/pl
N	mínir	mínar	mín
G	minna	minna	minna
D	mínum	mínum	mínum
A	mína	mínar	mín

- Wie *minn* flektieren auch **þinn** (dein) und **sinn** (sein, ihr).
- **sinn** bezieht sich immer auf das Subjekt des Satzes zurück; es wird auch verwendet, wenn das Subjekt im Plural steht:
  Lars kyssir afa sinn. Lars küsst seinen (eigenen) Opa.
  Amma heldur á veskinu sínu. Oma trägt ihre (eigene) Tasche.
  Þau heimsækja ömmu sína. Sie besuchen ihre Oma.
  Bezieht sich das Possessivpronomen **nicht** auf das Subjekt, so steht stattdessen der Genitiv des Personalpronomens. Diese Formen sind unflektierbar, verändern also nicht ihre Form: m **hans**, f **hennar**, n **þess**:
  Elena heldur á veskinu hennar. Elena trägt ihre [eines anderen] Tasche.
  Lars má ekki keyra bílinn hans. Lars darf nicht sein [eines anderen] Auto fahren.
  Diese Formen stehen auch dann, wenn das, was man besitzt oder was zu einem gehört, Teil des Subjekts ist (also meist mit *og* verbunden ist):
  Lars og afi hans. Lars und sein Opa.
  Elena og amma hennar. Elena und ihre Oma.

- ☞ Das Possessivpronomen steht in der Regel **nach** dem Substantiv. Das Substantiv hat zusätzlich oft noch den bestimmten Artikel:
  Amma er með lyklana í veskinu sínu. Oma hat die Schlüssel in ihrer Tasche.
  Hann heldur á töskunni sinni. Er trägt seine Tasche.
  Bei Verwandtschaftsbezeichnungen steht der bestimmte Artikel nicht:
  Hún heldur á veski ömmu sinnar. Sie trägt die Tasche ihrer Oma.
  Hann má sitja hjá afa sínum. Er darf neben seinem Opa sitzen.

- ☞ Vor dem Substantiv steht das Possessivpronomen nur, wenn es ausdrücklich betont ist:
  Þetta er mitt hús (en ekki þitt)! Das ist mein Haus (und nicht deines)!

- ☞ Anders als im Deutschen wird das Possessivpronomen auch oft innerhalb der Anrede gebraucht (vgl. auch 8B 5): *krakkar mínir, Lars minn, amma mín*.

Lektion 3

4. Die Fragewörter *hvenær* und *hvaða*

hvenær? - wann?
- *Hvenær fara þau til Íslands?* Wann fahren sie nach Island?
- *Hvenær ætlar hann að læra á bíl?* Wann will er Auto fahren lernen?

hvaða? - was für ein (-e, -es), welche (-r, -es)?
- *Hvaða bíl á afi?* Welches (von denen dort) ist Opas Auto?
- *Hvaða fjall er þetta?* Welcher / was für ein Berg ist das?
- *Hvaða taska er þetta?* Was für eine Tasche ist das?

3C Sprachgebrauch und Landeskunde

1. Die Landzunge REYKJANES

Besucher, die Island per Flugzeug erreichen, erhalten ihre ersten Eindrücke in dieser Region. Nachdem sie den Flughafen verlassen haben, erwartet sie eine mondähnliche Landschaft: Lavafelder dehnen sich aus, soweit das Auge reicht, keine Bäume, Flüsse oder Täler bieten Abwechslung. Vulkaneruptionen haben diese Halbinsel entstehen lassen. Aufsteigende Dämpfe zeugen von geothermaler Energie, mit der die Isländer ein Kraftwerk betreiben. Das immer noch heiße Wasser fließt dann zurück in die Lavafelder und bildet dort einen kleinen, warmen See, die berühmte *Bláa Lónið*, „die blaue Lagune", mit Heilkräften bei Hautkrankheiten und Rheuma.

2. Begrüßung und Abschied

Begrüßung: Guten Tag! Góðan dag! Guten Abend! Gott kvöld! Gute Nacht! góða nótt! Hallo, schön, dich zu sehen! (Nei,) halló, gaman að sjá þig! Wie geht's dir? Hvað segir þú (gott)? Gut! Allt þetta fína!

formellere Begrüßung: m/sg Komdu sæll og blessaður! f/sg Komdu sæl og blessuð! m/pl Komið þið sælir og blessaðir! f/pl Komið þið sælar og blessaðar! n/pl Komið þið sæl og blessuð!

als Antwort darauf: m/sg Sæll! Blessaður! f/sg Sæl! Blessuð! m/pl Sælir! Blessaðir! f/pl Sælar! Blessaðar! n/pl Sæl! Blessuð!

Abschied: Ich muss jetzt gehen. Ég verð að fara núna. Tschüß! Bless! Wir sehen uns noch! Við sjáumst!

formellerer Abschied: m/sg Vertu sæll og blessaður! Vertu sæll! Vertu blessaður! f/sg Vertu sæl og blessuð! Vertu sæl! Vertu blessuð! m/pl Verið þið sælir og blessaðir! Verið þið sælir! Verið þið blessaðir! f/pl Verið þið sælar og blessaðar! Verið þið sælar! Verið þið blessaðar! n/pl Verið þið sæl og blessuð! Verið þið sæl! Verið þið blessuð!

3D Übungen

1. *Setzen Sie die angebenen Hilfsverben in die richtige Form:*
   a. Elena ...... sitja hjá ömmu (ætla að / mega). b. Ég ...... sitja hjá afa (skulu / ætla að). c. Lars ...... læra á bíl í vetur (mega / ætla að). d. Afi ...... ekki keyra svona hratt (mega / þurfa að). e. Elena ...... ekki að keyra bíl (kunna / ætla). f. ...... þú að keyra bíl (kunna)? g. Við ...... að flýta okkur (þurfa / ætla). h. Ég ...... að fara til Reykjavíkur (þurfa / ætla). i. Þú ...... ekki keyra of hratt (mega / þurfa að). j. Þið ...... ekki sitja fram í (skulu / mega). k. Þau ...... að heimsækja afa og ömmu (ætla). l. Við ...... að keyra bíl (kunna / ætla).

2. *Fügen Sie die richtige Form von minn ein:*
   a. Hér er ...... bíll. b. Afi leitar að töskunni .... c. Er veskið ...... hér? d. Viltu setja töskurnar ...... í farangursgeymsluna? e. Ertu með bíllyklana ...... í veskinu? f. Lars ....., ertu þyrstur? g. Elena ......, hvað viltu drekka? h. Ertu með ...... blað? i. Viltu taka töskuna ...... ? j. Hér eru bíllyklarnir ....

3. *Fügen Sie die richtige Form von þinn ein:*
   a. Ertu með vegabréfið ......? b. Viltu setja veskið ...... fram í? c. Pabbi ...... er hér. d. Mamma ...... er líka *(auch)* hér. e. Nú kemur maturinn .... f. Eru lyklarnir í ferðatöskunni ...... ? g. Nei, þeir eru í veskinu .... h. Ertu með bíllyklana ...... í veskinu? i. Viltu setja ferðatöskuna ...... aftur í? j. Viltu setja drykkinn ...... á matarbakkann .....? k. Við erum á leiðinni til pabba ....

4. *Fügen Sie die richtige Form von sinn ein:*
   a. Amma heldur á veskinu .... b. Elena ætlar að heimsækja ömmu ..... og afa .... c. Lars er með veskið .... d. Elena má sitja hjá ömmu .... e. Hann má sitja hjá afa .... f. Lars kyssir afa .... g. Hún ætlar að keyra bílinn .... h. Elena tekur í hendina á ömmu .... i. Hann má borða matinn ....

5. *Beantworten Sie die Fragen zum Text:*
   a. Hvar eru bíllyklarnir? b. Hvar ætla Elena og amma að sitja? c. Hvar ætlar Lars að sitja? d. Hvenær ætlar hann að læra á bíl? e. Hvaða fjall gnæfir yfir Reykjavík?

6. *Übersetzen Sie ins Isländische:*
   „Hallo, Opa, hallo, Oma, schön, euch zu sehen!" „Hallo, Lars, wie geht es dir?" „Gut! Und wie schön das Wetter auf Island ist!" Nun gehen sie zum Auto. Opa sucht nach seinen Autoschlüsseln, findet sie aber nicht. „Sie sind in meiner Tasche", sagt *(segir)* Oma. „Elena, du darfst neben Oma sitzen", sagt Lars. „Kannst du Auto fahren, Lars?" „Nein, aber ich werde im Winter Auto fahren lernen."

Lektion 4

4A Text: Heima hjá afa og ömmu

Krakkarnir eru þyrstir eftir ferðina. Amma gefur þeim appelsínusafa að drekka. Svo lagar hún kaffi handa sér og afa. Hún bakar pönnukökur með kaffinu. Lars hjálpar henni að þeyta rjómann, en Elena hjálpar afa sínum að leggja á borð. Amma segir þeim að taka dúk úr skúffunni og bollastell með blómum úr skápnum í stofunni. Á Íslandi tíðkast að borða pönnukökur með rjóma og sultu og drekka kaffi með. Öllum finnst pönnukökurnar mjög góðar. Eftir kaffið taka þau upp úr töskunum og gefa afa og ömmu gjafir og sýna þeim myndir frá Þýskalandi.

heima zu Hause
ferð, -ar, -ir f Fahrt, Reise
gefur 3. sg präs v. **gefa** geben
þeim D v. þeir / þær / þau ihnen
appelsínusafi, -a, -ar m Apfelsinensaft
laga (a) hier: kochen
kaffi, -s n Kaffee
handa + D für
sér D sich
baka (a) backen
pönnukaka, -köku, -kökur f Pfannkuchen
hjálpa (a) helfen
henni D v. hún ihr
rjómi, -a m Sahne
þeyta rjóma Sahne schlagen
leggja (ø) setzen, stellen, legen
borð, -s, - n Tisch
leggja á borð den Tisch decken
segir 3. sg präs v. **segja** sagen

dúkur, -s, -ar m Tischdecke
skúffa, -u, -ur f Schublade
bollastell, -s, - n Kaffeegeschirr
blóm, -s, - n Blume
skápur, -s, -ar m Schrank
stofa, -u, -ur f Zimmer, Stube
tíðkast es ist üblich
sulta, -u f Marmelade
öllum D v. allur alle
finnst v. **finnast** finden, meinen
öllum finnst alle finden, meinen (unpersönlich)
mjög sehr
góðar N/pl f v. góður gut
taka upp úr töskunum die Koffer auspacken
gefa geben, schenken
gjafir A/pl v. gjöf f Geschenk
mynd, -ar, -ir f Bild; auch: Film (Abk. v. bíómynd)

4A Dialog

Amma: Ertu ekki þyrstur eftir ferðina, Lars minn?
Lars: Jú, ég er það, má ég fá mér appelsínusafa?
Amma: Já, fáið ykkur bæði að drekka. Ég ætla að laga kaffi og baka pönnukökur, sem við borðum með þeyttum rjóma og sultu eða bara með sykri.
Lars: Má ég hjálpa þér eitthvað?
Amma: Já, þú mátt þeyta rjómann, skálin er á borðinu.

Elena: Og hvað má ég gera?
Amma: Þú mátt hjálpa afa að leggja á borð, þið skuluð taka dúk, sem er í skúffunni og bollastellið með blómunum úr skápnum í stofunni.
Elena: Amma, viltu kenna mér seinna að baka pönnukökur?
Amma: Já, það skal ég nú gera.
Afi: Ah, það er gott að fá kaffi eftir ferðina.
Elena: Já, og íslenskar pönnukökur eru þær bestu í heimi!
Amma: Eftir kaffið skuluð þið taka upp úr töskunum ykkar.
Lars: Já, takk fyrir kaffið.
Elena: Hér erum við með gjafir handa ykkur og myndir að heiman.

jú   ja, doch *(auf eine Frage, die eine Verneinung enthält)*
fáið   *imp v.* fá *hier:* nehmen
þeyttum   *part perf D v.* þeyta schlagen
eða   oder
bara   nur, bloß
sykri   *D v.* sykur, -s *m* Zucker
eitthvað   etwas

skál, -ar, -ar *f* Schale, Schüssel
gera *(i)* tun, machen
kenna *(i)* beibringen
bestu *allgemeiner pl v.* bestur *m* der Beste
heimur, -s, -ar *m* Welt
í heimi   in der Welt
að heiman   von zu Hause

4B Grammatik
1. Schwache Verben im Präsens

Es gibt auch im Isländischen **schwache** und **starke** Verben. Die Schwachen erkennt man wie im Deutschen an ihrem Dental (-t, -d, -ð) in den Vergangenheitsformen (kochen: kochte, gekocht; ætla: ætlaði, ætlað), die starken an ihren veränderten Vokalen (= *Ablaut*; nehmen: nahm, genommen; drekka: drakk, drukkið).

- Schwache Verben können im Isländischen im Singular Präsens verschiedene Endungen haben.
- Starke Verben haben hier immer die gleichen Endungen.
- Im Plural sind die Endungen der schwachen und starken Verben identisch.

Die drei unterschiedlichen Klassen der **schwachen** Verben werden als -i, -a und -ø-Klasse (= ohne Endung) bezeichnet, jeweils nach ihrer Endung in der 1. Person Singular Präsens. Von dieser Lektion an erhalten die schwachen Verben in den Lektionswörterverzeichnissen in Klammern die Angabe ihrer Klasse. Starke und unregelmäßige Verben stehen vorläufig noch ohne nähere Bestimmung.

i-Klasse

kenna *(lehren)*	Singular	Plural
1. Pers.	ég kenn - i	við kenn - um
2. Pers.	þú kenn - ir	þið kenn - ið
3. Pers.	hann kenn - ir	þeir kenn - a

Wie *kenna* gehen von den bisher erlernten Verben *gera, lenda, sýna, þeyta*. Ebenso flektieren **heyra** hören, **hreyfa** bewegen, **gleyma** vergessen, **skemma** beschädigen, verderben, **þýða** übersetzen.

● Bei Verben auf -ja bleibt im Plural vor -a und -u das -j des Infinitivs erhalten:

segja *(sagen)*	Singular	Plural
1. Pers.	ég seg - i	við seg - j - um
2. Pers.	þú seg - ir	þið seg - ið
3. Pers.	hann seg - ir	þeir seg - j - a

Wie *segja* gehen z.B. **heimsækja** besuchen, **leigja** mieten, **byggja** bauen, **fylgja** folgen, **hringja** anrufen, läuten.

a-Klasse

hjálpa *(helfen)*	Singular	Plural
1. Pers.	ég hjálp - a	við hjálp - um
2. Pers.	þú hjálp - ar	þið hjálp - ið
3. Pers.	hann hjálp - ar	þeir hjálp - a

Wie *hjálpa* gehen von den bisher erlernten Verben *borða, leita, laga, baka, ætla*.

ø-Klasse

Hier bleibt das -j des Infinitivs in **allen** Pluralformen erhalten. Den Endungen dieser Verbklasse entsprechen die Endungen der **starken** Verben (vgl. 5B 4).

telja (zählen)	Singular	Plural
1. Pers.	ég tel -	við tel - j - um
2. Pers.	þú tel - ur	þið tel - j - ið
3. Pers.	hann tel - ur	þeir tel - j - a

Wie *telja* gehen von den bisher erlernten Verben *leggja* und *setja*. Die gleichen Endungen zeigt auch **hafa**:

hafa (haben)	Singular	Plural
1. Pers.	ég hef -	við höf - um
2. Pers.	þú hef - ur	þið haf - ið
3. Pers.	hann hef - ur	þeir haf - a

Einige Verben wie z.B. **finnast** können nicht mit einem Subjekt im Nominativ verbunden werden. Sie sind „unpersönlich" und stehen nur mit dem Dativ; sie bleiben im Präsens in allen Personen gleich:

Mér finnst pönnukökur góðar. Mir schmecken Pfannkuchen gut.
Þeim finnst þær líka góðar. Ihnen schmecken sie auch gut.

2. Der Imperativ Singular (vgl. 12B 4)

Nach Streichen der Infinitivendung -a oder -ja erhält man den Stamm des Verbs. Verben, die auf einen langen Vokal enden (z.B. *fá*), sind bereits endungslos. An diesen Stamm hängt man das Pronomen þú. Dabei wird aus dem þ- des Pronomens nach Konsonant normalerweise -t oder -d, nach Vokal -ð.

vera:	ver - tu!	sei!
taka:	tak - tu!	nimm!
koma:	kom - du!	komm!
fá:	fá - ðu!	nimm! besorge!

Bei Verben der **a-Klasse** wird þú an den gesamten Infinitiv angehängt:

strau(j)a:	strau(j)a - ðu!	bügle!
baka:	baka - ðu!	backe!
hjálpa:	hjálpa - ðu!	hilf!

Bei der Verschmelzung wird -ú zu -u; das neu entstandene Wort hat Stammsilbenbetonung.

Lektion 4

3. Die Flexion der Personalpronomen

	ég - ich	þú - du	hann - er	hún - sie	það - es
N	ég	þú	hann	hún	það
G	mín	þín	hans	hennar	þess
D	mér	þér	honum	henni	því
A	mig	þig	hann	hana	það

	við - wir	þið - ihr	þeir - sie	þær - sie	þau - sie
N	við	þið	þeir	þær	þau
G	okkar	ykkar	þeirra	þeirra	þeirra
D	okkur	ykkur	þeim	þeim	þeim
A	okkur	ykkur	þá	þær	þau

4. okkar, ykkar, þeirra als Possessivpronomen der 1., 2., 3. Person Plural

Die G/pl-Formen des Personalpronomens, okkar, ykkar, þeirra, werden als unveränderliche besitzanzeigende Fürwörter für die Personen des Plurals verwendet. Sie stehen in allen Deklinationsfällen:

    A: *Viltu kaupa húsið okkar?*   Willst du unser Haus kaufen?
    D: *Þið hjálpið ömmu ykkar.*   Ihr helft eurer Oma.
    N: *Þetta eru myndirnar þeirra.*   Das sind ihre Bilder.

● Bezieht sich das Possessivpronomen der 3. Person Plural auf das Subjekt zurück, so stehen die Formen von **sinn** (vgl. 3B 3).

5. Das Pronomen *einhver* in seinen Abkürzungen

Die Abkürzungen des unbestimmten Pronomens **einhver** *(jemand)* werden in Wörterbüchern und Grammatiken benutzt, um den Kasus anzugeben, der einem Verb oder einer Präposition folgt:

e-s = **einhvers**: Genitiv („jemandes"; „einer Sache") bei Personen und Gegenständen
    taka tösku e-s – jemandes Tasche nehmen
    fara til e-s – zu einer Sache (z.B. einem Ort, einem Gebäude etc.) hingehen

e-m = **einhverjum**: Dativ („jemandem") bei Personen
    taka í hendina á e-m – jemandem die Hand geben
    segja frá e-m – von jemandem berichten

e-u = einhverju: Dativ („etwas") bei Gegenständen
   leita að e-u - nach etwas suchen
   halda á e-u - etwas tragen
e-n = einhvern: Akkusativ („jemanden") bei Personen
   spyrja e-n - jemanden fragen
   tala um e-n - über jemanden sprechen
e-ð = eitthvað: Akkusativ („etwas") bei Gegenständen
   gefa e-m e-ð - jemandem etwas geben
   spyrja e-n um e-ð - jemanden nach etwas fragen

6. Maskulina (-s, -ir), Feminina (-ar, -ir)

Maskuline Substantive auf -ur (vgl. auch 2B 1) können auch wie folgt dekliniert werden:

dalur (m) – Tal		
	Singular	Plural
N	dal - ur	dal - ir
G	dal - s	dal - a
D	dal -	döl - um
A	dal -	dal - i

Wie *dalur* gehen z.B. *bolur* T-Shirt, *glæpur* Verbrechen, *gripur* Gegenstand, *hvalur* Wal.

● Manche Substantive dieser Klasse haben im Dativ Singular ein -i, z.B. *gestur* Gast, *brestur* Krach, *skellur* Knall.

Auch bei den **Feminina** enden einige Substantive im N/pl auf -ir:

mynd (f) – Bild		
	Singular	Plural
N	mynd -	mynd - ir
G	mynd - ar	mynd - a
D	mynd -	mynd - um
A	mynd -	mynd - ir

Lektion 4

Wie *mynd* gehen die meisten Feminina, z.B.: *átt* Richtung, *borg* Stadt, *búð* Laden, *ferð* Reise, *frétt* Nachricht, *leið* Weg, *sveit* Gemeinde.

Wie *mynd* gehen auch Feminina, die ein betontes -ö oder -jö als Stammvokal haben. Sie verändern den Vokal vor -a und -i zu -a, den Diphthong zu -ja:

	gjöf (f) — Geschenk	
	Singular	Plural
N	gjöf -	gjaf - ir
G	gjaf - ar	gjaf - a
D	gjöf -	gjöf - um
A	gjöf -	gjaf - ir

Wie *gjöf* flektieren z.B. *fjöl* Brett, *tjörn* Teich, *þjöl* Feile; *för* Fahrt, *höfn* Hafen, *röð* Reihe, *sök* Schuld.

7. Das Fragewort *hvernig*
hvernig? - wie?

Hvernig borða þeir pönnukökur á Íslandi? Wie essen sie auf Island Pfannkuchen?
Hvernig líður þér? Mér líður vel (illa). Wie geht es dir? Mir geht es gut (schlecht).

4C Sprachgebrauch und Landeskunde
1. Unterkunft auf Island
In Reykjavík erwarten den Besucher viele Hotels (Standard- bis Luxusklasse), die weitgehend teuer sind. Daher nutzen viele die preiswerteren Privatunterkünfte. In familiärer Atmosphäre bekommt man Zimmer mit Frühstück, oft mit fließendem Wasser oder sogar mit Dusche. Die Kosten für eine Privatunterkunft betragen etwa die Hälfte bis ein Drittel der Übernachtungskosten in den großen Hotels.

2. Nützliche Wendungen

Kann ich Ihnen irgendwie helfen?
Get ég hjálpað þér eitthvað?
Können Sie mir helfen?
Getur þú hjálpað mér?
Entschuldigen Sie bitte...
fyrirgefðu... oder afsakaðu...

Vielen Dank!
kærar þakkir! oder takk!
ja, bitte!
já, takk fyrir!
nein, danke!
nei, takk fyrir!

Nichts zu danken!
Ekkert að þakka!
Ich suche / ein Hotel / eine Privatunterkunft.
Ég er að leita að / hóteli / heimagistingu.
Hier ist die Adresse.
Hér er heimilisfangið.
Kann ich für heute Nacht ein Zimmer bekommen?
Get ég fengið herbergi í nótt?

Was kostet das Zimmer / für einen Tag / für eine Woche?
Hvað kostar herbergið / á dag / í viku?
Kann ich das Zimmer sehen?
Má ég sjá herbergið?
Ist noch ein anderes frei?
Er eitthvað annað laust?
Ja, ich nehme es.
Já, ég ætla að taka það.

4D Übungen

1. *Fügen Sie die Verben in der richtigen Form ein:*
   a. Við ..... kökur með kaffinu (borða). b. Þau ..... kaffi, en ég ..... köku (drekka /borða). c. Ég ..... ömmu, en Lars ..... rjóma (hjálpa / þeyta). d. Má ég ..... þér að ..... á borð (hjálpa / leggja)? e. Amma ..... að nálunum sínum (leita). f. Ég ..... ömmu mína, en þú ..... afa þinn (heimsækja). g. Við ..... afa og ömmu gjafir (gefa). h. Þið ..... okkur myndir (sýna). i. Þeir ..... að dúk í skúffunni (leita). j. Flugvélin ..... á flugvellinum (lenda). k. Við ..... á flugvellinum í Keflavík (lenda). l. Þú mátt ..... töskuna í skápinn (setja). m. Hún ..... sykur á pönnukökurnar (setja). n. Þú ..... rjóma, en ég ..... á borð (þeyta / leggja). o. Ég ..... sykur í kaffið (setja). p. ..... þú rjóma á pönnukökurnar (setja)?

2. *Ersetzen Sie die hervorgehobenen Substantive durch Pronomen:*
   a. Amma gefur *krökkunum* appelsínusafa að drekka. b. Lars hjálpar *ömmu* að þeyta rjóma. c. Elena hjálpar *afa* að telja nálarnar. d. *Lars og Elena* sýna *afa og ömmu* myndir. e. *Lars* er þyrstur; amma gefur *Lars* að drekka. f. *Elena og amma* ætla að sitja fram í. g. *Nonni og Lars* ætla að fara til *ömmu og afa*. h. Lars setur *töskurnar* í farangursgeymsluna. i. Ég legg *dúkinn* á borðið. j. Afi biður *Lars* um að setja *töskurnar* inn í skáp. k. Amma biður *Elenu* um að hjálpa sér.

3. *Setzen Sie die Sätze in den Plural:*
   a. Þetta er gestur. b. Þetta er bollastell. c. Þetta er mynd. d. Þetta er skápur. e. Þetta er gjöf. f. Þetta er stofa. g. Þetta er fjall. h. Þetta er skál. i. Þetta er taska. j. Þetta er blóm. k. Þetta er appelsínusafi. l. Þetta er flugvél. m. Þetta er pönnukaka. n. Þetta er drykkur. o. Þetta er borð. p. Þetta er blað. q. Þetta er dúkur.

4. *Beantworten Sie die Fragen zum Text:*
   a. Hvað fá krakkarnir að drekka? b. En hvað drekka afi og amma? c. Hvernig borða þau pönnukökur á Íslandi? d. Hvar er dúkurinn? e. Hvar er bollastellið með blómunum? f. Hvað gefa Lars og Elena þeim? g. Hver hjálpar ömmu?

Lektion 4

h. En hver hjálpar afa? i. Hvar er skálin? j. Hver segir þeim að taka upp úr töskunum?

5. *Übersetzen Sie ins Isländische:*

„Entschuldigen Sie, können Sie mir helfen? Ich suche ein Hotel oder eine Privatunterkunft." „Ja, natürlich; hier ist eine Adresse." „Danke schön." „Nichts zu danken." „Entschuldigen Sie, kann ich für heute Nacht ein Zimmer bekommen?" „Ja, haben Sie Ihren Pass bei sich?" „Ja, hier sind unsere Pässe. Und was kostet das Zimmer für eine Woche?"

Lektion 5

5A Text: „Hvað eigum við að gera í dag?"

Elena og Lars eru búin að vaka næstum alla nóttina til að horfa á sólarlagið. Samt vakna þau snemma. Amma er búin að búa til morgunmat. Hún er fegin, hvað krakkarnir skilja vel íslensku. Þau drekka mjólk og te og borða rúgbrauð með smjöri, osti og sultu. Í dag ætla þau að fara í bæinn. Fyrst ætla þau að skoða hlutina á Þjóðminjasafninu, síðan ætla þau að fara í Ásmundargarð. Ásmundur Sveinsson var frægur myndhöggvari. Síðan ætlar Lars með vini sínum á Árnasafn að skoða gömlu handritin, en Elena hefur meiri áhuga á að fara með vinkonu sinni á málverkasafn Ásgríms. Ásgrímur Jónsson var vel þekktur listmálari. Að lokum ætla þau öll að hittast í Norræna Húsinu og fá sér þar kaffi.

í dag heute
vera búinn að + inf etwas getan haben
vaka (i) wachbleiben
næstum nahezu, fast
alla nóttina die ganze Nacht
horfa á e-ð (i) etwas anschauen, betrachten
sólarlag, -s, -lög n Sonnenuntergang
samt trotzdem
vakna (a) aufwachen
snemma früh
búa e-ð til etwas vor-, zubereiten
morgunmatur, -s (-ar), -ar m Frühstück
feginn froh
skilja (ø) verstehen
vel adv gut; sehr
íslenska, -u f das Isländische
mjólk, -ur f Milch
te, -s n Tee
rúgbrauð, -s n Schwarz-, Roggenbrot
smjör, -s n Butter
ostur, -s, -ar m Käse
fara í bæinn in die Stadt gehen
fyrst zuerst
skoða (a) anschauen, betrachten
hlutur, -ar, -ir m Sache, Gegenstand
Þjóðminjasafn, -s n das Nationalmuseum in Reykjavík

Ásmundargarður, -s m die Sammlung des 1893 geborenen Bildhauers Ásmundur Sveinsson; ein Park mit seinen Werken
frægur berühmt
myndhöggvari, -a, -ar m Bildhauer
vinur, -s, -ir m Freund
Árnasafn, -s n Árni Magnússons mittelalterliche Handschriftensammlung
gömlu n/pl v. gamall alt
handrit, -s, - n Handschrift
meiri mehr
hafa áhuga á e-u an etwas Interesse haben
vinkona, -u, -ur f Freundin
safn, -s, söfn n Sammlung
málverkasafn Ásgríms die Galerie des Kunstmalers Ásgrímur Jónsson (1876–1958); das Wohnhaus des Malers mit seinem Lebenswerk
þekktur bekannt
listmálari, -a, -ar m Kunstmaler
að lokum zuletzt, schließlich
öll n/pl v. allur m alle
hittast sich treffen
Norræna Húsið das Nordische Haus, nordisches Kulturzentrum; Treffpunkt von Studenten und Professoren

Lektion 5

5A Dialog

Afi: Vonandi fara þau að vakna, klukkan er að verða átta.
Elena: Við erum að koma!
Amma: Jæja, hvað viljið þið í morgunmat, ég er hér með rúgbrauð og franskbrauð, smjör, ost og sultu, hvort viljið þið mjólk eða te?
Lars: Ég mundi helst vilja te og rúgbrauð, viltu gera svo vel að rétta mér smjörið?
Afi: Ég borða nú alltaf haframjöl á morgnana. Hvert ætlið þið að fara í dag?
Elena: Við ætlum saman á Þjóðminjasafnið og síðan í Ásmundargarð.
Lars: Já, svo ætla ég að fara með Jóni vini mínum á Árnasafn, en Elena með Kristínu vinkonu sinni á málverkasafn Ásgríms.
Elena: Eigum við að hittast einhvers staðar á eftir og fá okkur kaffi?
Lars: Já, við skulum gera það, komið þið í Norræna Húsið klukkan fjögur.

vonandi   hoffentlich
fara að + *inf*   etwas beginnen
klukka, -u, -ur   f Uhr
klukkan er að verða átta   es ist gleich 8
viljið   *2. pl präs v.* vilja *(unr.)*   wollen
í morgunmat   zum Frühstück
franskbrauð, -s, -   n Weißbrot
hvort - eða   entweder - oder
viltu gera svo vel að rétta mér ....   reichst du mir bitte ....

haframjöl, -s   n Haferflocken
á morgnana   morgens
saman   zusammen
einhvers staðar   irgendwo
á eftir   danach
komið   *imp v.* koma   kommen
kl. fjögur = klukkan fjögur   um 4 Uhr
ég mundi helst vilja   ich hätte am liebsten

5B Grammatik

1. **Maskulina** *(-ar, -ir / -jar, -ir)*; **Feminina** *(-ur, -ur / -ar, -ur)*

Eine weitere Reihe der **Maskulina** dekliniert wie folgt:

	fundur (m) – Treffen	
	Singular	Plural
N	fund - ur	fund - ir
G	fund - ar	fund - a
D	fund - i	fund - um
A	fund -	fund - i

Wie *fundur* flektieren z.B. *feldur* Pelz, *kostur* Bedingung, *réttur* Recht, *friður* Frieden, *vegur* Weg.
- Im D/sg fällt bei einigen Substantiven das -i weg, z.B. bei *staður* Stelle, Ort, *hlutur* Gegenstand, *litur* Farbe.
- Substantive dieser Klasse, die als betonten Vokal ein -á- oder ein -jö- haben, zeigen Vokalwechsel. Dabei wird -jö zu -ja vor einer Endung auf -a, zu -i vor einer Endung auf -i; -á wird zu -æ vor einer Endung auf -i:

fjörður (m) – Fjord		
	Singular	Plural
N	fjörð - ur	firð - ir
G	fjarð - ar	fjarð - a
D	firð - i	fjörð - um
A	fjörð -	firð - i

þáttur (m) – kurze Geschichte		
	Singular	Plural
N	þátt - ur	þætt - ir
G	þátt - ar	þátt - a
D	þætt - i	þátt - um
A	þátt -	þætt - i

Wie *fjörður* flektieren z.B. *hjörtur* Hirsch, *kjölur* Kiel, *skjöldur* (der) Schild. Wie *þáttur* gehen z.B. *háttur* Art, Weise, *máttur* Macht, *þráður* Faden.
Substantive, deren Stamm auf -kk / -gg oder Vokal endet, fügen vor dem -a oder -u der angehängten Endung ein -j- ein:

drykkur (m) – Getränk		
	Singular	Plural
N	drykk - ur	drykk - ir
G	drykk - j - ar	drykk - j - a
D	drykk -	drykk - j - um
A	drykk -	drykk - i

Wie *drykkur* geht z.B. *bekkur* Bank (auch mit -s im G/sg statt -jar).

bær (m) – Stadt, Gehöft	
Singular	Plural
N bæ - r	bæ - ir
G bæ - j - ar	bæ - j - a
D bæ -	bæ - j - um
A bæ -	bæ - i

Wie *bær* gehen z.B. *blær* Schimmer, ebenso *gnýr* Getöse, allerdings beide nur mit -s im G/sg.

Einige wenige Feminina enden im G/sg auf -ur oder -ar, im N/pl auf -ur:

vík (f) – Bucht	
Singular	Plural
N vík	vík - ur
G vík - ur	vík - a
D vík -	vík - um
A vík	vík - ur

Wie *vík* flektieren z.B. *steik* (G/sg -ar) Braten, *sæng* Federbett, *mjólk* Milch, *eik* Eiche.

Bisweilen zeigen diese Feminina nur sprachgeschichtlich erklärbaren Wechsel des betonten Stammvokals:

bók (f) – Buch	
Singular	Plural
N bók	bæk - ur
G bók - ar	bók - a
D bók	bók - um
A bók	bæk - ur

Wie *bók* gehen z.B. *bót* Flicken, *glóð* Glut, *rót* Wurzel.

Zu Vokalwechsel kommt es auch, wenn der betonte Stammvokal ein -ö ist:

mörk (f) – Mark / tönn (f) – Zahn			
Singular		Plural	
N mörk	tönn	merk - ur	tenn - ur
G merk - ur	tann - ar	mark - a	tann - a
D mörk	tönn	mörk - um	tönn - um
A mörk	tönn	merk - ur	tenn - ur

Wie *tönn* gehen z.B. *nögl* Nagel, *rönd* Kante, *strönd* Strand, *stöng* Stange, *töng* Zange.

● Es empfiehlt sich zunächst die Hauptvertreter dieser beiden Substantivklassen (*fundur* und *vík*) zu lernen und sich klarzumachen, in welchen Deklinationsfällen es zu Abweichungen kommt.

2. fara að, vera að, vera búinn að + Infinitiv

Mit den Konstruktionen **fara að**, **vera að** und **vera búinn að** – jeweils mit folgendem Infinitiv – werden Anfang, Dauer und Abschluss einer Handlung ausgedrückt.

fara að + Infinitiv, „etwas beginnen"
  Þau fara að taka upp úr töskunum. Sie fangen an auszupacken.
  Þau fara að vakna. Sie wachen gleich auf.

vera að + Infinitiv, „im Begriff sein, etwas zu tun"
  Ég er að læra íslensku. Ich lerne gerade Isländisch.
  Hún er að búa til morgunmat. Sie macht gerade das Frühstück.
  ● Mit *vera að* + *Infinitiv* kann auch die unmittelbare Zukunft ausgedrückt werden: Ég er að koma. Ich komme jetzt gleich.

vera búinn að + Infinitiv, „etwas getan haben"
  Hún er búin að búa til morgunmat. Sie hat gerade Frühstück gemacht.
  Ég er búin[n] að lesa bókina. Ich habe das Buch gelesen.
  Við erum búnir [búnar/búin] að borða morgunmat. Wir haben Frühstück gegessen.
  ● Das Partizip **búinn** wird nach Geschlecht und Numerus flektiert:
    m/sg búinn, pl búnir
    f/sg búin, pl búnar
    n/sg búið, pl búin
  Die Endungen entsprechen denen des bestimmten Artikels.

Lektion 5

3. Die Präpositionen *með, frá, úr, eftir, fyrir*

☞ Im Gegensatz zum Deutschen haben isländische Verben in der Regel keine Präfixe (vgl. Dt. *be*-schreiben, *unter*-schreiben, *ver*-schreiben, *vor*-schreiben etc); die Bedeutung eines Verbs ändert sich daher nicht durch die Vorsilbe, sondern durch die folgende Präposition: *sjá* (sehen), *sjá af e-u* (von etwas absehen); *sjá eftir e-u* (etwas bereuen); *sjá e-ð fyrir* (etwas voraussehen); *sjá um e-ð* (für etwas sorgen) etc. In den Auflistungen der Präpositionen können daher weitgehend nur Beispielsätze stehen, ohne dass man daraus allgemeine Regeln für die Anwendung bestimmter Präpositionen ableiten könnte. Näheres siehe unter 18B 2.

Dativ: *með* (mit)
Þeir drekka te með sykri.   Sie trinken Tee mit Zucker.
matarstellið með rósunum   das Geschirr mit den Rosen
Krakkarnir koma með strætó.   Die Kinder kommen mit dem Bus. [mittels]
Hann kemur með systur sinni.   Er kommt mit seiner Schwester. [begleiten]

        frá (von, aus)
Þau eru frá Þýskalandi.   Sie sind aus Deutschland.
Ég fer frá þér.   Ich gehe von dir weg.

        úr (aus)
Þau fara út úr húsinu.   Sie gehen aus dem Haus.
Taktu dúk úr skápnum.   Nimm eine Tischdecke aus dem Schrank.
Hringurinn er úr gulli.   Der Ring ist aus Gold.

        eftir (nach, auf, entlang)
Þau bíða eftir bréfi að heiman.   Sie warten auf einen Brief von zu Hause.
Þau ganga eftir götunni.   Sie gehen die Straße entlang.

        fyrir (für, vor)
Þær sjá fyrir krakkanum.   Sie sorgen für das Kind.
Barnið er fyrir mér.   Das Kind steht mir im Weg. [„wo?"]
Þú mátt fara fyrir mér.   Meinetwegen darfst du gehen.

Akkusativ: *með* (mit)
Hann er með bókina.   Er hat das Buch.
Ég fer með hann til læknis.   Ich gehe mit ihm zum Arzt. [mitnehmen]

        eftir (nach)
Strætó kemur eftir nokkrar mínútur.   Der Bus kommt in wenigen Minuten.
Þau eru þreytt eftir ferðina.   Sie sind müde nach der Reise.
Eftir hádegi fara þau í bæinn.   Nachmittags gehen sie in die Stadt.

fyrir (für, vor)
Hér eru miðar fyrir okkur bæði. Hier sind Fahrkarten für uns beide.
Takk fyrir kaffið. Danke für den Kaffee.
Hann hleypur fyrir bílinn. Er springt vor das Auto. *[wohin?]*
Ég keypti bók fyrir 1000 krónur. Ich kaufte ein Buch für 1000 Kronen.
Lars les söguna fyrir hana. Lars liest ihr die Geschichte vor.
Fyrir hádegi er barnið í skólanum. Vormittags ist das Kind in der Schule.

4. Starke Verben im Präsens

Starke Verben haben im Präsens die gleichen Endungen wie die schwachen Verben der ø-Klasse *(telja)* (vgl. 4B 1):

	Singular	Plural
1. Pers.	-	- um
2. Pers.	- ur	- ið
3. Pers.	- ur	- a

Bei bestimmten Stammvokalen tritt in allen **Singular**formen ein Vokalwechsel ein. Es ändern sich:

a/o	→ e	*taka: ég tek –*	ich nehme
		fara: ég fer –	ich gehe
		koma: ég kem –	ich komme
		sofa: ég sef –	ich schlafe
á/ó	→ æ	*ráða: ég ræð –*	ich rate, bestimme
		láta: ég læt –	ich lasse
		róa: ég ræ –	ich rudere
		gróa: ég græ –	ich wachse
au	→ ey	*hlaupa: ég hleyp –*	ich springe
		ausa: ég eys –	ich gieße
jó/jú/ú	→ ý	*bjóða: ég býð –*	ich biete an
		skjóta: ég skýt –	ich schieße
		krjúpa: ég krýp –	ich knie
		súpa: ég sýp –	ich trinke
		búa: ég bý –	ich wohne

Lektion 5

bjóða (anbieten)	Singular	Plural
1. Pers.	ég být -	við bjóð - um
2. Pers.	þú být - ur	þið bjóð - ið
3. Pers.	hann být - ur	þeir bjóð - a

taka (nehmen)	Singular	Plural
1. Pers.	ég tek -	við tök - um
2. Pers.	þú tek - ur	þið tak - ið
3. Pers.	hann tek - ur	þeir tak - a

Alle anderen Stammvokale bleiben unverändert, z.B. -e oder -i:

grípa (greifen)	Singular	Plural
1. Pers.	ég gríp -	við gríp - um
2. Pers.	þú gríp - ur	þið gríp - ið
3. Pers.	hann gríp -ur	þeir gríp - a

drekka (trinken)	Singular	Plural
1. Pers.	ég drekk -	við drekk - um
2. Pers.	þú drekk - ur	þið drekk - ið
3. Pers.	hann drekk - ur	þeir drekk - a

Die Singularendungen ändern sich, wenn der Stamm auf Vokal oder bestimmte Konsonanten endet:

Stammendung		1. sg.	2. sg.	3. sg.
- Vokal:	fá, búa	-	- rð	- r
- n:	skína	-	-	-
- r:	fara	-	- ð	-
- s:	lesa	-	- t	-
- x:	vaxa	-	-	-

fá:	ég fæ -	þú fæ - rð	hann fæ - r
búa:	ég bý -	þú bý - rð	hann bý - r
skína:	ég skín -	þú skín -	hann skín -
fara:	ég fer -	þú fer - ð	hann fer -
spyrja:	ég spyr -	þú spyr - ð	hann spyr -
lesa:	ég les -	þú les - t	hann les -
vaxa:	ég vex -	þú vex -	hann vex -

5. Das Fragewort *af hverju*
af hverju? – warum?
Af hverju fara þau til Íslands? Warum fahren sie nach Island?
Af hverju er amma fegin? Warum freut sich Oma?

Als Antwort auf die Frage steht die einleitende Konjunktion *af því að* oder nur *því að* (weil):
Þau fara til Íslands (af) því að afi þeirra og amma búa þar.
Sie fahren nach Island, weil ihr Opa und ihre Oma dort leben.

5C Sprachgebrauch und Landeskunde

1. In Reykjavík
Island hat etwa 260.000 Einwohner; davon wohnt der größte Teil in REYKJAVÍK und Umgebung. Reykjavík bedeutet „Rauchbucht", ein Name, der dem Ort in alter Zeit wegen der aufsteigenden Wasserdämpfe „irrtümlich" verliehen wurde. Reykjavík ist das Zentrum für Banken und Handel; in der Stadt befinden sich das Parlament, Museen mit wechselnden Ausstellungen, eine Oper, mehrere Theater, sieben Kinos, zwei Symphonieorchester, Kunstgalerien, das Nordische Haus (ein Kulturzentrum der skandinavischen Länder) und ein großes Sportzentrum. Im Sommer ist die Stadt mit zahlreichen Aktivitäten besonders auf ausländische Besucher eingerichtet.

2. Fragen nach dem Weg
Ich suche Ásmundargarður, können Sie mir helfen?
Ég er að leita að Ásmundargarði, getur þú hjálpað mér?
Wie komme ich dorthin?
Hvernig kemst ég þangað?
Wo finde ich das Nationalmuseum?
Hvar finn ég Þjóðminjasafnið?
Ist das der Weg nach ...?
Er þetta leiðin til ...?

Wohin möchten Sie?
Hvert ætlar þú?
Wo ist das Zentrum?
Hvar er miðbærinn?
Gehen Sie nach links / nach rechts.
Farðu / til vinstri / til hægri.
Fahren Sie geradeaus / zurück.
Keyrðu beint áfram / tilbaka.
zuerst ... / dann ...
fyrst ... / svo ...

Lektion 5   62

5D Übungen

1. *Setzen Sie die Substantive in den richtigen Kasus:*
   a. Krakkarnir fara í ...... (bær + art). b. Á Þjóðminjasafninu eru margir ...... (hlutur). c. Í dag fer ég til ...... (Reykjavík). d. Á morgun kemur hann frá ...... (Keflavík). e. Í töskunni eru ...... fyrir þig (bók). f. Ég drekk alltaf ...... á morgnana (mjólk). g. Ég er með átta ...... í veskinu mínu (hlutur). h. Hvaða ...... eru það (hlutur)? i. Ætlar þú að fara með þeim í ...... (bær + art)?

2. *Setzen Sie das schwache Verb in die richtige Form:*
   a. Þú ...... vel íslensku, er það ekki (skilja)? b. Við ...... á sólarlagið (horfa). c. Þið ...... íslensku, en ég ...... þýsku (læra). d. Gesturinn ...... um matartímann (spyrja). e. Jón ...... hlutina á safninu (skoða). f. Þau ...... snemma á morgnana (vakna). g. Við ...... saman íslensku (tala). h. Þú ...... ekki að vaka alla nóttina (ætla). i. ...... þú mig ekki (skilja)? j. Ég ...... á þig, og þú ...... á mig (horfa).

3. *Setzen Sie das starke Verb in die richtige Form:*
   a. Konan ...... til morgunmat (búa). b. Jón ...... með þeim á Ásgrímssafn (fara). c. Kristín ...... með í bæinn (koma). d. Við ...... eftir þeim (bíða). e. Þið ...... fram í, en við ...... aftur í (sitja). f. Ég ...... hann um að koma (biðja). g. Þú ...... til Jóns og Kristínar (fara). h. Hann ...... mér bók, en ég ...... honum mynd (gefa). i. Hún ...... upp úr töskunum, en ég ...... hjá henni (taka / sitja). j. Við ...... þér gjöf frá Þýskalandi (gefa). k. Þið ...... mjólkina og ...... brauðið (drekka / borða *[a]*). l. Hann ...... á morgun, en ég ...... ekki (koma). m. Ég ...... til kaffi handa þér (búa). n. Þú ...... þér að drekka (fá). o. Við ...... okkur að borða, en þið ...... ykkur að drekka (fá). p. Hann ...... til matinn í dag (búa). q. Ég ...... í Norræna Húsið á eftir (fara). r. Ég ...... til kaffi, en þú ...... til te (búa). s. Ég ...... bókina, en þú ...... hringinn (taka).

4. *Beantworten Sie die Fragen zum Text:*
   a. Af hverju vaka þau næstum alla nóttina? b. Af hverju vakna þau snemma? c. Af hverju er amma fegin? d. Af hverju ætlar Lars með vini sínum á Árnasafn? e. Af hverju ætla þau að hittast í Norrænu Húsinu?

5. *Übersetzen Sie ins Isländische:*
   „Entschuldigen Sie, kann ich Ihnen helfen?" „Ja, bitte! Ich suche eine Privatunterkunft. Hier ist die Adresse. Wie komme ich dorthin?" „Fahren Sie zuerst geradeaus und dann links. Dort ist auch das Zentrum." „Vielen Dank! Auf Wiedersehen!" „Nichts zu danken, tschüß!"

6. *Suchen Sie aus dem Grammatikteil Substantive und Verben und bilden Sie damit neue Sätze.*

6A Text: Á kaffihúsinu

Lars og Jón sitja við borð í Norræna Húsinu og bíða eftir stelpunum. Þeir eru búnir að fá sér pulsur með frönskum kartöflum og appelsín. Stelpurnar koma inn og klæða sig úr jökkunum. Þær hengja yfirhafnirnar í fatahengið. Þau heilsast öll. Þær eru líka svangar og ætla að kaupa sér eitthvað að borða. Elena spyr afgreiðslustúlkuna um verðið á matnum. Þegar þau eru búin að sitja þarna nokkra stund, stingur Jón upp á að fara í bíó. Þau klæða sig í aftur og fara svo öll í Háskólabíó að ná í miða á fimmsýningu. En fyrst hringir Elena í ömmu, til að segja henni að þau muni koma seinna.

sitja við borð   an einem Tisch sitzen
stelpa, -u, -ur f Mädchen
pulsa / pylsa, -u, -ur f Würstchen
frönskum D v. franskur französisch
kartafla, -töflu, -töflur f Kartoffel
franskar kartöflur f/pl Pommes frites
appelsín, -s n Limonade
klæða sig úr e-u (i) sich etwas ausziehen
hengja (i) hängen
jakki, -a, -ar m Jacke
yfirhafnir f/pl v. yfirhöfn f Mantel
fatahengi, -s, - n Garderobe
heilsast einander begrüßen
svangur hungrig
kaupa sér e-ð sich etwas kaufen
afgreiðslustúlka, -u, -ur f Bedienung, Verkäuferin
verð, -s, - n Preis

þegar als; sobald
þarna dort
nokkra stund   eine Weile, eine Zeitlang
stinga upp á e-u oder á + Inf etwas vorschlagen
bíó n indekl Kino
klæða sig í e-ð sich etwas anziehen
Háskólabíó n Universitätskino; Kino in der Nähe der Universität
ná í e-ð etwas besorgen
miði, -a, -ar m Eintrittskarte; Fahrschein
fimmsýning, -ar, -ar f Fünfuhrvorstellung
fyrst zuerst
hringja í e-n (i) jemanden anrufen
til að um zu
að þau muni koma dass sie kommen werden

6A Dialog

Lars: Það var gott að fá sér eitthvað í svanginn. Hvenær koma stelpurnar eiginlega?

Kristín: Jæja strákar, eruð þið búnir að borða? Komdu Elena, við skulum kaupa okkur eitthvað líka.

Elena: Hvað kostar samloka með rækjum?

Afgreiðslustúlka: Þrjú hundruð þrjátíu og þrjár krónur.

Elena: Við ætlum að fá eina með rækjum og eina með ítölsku salati.

Lars: Var gaman á Ásgrímssafni?
Elena: Já, reglulega, og hvernig var hjá ykkur?
Jón: Það var líka gaman hjá okkur. En hvað segið þið um að fara í bíó? Það er fín mynd í Háskólabíó, og ef við flýtum okkur, náum við að fara á fimmsýningu.
Elena: Góð hugmynd! En ég ætla fyrst að hringja í ömmu og segja henni að við komum seinna. Er myndin ekki búin klukkan sjö?
Kristín: Jú, en manstu símanúmerið hjá ömmu? Það er 2 13 49.

í svanginn in den hungrigen Bauch
eiginlega *adv* eigentlich
strákur, -s, -ar *m* Junge
kosta *(a)* kosten
samloka, -u, -ur *f* Sandwich
rækja, -u, -ur *f* Garnele, Krabbe
þrjú hundruð *n/pl* dreihundert
þrjátíu og þrjár *f/pl* dreiunddreißig
króna, -u, -ur *f* Krone *(isl. Währung)*
eina *A/sg f v.* einn ein(s)
ítalskur italienisch
salat, -s, salöt *n* Salat
ítalskt salat *typischer Brotbelag: Majonäse mit Erbsen, Karottenwürfeln*

var gaman? war es schön?
reglulega *adv* regelmäßig; *hier:* sehr
fínn fein
flýta sér *(i)* sich beeilen
ná e-u *oder* að + Inf etwas erreichen, etwas können
hugmynd, -ar, -ir *f* Idee
sjö sieben
manstu = manst þú *v.* muna e-ð *(i)* sich an etwas erinnern
sími, -a, -ar *m* Telefon
símanúmer, -s,- *n* Telefonnummer

6B Grammatik

1. Maskulina (-ar, -ir); Feminina (-ar, -ar)

Zu den Maskulina, die im G/sg -ar, im N/pl -ir haben, gehören alle Substantive auf -aður und -uður. Sie flektieren wie folgt:

	fatnaður (m) – Kleidung	
	Singular	Plural
N	fatnað - ur	fatnað - ir
G	fatnað - ar	fatnað - a
D	fatnað - i	fötnuð - um
A	fatnað -	fatnað - i

● Im D/pl wird der Stammvokal -a zu -ö, der unbetonte Mittelsilbenvokal -a zu -u.

Wie *fatnaður* gehen z.B. *hagnaður* Gewinn, *sparnaður* Ersparnis, *búnaður* Landwirtschaft, *dugnaður* Tüchtigkeit, *klæðnaður* Kleidung, *kostnaður* Kosten, *lifnaður* Lebensweise, *skilnaður* Trennung, *trúnaður* Vertrauen.

mánuður (m) – Monat		
	Singular	Plural
N	mánuð - ur	mánuð - ir
G	mána̱ð - ar	mána̱ð - a
D	mánuð - i	mánuð - um
A	mánuð -	mánuð - i

- Vor einer Endung auf -a wechselt das vorausgehende unbetonte -u zu -a.
- Substantive mit einem betonten -ö verändern dieses im G/sg und G/pl zu -a: *söfnuður* (Gemeinde, Versammlung): *safnaðar / safnaða*.

Zu den Feminina, die im G/sg und im N/pl -ar, -ar haben, gehören alle Substantive auf -ing. Sie flektieren wie folgt:

sýning (f) – Aufführung		
	Singular	Plural
N	sýning -	sýning - ar
G	sýning - ar	sýning - a
D	sýning - u	sýning - um
A	sýning - u	sýning - ar

Wie *sýning* gehen z.B. *kerling* alte Frau, *lækning* Heilung, *setning* Satz, *tilfinning* Gefühl, *virðing* Achtung, *þýðing* Übersetzung, ebenso viele weibliche Vornamen wie **Áslaug, Guðrún, Sigrún, Sólveig**.

2. Das Reflexivpronomen

Das Reflexivpronomen bezieht sich immer auf das **Subjekt** des Satzes zurück; wie im Deutschen besitzt es keine eigenen Formen, sondern bedient sich der flektierten Form des Personalpronomens (vgl. 4B 3).

☞ Ungewöhnlich für Deutsche sind die Reflexivverben, die mit dem **Genitiv** verbunden sind. Es gibt keine Regeln, welcher Kasus vom Verb gefordert wird.

	G/sg	D/sg	A/sg
1. Pers.	mín meiner	mér mir	mig mich
2. Pers.	þín deiner	þér dir	þig dich
3. Pers.	sín seiner	sér sich	sig sich
	G/pl	D/pl	A/pl
1. Pers.	okkar unser	okkur uns	okkur uns
2. Pers.	ykkar euer	ykkur euch	ykkur euch
3. Pers.	sín ihrer	sér sich	sig sich

skammast sín: Þú ættir að skammast þín. Schäm dich!
greiða sér: Við greiðum okkur. Wir kämmen uns.
skemmta sér: Þau skemmta sér í bíó. Sie vergnügen sich im Kino.
þvo sér: Ég þvæ mér á morgnana. Ich wasche mich morgens.
raka sig: Hann rakar sig ekki. Er rasiert sich nicht.

3. Grund- und Ordnungszahlen von 1 - 100

0 núll   –
1 einn m, ein f, eitt n   1. fyrsti m, fyrsta f/n
2 tveir m, tvær f, tvö n   2. annar m, önnur f, annað n
3 þrír m, þrjár f, þrjú n   3. þriðji m, þriðja f/n
4 fjórir m, fjórar f, fjögur n   4. fjórði m, fjórða f/n

5	fimm	5.	fimmti	6	sex	6.	sjötti
7	sjö	7.	sjöundi	8	átta	8.	áttundi
9	níu	9.	níundi	10	tíu	10.	tíundi
11	ellefu	11.	ellefti	12	tólf	12.	tólfti
13	þrettán	13.	þrettándi	14	fjórtán	14.	fjórtándi
15	fimmtán	15.	fimmtándi	16	sextán	16.	sextándi
17	sautján	17.	sautjándi	18	átján	18.	átjándi
19	nítján	19.	nítjándi	20	tuttugu	20.	tuttugasti

☞ Bei den Ordnungszahlen werden jeweils Zehner- und Einerzahl flektiert („hundertste-und-erste").

☞ Anders als im Deutschen werden zusammengesetzte Zahlen ab 20 **zuerst** mit der **Zehner-**, dann mit der Einerzahl gebildet („zwanzig-und-eins").

21 tuttugu og einn	21. tuttugasti og fyrsti
22 tuttugu og tveir	22. tuttugasti og annar
30 þrjátíu	30. þrítugasti
40 fjörutíu	40. fertugasti
50 fimmtíu	50. fimmtugasti
60 sextíu	60. sextugasti
70 sjötíu	70. sjötugasti
80 áttatíu	80. áttugasti
90 níutíu	90. nítugasti
100 hundrað	100. hundraðasti

Die **Grundzahlen** ab 5 sind indeklinabel. Dagegen werden die Zahlen von 1 - 4 und die mit diesen Ziffern zusammengesetzten Zahlen (21, 34 etc.) nach Numerus und Genus flektiert; die Endungen entsprechen weitgehend denen des bestimmten Artikels (vgl. 1B 5 / 2B 2) und des Possessivpronomens (vgl. 3B 3):

	m	f	n
N	ein - n	ein -	eitt
G	ein - s	ein - nar	ein -s
D	ein - um	ein - ni	ein -u
A	ein - n	ein - a	eitt

	m	f	n
N	tveir	tvær	tvö
G	→	tveggja	←
D	→	tveim(ur)	←
A	tvo	tvær	tvö

	m	f	n
N	þrír	þrjár	þrjú
G	→	þriggja	←
D	→	þrem(ur)	←
A	þrjá	þrjár	þrjú

Lektion 6

	m	f	n
N	fjórir	fjórar	fjögur
G	→	fjögurra	←
D	→	fjórum	←
A	fjóra	fjórar	fjögur

- Im G/pl und D/pl sind die Zahlwörter jeweils für alle drei Geschlechter gleich.

In vielen Fällen werden die Zahlen im Maskulinum verwendet, z.B. bei Telefon- und Autonummern:

Manstu símanúmerið? Það er 2 13 49 [tveir prettán fjörutíu og níu].
Erinnerst du dich an die Telefonnummer? Sie ist 2 13 49.
Hvaða númer er á bílnum? Það er 12 23 [tólf tuttugu og þrír].
Wie ist die Autonummer? Sie ist 12 23.

Einn hat auch oft die Bedeutung „allein"; es wird dann wie ein Adjektiv benutzt und im Plural wie folgt flektiert:

	m	f	n
N	ein - ir	ein - ar	ein -
G	→	ein - na	←
D	→	ein - um	←
A	ein - a	ein - ar	ein -

Þau voru ein. Sie waren allein. *Hann kemur alltaf einn.* Er kommt immer allein.

Alle Ordnungszahlen außer annar (vgl. 7B 4) flektieren nur schwach, wie die Substantive auf -a und -i (vgl. 1B 3); im Genus richten sie sich nach dem Substantiv:

	m/sg	f/sg	n/sg
N	fyrst -i	fyrst - a	fyrst - a
G	fyrst - a	fyrst - u	fyrst - a
D	fyrst - a	fyrst - u	fyrst - a
A	fyrst - a	fyrst - u	fyrst - a
Einheitsplural:		fyrst - u	

4. Monate und Wochentage

Alle Monatsnamen sind indeklinable Maskulina:

janúar	apríl	júlí	október
febrúar	maí	ágúst	nóvember
mars	júní	september	desember

Í einu ári eru tólf mánuðir. Ein Jahr hat 12 Monate.
Janúar er fyrsti mánuður ársins. Januar ist der erste Monat des Jahres.
Febrúar er annar mánuður ársins. Februar ist der zweite Monat des Jahres.
Í febrúar eru tuttugu og átta dagar. Der Februar hat 28 Tage.
Við ætlum að fara til Englands í júní. Wir wollen im Juni nach England fahren.

mánudagur	Montag	laugardagur	Samstag
þriðjudagur	Dienstag	sunnudagur	Sonntag
miðvikudagur	Mittwoch	- helgidagur	Feiertag
fimmtudagur	Donnerstag	- frídagur	freier Tag
föstudagur	Freitag		

● Der D/sg von **dagur** (-s, -ar) heißt **degi**.
Í einni viku eru sjö dagar. Die Woche hat 7 Tage.
Sunnudagurinn er fyrsti dagur vikunnar. Sonntag ist der erste Tag der Woche.

Bei Zeitangaben können die Wochentage – je nach Bedeutung – im Dativ oder Akkusativ stehen.

D/pl: *Hann kemur á sunnudögum.* Er kommt (immer) sonntags.
A/sg: *Hann kemur á sunnudaginn.* Er kommt am (kommenden) Sonntag.
A/sg: *Hann kom á sunnudaginn var.* Er kam am vergangenen Sonntag.

5. Wichtige Zeitangaben:

í dag heute
í gær gestern
í fyrradag vorgestern
í morgun heute Morgen, heute früh
á morgnana morgens
á morgun morgen
ekki á morgun, heldur hinn (daginn) übermorgen
í fyrramálið morgen früh
síðdegis á morgun morgen Nachmittag
í kvöld heute Abend
í gærkvöldi gestern Abend

annað kvöld morgen Abend
í fyrrakvöld vorgestern Abend
undir kvöld gegen Abend
á kvöldin, um kvöldið abends
í nótt heute Nacht
á næturnar nachts
um hádegið mittags
um hádegið á morgun morgen Mittag
eftir hádegi(ð) nachmittags
fyrir hádegi(ð) vormittags
á jólunum Weihnachten
á páskunum Ostern

Lektion 6   70

6. Das Fragewort *hvaðan*
hvaðan? - woher?
> *Hvaðan eru Lars og Elena?* Woher sind Lars und Elena?
> *Hvaðan kemur þú?* Woher kommst du?

Als Antwort auf die Frage steht *frá* + **Dativ**:
> *Þau eru frá Þýskalandi.* Sie sind aus Deutschland.
> *Ég kem líka frá Þýskalandi.* Ich komme auch aus Deutschland.

6C Sprachgebrauch und Landeskunde
1. Isländische Feiertage
Die isländischen Feiertage entsprechen den Feiertagen in Norddeutschland; zusätzliche Feiertage (an denen Banken und Geschäfte geschlossen bleiben) sind
- Gründonnerstag *(skírdagur)*
- der erste Sommertag *(Sumardagurinn fyrsti)*, der mit Umzügen und Tanzfesten gefeiert wird
- der 17. Juni *(Þjóðhátíðardagurinn)*, der isländische Nationalfeiertag, an dem sich alle Einwohner der Stadt und ihre Nachbarn zu einem großen Stadtfest mit Tanz und Musik auf den Straßen treffen
- das 1. Wochenende (einschließlich Montag) im August, das Handelswochenende *(Verslunarmannahelgin)*, an dem sehr viele Leute zelten gehen.

2. Das Datum
Da die Monatsnamen Maskulina sind, stehen die Ordnungszahlen des Datums entsprechend im Maskulinum, ohne Artikel. Die im Deutschen mit „am" verbundene Zeitangabe („am 3. Januar") steht im Isländischen im **Akkusativ** ohne Präposition („*þriðja janúar*").

> *Hvaða mánaðardagur er í dag?* Welches Datum haben wir heute?
> *Í dag er fyrsti júní.* Heute ist der 1. Juni.
> *Í gær var þrítugasti og fyrsti maí.* Gestern war der 31. Mai.
> *Á morgun er annar júní.* Morgen ist der 2. Juni.
> *Við förum til Íslands fimmta ágúst.* Wir fahren am 5. August nach Island.
> *Sunnudaginn fjórða júlí* Sonntag, den 4. Juli
> *þann fjórtánda maí* den 14. Mai
> *Hvenær áttu afmæli?* Wann hast du Geburtstag?
> *Ég á afmæli fjórtánda apríl, en þú?* Ich habe am 14. April Geburtstag, und du?
> *Sjötta júní.* Am 6. Juni.

3. Die Jahreszeiten

☞ In anderer Reihenfolge als im Deutschen heißen die Jahreszeiten im Isländischen

vetur, *vetrar, vetur* m Winter
sumar, *sumars, sumur* n Sommer
vor, *-s, - n* Frühling
haust, *-s, - n* Herbst

Árstíðirnar fjórar heita vetur, sumar, vor og haust.
Die vier Jahreszeiten heißen Winter, Sommer, Frühling und Herbst.

Á veturna snjóar alltaf á Íslandi. Im Winter schneit es immer auf Island.
Á vorin grænka laufin. Im Frühling werden die Blätter grün.
Á sumrin spretta blómin. Im Sommer sprießen die Blumen.
Á haustin falla laufin af trjánum. Im Herbst fallen die Blätter von den Bäumen.

6D Übungen

1. Fügen Sie das richtige Reflexivpronomen („sich") ein:
   a. Elena fær ...... samloku með rækjum. b. Stelpurnar fá ...... að borða. c. Eigum við að fá ...... pulsur með frönskum kartöflum? d. Strákarnir kaupa ...... appelsín. e. Þau klæða ...... í yfirhafnirnar. f. Ég flýti ...... í bæinn. g. Við flýtum ...... í bíó. h. Hann þvær ...... alltaf á morgnana. i. En hann rakar ...... á kvöldin *(abends)*. j. Þau skemmta ...... vel í bíó, því að myndin er góð. k. Ég skammast ...... fyrir að borða þrjár kartöflur. l. Ætlar þú bara *(nur)* að fá ...... eina? m. Hún klæðir ...... í jakkann og flýtir ...... út. n. Ég kaupi ...... frakka *(Herrenmantel)*, en þú kaupir ...... veski. o. Við kaupum ...... hús, en þið kaupið ...... hest. p. Ætlar þú að þvo ...... og greiða ...... ? q. Við ætlum að skemmta ...... vel á morgun. r. Þið klæðið ...... í yfirhafnirnar.

2. Setzen Sie die Zahlen in die richtige Form:
   a. Ég ætla að fá mér ...... pulsu og ...... kók (1, 2). b. Í Norræna Húsinu sitja ...... krakkar við borð (4). c. Samloka með rækjum kostar ...... krónur (33). d. ...... stelpur og ...... strákar fara í bíó (2, 2). e. Eigum við að fara á ...... bílum í bæinn (2)? f. Nei, nei, við skulum bara fara á ...... (1). g. Ætlar þú að fara með ...... stelpum í bæinn (3)? h. Nei, við ætlum bara að fara með ...... (2). i. Við erum búin að vera ...... daga á Íslandi (4). j. Eigum við að fara til Þýskalands eftir ...... daga (22)? k. Nei, við förum eftir ...... daga (26). l. Hvenær átt þú afmæli *(Geburtstag)*? ...... október (31.). m. Í dag er ...... janúar (3.). n. ...... mánuður og ...... vikur (1, 4). ...... vikur og ...... dagar (3).

Lektion 6

3. Übersetzen Sie ins Isländische:
Heute ist (der) 4. Januar - 9. Februar - 24. März - 14. April - 31. Mai - 6. Juni - 18. Juli - 11. August - 6. September - 12. Oktober - 7. November - 27. Dezember.

Ich habe Geburtstag (am) 23. Januar - 22. Februar - 13. März - 24. April - 8. Mai - 19. Juni - 28. Juli - 30. August - 20. September - 1. Oktober - 15. November - 21. Dezember.

Hast du für mich 2 - 3 - 4 - 7 - 9 - 13 - 18 - 23 - 37 - 41 - 54 - 66 - 72 - 87 - 90 Kronen?

4. Beantworten Sie die Fragen zum Text:
a. Hvaðan eru Lars og Elena? b. Hvaðan eru Jón og Kristín? c. Hvaðan ert þú? d. Hvaðan koma stelpurnar? e. Af hverju fara þau í bíó? f. Af hverju hringir Elena í ömmu?

5. Beantworten Sie folgende Fragen:
a. Hvaða mánaðardagur er í dag? b. Hvaða mánaðardagur var í gær? c. Hvaða mánaðardagur er á morgun? d. Hvenær átt þú afmæli? e. Hvað ert þú gamall / gömul? f. Hvaða dagur er í dag? g. Hvaða dagur var í gær? h. Hvaða dagur er á morgun? i. Ferð þú alltaf til Íslands á sumrin? j. Ferð þú líka stundum á veturna?

6. Erzählen Sie den Text in einfachen Worten nach.

7A Text: Afi á afmæli

Eftir bíó keyrði Jón Elenu og Lars heim. Þau voru með lykla og þurftu því ekki að hringja dyrabjöllunni. Elena talaði við ömmu langt fram á nótt og sagði henni meðal annars frá bíómyndinni. Næsta morgun vöknuðu þau klukkan átta, klæddu sig og greiddu sér og borðuðu morgunmat. Það var afmælið hans afa og Lars ætlaði að kaupa blóm, en Elena ætlaði að skreppa í bæinn til þess að kaupa gjöf handa honum. Eftir hádegismatinn vöskuðu krakkarnir upp og hjálpuðu ömmu að leggja á borð fyrir gestina, sem ætluðu að koma klukkan fjögur. Svo kenndi amma Elenu að baka jólaköku og fannst báðum gaman að því. Því miður meiddi Lars sig á öðru auganu og gat ekki verið með í bakstrinum.

eiga afmæli, -s n Geburtstag haben
því deshalb
dyrabjalla, -bjöllu, -bjöllur f Türglocke
fram vorwärts
nótt, nætur, nætur f Nacht
langt fram á nótt bis tief in die Nacht
meðal annars (m.a.) unter anderem (u.a.)
næsta morgun am nächsten Morgen
klukkan átta um 8 Uhr
klæða sig (klæddi) sich anziehen
greiða sér (greiddi) sich kämmen
skreppa í bæinn mal schnell in die Stadt gehen
hádegismatur, -s (-ar), -ar m Mittagessen

vaska upp (a) aufwaschen, spülen
báðum D v. báðir / báðar beide
jólakaka, -köku, -kökur f Napfkuchen
e-m finnst gaman að e-u jemandem macht etwas Spaß
því miður leider
meiða sig (i) sich verletzen
auga, -, -u n Auge
á öðru auganu an dem einem Auge
öðru D/sg n v. annar ander(er)
hann gat ekki verið með í e-u er konnte bei etwas nicht dabei sein
geta + part perf etwas können
bakstur, -urs m das Backen

7A Dialog

Elena: Lars, vaknaðu, klukkan er að verða átta, og við ætlum að fara í bæinn að kaupa blóm handa afa.
Lars: Já, alveg rétt, heyrðu, má ég fara fyrst inn á bað? Ég klæði mig og greiði mér í hvelli og svo förum við af stað.
Elena: Fyrst borðum við morgunmat. Ég er svo svöng, og búðirnar opna fyrst klukkan níu.
Amma: Góðan daginn, krakkar mínir, sváfuð þið vel? Í dag er afmælið hans afa og við eigum von á gestum eftir hádegi, svona klukkan fjögur.

Lektion 7

Elena: Hvað er afi gamall? Ég er búin að gleyma því.
Amma: Hann er 74 ára, fæddur 1920.
Lars: Jæja, ég er til, drífum okkur, bless á meðan.
Amma: Bless á meðan, þegar þið komið heim, skal ég kenna ykkur að baka jólaköku.

klukkan er að verða átta es ist fast 8 Uhr
alveg rétt ganz recht
fyrst zuerst; erst
bað, -s, böð n Badezimmer
fara inn á bað ins Bad gehen
í hvelli sofort
af stað weg
svöng f/sg v. svangur hungrig
búð, -ar, -ir f Geschäft
opna (a) öffnen
sváfuð 2. pl prät v. sofa schlafen

eiga von á e-u/e-m auf etwas Aussicht haben; jemanden erwarten
svona so
hvað er hann gamall? wie alt ist er?
gleyma e-u (i) etwas vergessen
ára G/pl v. ár, -s, - n Jahr
fæddur m/sg, fædd f/sg geboren
ég er til (Abk.v. tilbúin[n]) ich bin fertig
drífa sig sich beeilen
bless tschüß, ade
á meðan bis dann

7B Grammatik

1. Maskulina (-s, -ar); schwache Neutra (-a, -u)

Substantive auf -all / -ill / - ull und -ll sowie auf -ann / -inn / -unn und -nn sind meistens maskulin. Zu beachten ist, dass bei der Flexion im D/sg und in allen Pluralformen von zwei- oder mehrsilbigen Substantiven dieses Typs der Mittelsilbenvokal -i, -a oder -u ausgestoßen wird.

Substantive auf -all / -ill / -ull und -ll flektieren wie folgt:

	lykill (m) – Schlüssel / bíll (m) – Auto			
	Singular		Plural	
N	lykil - l	bíl - l	lykl - ar	bíl - ar
G	lykil - s	bíl - s	lykl - a	bíl - a
D	lykl - i	bíl -	lykl - um	bíl - um
A	lykil -	bíl -	lykl - a	bíl - a

- Einsilbige Substantive auf -ll haben oft kein -i im D/sg.

Wie *lykill* gehen z.B. *djöfull* Teufel, *gaffall* Gabel, *vindill* Zigarre, *spegill* Spiegel, *trefill* Schal, *jökull* Gletscher, *þumall* Daumen. Wie *bíll* gehen z.B. *stóll* Stuhl, *hóll* Hügel, *kjóll* Kleid, *skríll* Pöbel.

Substantive auf -ann / -inn / -unn und -nn flektieren wie folgt:

	morgunn (m) – Morgen / steinn (m) – Stein			
	Singular		Plural	
N	morgun - n	stein - n	morgn - ar	stein - ar
G	morgun - s	stein - s	morgn - a	stein - a
D	morgn - i	stein - i	morgn - um	stein - um
A	morgun -	stein -	morgn - a	stein - a

- Im D/sg und in allen Pluralformen wird wieder bei zwei- und mehrsilbigen Substantiven dieses Typs der Mittelsilbenvokal -a, -i oder -u ausgestoßen.
- Einsilbige Substantive auf -nn haben bisweilen kein -i im D/sg.

Wie *morgunn* gehen z.B. *aftann* Abend, *drottinn* Herr, *himinn* Himmel, *jötunn* Riese.
Wie *steinn* gehen z.B. *tónn* Ton und viele Eigennamen wie *Sveinn, Þorsteinn*.

Schwache **Neutra** enden wie die schwachen Feminina auf -a. Sie kommem jedoch nur sehr selten vor und bezeichnen in der Regel Körperteile: *auga* Auge, *eyra* Ohr, *lunga* Lunge, *nýra* Niere. Die wenigen Fremdworte, die es im Isländischen gibt, sind oft Neutra: *firma* Firma. In der Regel werden Fremdworte gar nicht ins Isländische aufgenommen, sondern „übersetzt": *sjónvarp* = „Sichtwurf" = Fernsehen; *fréttamaður* = „Nachrichtenmensch" = Journalist, etc.

	auga (n) – Auge	
	Singular	Plural
N	aug - a	aug - u
G	aug - a	aug - na
D	aug - a	aug - um
A	aug - a	aug - u

Lektion 7

2. Schwache Verben im Präteritum

Schwache Verben schieben wie im Deutschen in der Vergangenheit einen Dental (ð, d oder t) ein. Da die Regeln, wann welcher Dental steht, relativ kompliziert sind und meist von der korrekten stimmhaften oder stimmlosen Aussprache des begleitenden Konsonanten abhängen, wird von nun an im Lektionswörterverzeichnis bei Verben der -i- und ø-Klasse jeweils der entsprechende Dental mit Verb-Endung der 1. Sg. Präs. in Klammern nach dem Infinitiv angegeben, z.B. *horfa (-ði)*. Schwierige oder unregelmäßige Formen werden vollständig aufgeführt, z.B. *klæða (klæddi)*. Da bei Verben der -a-Klasse der Dental immer -ð ist, wurde hier die bisherige Verbklassifizierung beibehalten, z.B. *ætla (a)*. Im Einzelnen ergeben sich folgende Regeln:

- -ð: nach Vokal, nach stimmhaftem r und nach stimmhaftem Reibelaut:
  strauja : straujaði; ná : náði; trúa : trúði (glauben); *gera : gerði; segja : sagði; horfa : horfði*
- -d: nach allen anderen stimmhaften Konsonanten:
  telja : taldi; kenna : kenndi; þola : þoldi (erdulden)
- -t: nach stimmlosem Konsonant:
  vaka : vakti; lýsa : lýsti (beleuchten).

Davon abweichend gilt Folgendes:
- Endet der Stamm des Verbs auf **Vokal** + **ð**, so wird daraus im Präteritum **Vokal** + **dd**: *greiða : greiddi*.
- Endet der Stamm des Verbs auf **Konsonant** + **ð / d / t**, so wird daraus im Präteritum **Konsonant** + **t**: *herða : herti* (härten); *benda : benti* (zeigen); *stytta : stytti* (kürzen).

Anders als im Präsens haben alle **schwachen** Verben im Präteritum die **gleichen** Endungen. Man unterscheidet vier verschiedene Arten, das Präteritum zu bilden.

a-Klasse:

hjálpa *helfen*	Singular	Plural
1. Pers.	ég hjálp - að - i	við hjálp - uð - um
2. Pers.	þú hjálp - að - ir	þið hjálp - uð - uð
3. Pers.	hann hjálp - að - i	þeir hjálp - uð - u

Das Partizip Perfekt heißt *hjálpað*. Es wird stets im n/sg angegeben. Diese Form ist wichtig für die Bildung des Perfekts und des Passivs (vgl. 10B 3-6).

Lektion 7

- Das -uð im Plural lautet ein vorausgehendes betontes -a im Plural zu -ö um: kalla - kallaði - kölluðum.

Wie **hjálpa** gehen z.B. **kalla** rufen, **baka** backen, **ætla** vorhaben, **lána** leihen, **safna** sammeln, **skúra** wischen, **skrifa** schreiben, **heilsa** begrüßen, **dansa** tanzen, **baða** baden, **mála** malen.

ø-Klasse:

telja zählen	Singular	Plural
1. Pers.	ég tal - d - i	við töl - d - um
2. Pers.	þú tal - d - ir	þið töl - d - uð
3. Pers.	hann tal - d - i	þeir töl - d - u

Partizip Perfekt: **talið**.

- Bei ø-Verben ist der betonte Vokal des Präteritums häufig verschieden von dem des Präsens. In der Regel wechseln

  e → a: *telja - taldi (zählen); berja - barði (schlagen)*
  y → u: *spyrja - spurði (fragen); flytja - flutti (umziehen)*
  ý → ú: *flýja - flúði (flüchten)*

i-Klasse:

Verben der i-Klasse haben ein einheitliches Präsens. Ihr Partizip können sie auf zwei verschiedene Arten bilden. Zur ersten Gruppe gehören die i-Verben, die als Stammvokal **e, i/í, y/ý, ei, ey** oder **æ** haben:

heyra hören	Singular	Plural
1. Pers.	ég heyr - ð - i	við heyr - ð - um
2. Pers.	þú heyr - ð - ir	þið heyr - ð - uð
3. Pers.	hann heyr - ð - i	þeir heyr - ð - u

Partizip Perfekt: **heyrt**

Zur zweiten Gruppe gehören die i-Verben, die als Stammvokal **a/á, o/ó, u/ú** oder **ö** haben, also auch **hafa - hafði** mit umgelautetem -ö in allen Pluralformen (**höfðum**, aber Partizip **haft**):

þola ertragen	Singular	Plural
1. Pers.	ég þol - d - i	við þol - d - um
2. Pers.	þú þol - d - ir	þið þol - d - uð
3. Pers.	hann þol - d - i	þeir þol - d - u

Partizip Perfekt: **þolað**

3. Grund- und Ordnungszahlen ab 100

100	hundrað, -s, -uð n	100. hundraðasti
101	hundrað og einn	101. hundraðasti og fyrsti
102	hundrað og tveir	102. hundraðasti og annar
110	hundrað og tíu	110. hundraðasti og tíundi
120	hundrað og tuttugu	120. hundrað og tuttugasti
121	hundrað tuttugu og einn	121. hundrað tuttugasti og fyrsti
200	tvö hundruð	200. tvö hundruðasti
300	þrjú hundruð	300. þrjú hundruðasti
400	fjögur hundruð	400. fjögur hundruðasti
500	fimm hundruð	500. fimm hundruðasti
1000	þúsund, -s, - n oder þúsund, -ar, -ir f	1000. þúsundasti

| 1 Million: | ein milljón, -ar, -ir f | milljónasti |
| 1 Milliarde: | einn milljarður, -s, -ar m | milljarðasti |

- Bei zusammengesetzten Zahlen wird nur das letzte Glied mit **og** angeschlossen.
- Bei zusammengesetzten Ordnungszahlen stehen die **beiden letzten Glieder** als Ordnungzahl, die vorderen als Grundzahl. Dies gilt bei Ordnungszahlen im Zehnersystem nur für diejenigen, die auf -10 enden (z.B. 110., 210., 410. etc.):
    hundrað tuttugasti og fyrsti der Hunderteinundzwanzigste
    hundraðasti og tíundi der Hundertzehnte
- Bei den anderen Ordnungszahlen im Zehnersystem (120., 130., 140. etc) steht nur das **letzte** Glied als Ordnungszahl:
    hundrað og tuttugasti der Hundertzwanzigste

4. *Annar* als Pronomen und als Zahlwort

Als Indefinitpronomen bedeutet **annar** „der Andere, ein Anderer", als Zahlwort „der Zweite".

Annar ... hinn bedeutet „der Eine .... der Andere".
☞ Die Reihenfolge ist also gegenüber dem Deutschen genau umgekehrt. Die Deklination ist kompliziert, da zum Umlaut von -a zu -ö vor -u noch Konsonantenveränderungen hinzukommen, die nur historisch erklärbar sind:

	m/sg	f/sg	n/sg
N	annar	önnur	anna - ð
G	annar - s	annar - rar	annar - s
D	öðr - um	annar - ri	öðr - u
A	anna - n	aðr - a	anna - ð
	m/pl	f/pl	n/pl
N	aðr - ir	aðr - ar	önnur
G	→	annar - ra	←
D	→	öðr - um	←
A	aðr - a	aðr - ar	önnur

5. Die Fragewörter *hvor* und *hvort*
hvor (þeirra)? m/f - wer, welche(r) von beiden?
hvort (þeirra)? n - welches von beiden?
Im Plural lauten die Formen hvorir m/pl, hvorar f/pl, hvor n/pl. Die Neutrumform steht auch bei einer Pluralform aus Maskulinum und Femininum:

Hvort þeirra vildi skreppa í bæinn, Lars eða Elena?
Wer (von den beiden) wollte schnell in die Stadt gehen, Lars oder Elena?
Hvor þeirra keyrði bílinn, Lars eða afi?
Wer (von den beiden) fuhr das Auto, Lars oder Opa?
Hvor þeirra bakaði pönnukökur, Elena eða amma?
Wer (von den beiden) hat Pfannkuchen gebacken, Elena oder Oma?

7C Sprachgebrauch und Landeskunde
1. Zur Geschichte Islands
Island wurde ab 870 von Norwegen aus besiedelt; 930 entstand dort ein unabhängiger Staat. Seine politische Grundlage war die gesetzgebende Versammlung der ganzen Nation, das Althing *(Alþingi)*. Durch Streitigkeiten und interne Machtkämpfe löste sich die Struktur auf; Island verlor seine Selbstständigkeit, wurde 1262 der nor-

Lektion 7

wegischen Krone unterstellt. 1380 geriet es durch die Kalmarer Union unter dänische Herrschaft. 1918 wurde Island ein souveräner Staat, in Personalunion mit Dänemark verbunden, und erst 1944 wurde es eine selbständige Republik.

2. Jahreszahlen

Sie stehen im Neutrum, wenn das letzte Glied flektierbar ist [1 - 4]:

Hvaða ár er núna? Welches Jahr haben wir jetzt?
Núna er (árið) tvö þúsund og eitt. Jetzt haben wir 2001.
Hvenær ert þú fædd[ur]? Wann bist du geboren?
Ég er fædd[ur] nítján hundruð fimmtíu og eitt. Ich bin 1951 geboren.
En þú, hvaða ár fæddist þú? Und du, in welchem Jahr wurdest du geboren?
Ég fæddist nítján hundruð sextíu og fjögur. Ich wurde 1964 geboren.

3. Altersangaben

Bei Altersangaben stehen die Zahl und das folgendes Wort *ár (árs, ár n) Jahr* im Genitiv:

Hvað ertu gamall (m) / gömul (f)? Wie alt bist du?
Ég er fjörutíu og fjögurra ára (gamall / gömul). Ich bin 44 Jahre (alt).
Hvað er systir þín gömul? Wie alt ist deine Schwester?
Hún er tuttugu og tveggja ára (gömul). Sie ist 22 Jahre (alt).
Hvað eru þið gamlir (m/pl) / gamlar (f/pl) / gömul (n/pl)? Wie alt seid ihr?
Við erum fimmtíu ára gamlir / gamlar / gömul. Wir sind 50 Jahre (alt).

7D Übungen

1. Fügen Sie die richtige Form des Substantivs ein:

a. Eftir bíó keyrir Jón á sínum ...... heim (bíll). b. Þau eru með ...... að húsinu (lykill). c. Elena situr á ...... og talar við ömmu (stóll). d. Næsta ...... fara þau í bæinn (morgunn). e. Það er ský *(Wolke)* á ...... í dag (himinn). f. Klukkan þrjú setja þau þrjá ...... inn í stofu (stóll). g. Ætlar hann að fara á ...... í bæinn (bíll)? h. Ég borða jólakökuna með ...... (gaffall *Gabel*). i. Ertu með ...... (lykill, *pl*)? j. Ég borða alltaf haframjöl á ...... (morgunn, *pl* + *art*).

2. Setzen Sie das Verb ins Imperfekt:

a. Eftir bíó ...... hann krakkana heim (keyra). b. Lars ...... lengi við afa (tala). c. Strákurinn ...... sig í jakkann (klæða). d. Hún ...... sér og ...... sér (greiða/þvo). e. Konan ...... dyrabjöllunni (hringja). f. Ég ...... henni frá bíómyndinni (segja). g. Amma ...... upp eftir matinn (vaska). h. Amma ...... Lars að baka köku (kenna).

i. Elena ...... sig í eyranu (meiða). j. Þau ...... á bílnum í bæinn (keyra). k. Þú ...... morgunmat í morgun (borða). l. Ég ...... við Jón og Kristínu um bókina (tala). m. Þú ...... ekki að koma til mín í dag (ætla). n. Ég ...... honum í frakkann (hjálpa). o. Í morgun ...... ég klukkan tíu (vakna). p. ...... þú ömmu við baksturinn (hjálpa)? q. Gestirnir ...... að koma klukkan fjögur (ætla). r. Ég ...... að kaupa blóm fyrir hann (ætla). s. Þú ...... henni ekki að þú ...... að koma í dag (segja / ætla). t. Búðin ...... ekki fyrr en klukkan ellefu í morgun (opna).

3. **Ergänzen Sie Ihre persönlichen Angaben:**
Hvað ertu gamall / gömul? Ég er .... Hvaða ár fæddist þú *(bist du geboren)*? Ég fæddist árið .... Hvaða ár fæddist pabbi þinn? Hann fæddist árið .... Hvað er hann gamall? Hann er .... Hvaða ár fæddist mamma þín? Hún fæddist árið .... Hvað er systir þín gömul? Hún er .... Hvað er bróðir þinn gamall? Hann er ....

4. **Beantworten Sie die Fragen zum Text:**
a. Hvor keyrði bílinn, Lars eða Jón? b. Hvort þeirra sagði ömmu frá bíómyndinni? c. Hvort þeirra vildi borða morgunmat fyrst? d. Hvor þeirra átti afmæli, Lars eða afi? e. Hvor þeirra bakaði jólaköku, amma eða Elena?

5. **Ergänzen Sie die Angaben zur Geschichte Íslands:**
a. Hvaða ár var Alþingi stofnað? Alþingi var stofnað árið .... b. Hvenær tók norskur konungur við stjórn á Íslandi? Hann tók við stjórn á Íslandi árið .... c. Hvenær tók dönsk stjórn við á Íslandi? Hún tók við árið .... d. Hvenær varð Ísland sjálfstætt? Það varð sjálfstætt árið ....

Vokabeln: *stofna* errichten; *taka við stjórn* das Regieren übernehmen; *dönsk stjórn* die dänische Regierung; *sjálfstætt (n/sg)* selbstständig

Lektion 8

8A Text: Á Þingvöllum

Í gær fóru krakkarnir með vinum sínum til Þingvalla. Þau höfðu komið þangað oft áður. Margrét hafði fengið jeppann hans pabba síns að láni og Elena sat fram í hjá henni, en Lars og Magnús sátu aftur í. Þegar þau komu til Þingvalla, var veðrið svo yndislegt og krakkarnir hlupu strax út í móa. Þegar þau höfðu fundið góða laut, tóku þau teppi úr bílnum og körfu með hitabrúsa, bollum, diskum og kexpakka og fengu sér kaffi. Eftir kaffið sváfu þau smá stund, en léku sér síðan í fótbolta. Að lokum gengu þau upp á fjall og nutu útsýnisins. Á heimleiðinni bauð Magnús öllum upp á kók og fannst þeim ferðin hafa heppnast vel.

fóru 3. pl prät v. fara st VI gehen, fahren
Þingvellir m/pl das alte Thingfeld
höfðu 3. pl prät v. hafa (i) haben
komið part perf v. koma st IV kommen
þangað dorthin
oft oft
áður vorher, zuvor
fengið part perf v. fá st VII bekommen, erhalten
jeppi, -a, -ar m Jeep, Geländewagen
fá að láni geliehen bekommen
sátu 3. pl prät v. sitja st V sitzen
komu 3. pl prät v. koma st IV kommen
veður, -urs n Wetter
yndislegur schön
hlupu 3. pl prät v. hlaupa st VII springen, hüpfen
strax sofort
móar m/pl Heide(land)
fundið part perf v. finna st III finden
laut, -ar, -ir f Vertiefung, Senke
tóku 3. pl prät v. taka st VI nehmen

teppi, -s, - n Decke, Teppich
hitabrúsi, -a, -ar m Thermosflasche
bolli, -a, -ar m Tasse
diskur, -s, -ar m Teller
kexpakki, -a, -ar m eine Packung Kekse
sváfu 3. pl prät v. sofa st V schlafen
smá stund ein Weilchen
léku sér 3. pl prät v. leika sér spielen
leika sér í fótbolta Fußball spielen
að lokum schließlich, endlich
gengu 3. pl prät v. ganga st VII gehen
nutu 3. pl prät v. njóta e-s st II etwas genießen
útsýni, -s n Aussicht, Blick
heimleið, -ar, -ir f Heimweg
bauð 3. sg prät v. bjóða st II einladen, anbieten
bjóða e-m upp á e-ð jemandem etwas spendieren
ferð, -ar, -ir f Reise, Fahrt
heppnast glücken, gelingen

8A Dialog

Kristín: Hvar voruð þið í gær, ég reyndi að hringja til ykkar allan daginn?
Elena: Við vorum á Þingvöllum með Magnúsi og Margréti.
Kristín: Nú, á hvaða bíl voruð þið?

Elena: Margrét fékk lánaðan jeppann hans pabba síns.
Kristín: Hvernig var veðrið? Hér var hálfgerð rigning fyrir hádegi, en eftir hádegi lagaðist það.
Elena: Það var alveg yndislegt veður á Þingvöllum, við tókum með okkur kaffi og lágum lengi í sólbaði, svo fórum við í fótbolta og áður en við vissum af, var klukkan orðin fimm, og þá stakk Magnús upp á því að fara í fjallgöngu.
Kristín: Fóruð þið svo beint heim?
Elena: Nei, fyrst bauð Magnús upp á kók og síðan keyrðum við heim til afa og ömmu. Þau komu heim um sama leyti og við, þau voru búin að vera hjá Jónu allan daginn.

reyna *(-di)* versuchen
allan daginn den ganzen Tag
á hvaða bíl voruð þið? mit welchem Auto seid ihr gefahren?
hún fékk lánaðan jeppann sie bekam den Jeep geliehen
fékk *3. sg prät v.* fá *st VII* bekommen
hálfgerður halbwegs
rigning, -ar, -ar *f* Regen
fyrir hádegi vormittags
eftir hádegi nachmittags
lagaðist *3. sg prät v.* lagast besser werden, sich erholen
lágum *1. pl prät v.* liggja *st V* liegen
sólbað, -s *n* Sonnenbad
liggja í sólbaði ein Sonnenbad nehmen

fórum *1. pl prät v.* fara *st VI* gehen, fahren
fara í fótbolta anfangen, Fußball zu spielen
áður en bevor, ehe
áður en við vissum af ehe wir uns versahen
orðinn *part perf v.* verða *st III* werden
stakk *3. sg prät v.* stinga *st III* stechen, stecken
stinga upp á e-u etwas vorschlagen
fjallganga, -u, -ur *f* Bergwanderung
fóruð *2. pl prät v.* fara *st VI* gehen, fahren
beint direkt
um sama leyti og zur selben Zeit wie

8B Grammatik

1. Neutra *(-urs, -ur)*

Einige wenige Substantive auf -ur sind **Neutra**. Bei ihnen gehört das -ur zum Stamm und bleibt daher in allen Formen erhalten (im Gegensatz zur Endung -ur der Maskulina). Im D/sg sowie im G/pl und D/pl wird bei diesen Neutra der Mittelsilbenvokal -u ausgestoßen:

Lektion 8

hreiður (n) – Nest		
	Singular	Plural
N	hreiður	hreiður
G	hreiður - s	hreiðr - a
D	hreiðr - i	hreiðr - um
A	hreiður	hreiður

- Im N/A sg und pl wird der Mittelsilbenvokal -u ebenfalls ausgestoßen, wenn der bestimmte Artikel angehängt wird: *hreiðr-ið, hreiðr-in.*

Wie *hreiður* flektieren z.B. **veður** Wetter, **veggfóður** Tapete, **fóður** Futter.

2. Starke Verben im Präteritum

Starke Verben fügen nicht wie die schwachen Verben einen Dental ein, sondern bilden ihre Vergangenheit wie im Deutschen mit **Ablaut**, d.h. sie wechseln den betonten Vokal. Dabei kann der Vokal selbst wechseln (z.B. e - a: *gefa - gaf;* dt. *geben - gab*) oder nur die Qualität des Vokals (z.B. *í - i: grípa - gripum;* dt. *greifen -griffen*).

Im Deutschen haben starke Verben in der Vergangenheit im Singular und Plural den gleichen Vokal (z.B. *nehmen: ich nahm - wir nahmen*). Im Isländischen haben sie dagegen im Singular meist einen anderen Vokal als im Plural (z.B. *lesa: ég las - við lásum; bjóða: ég bauð - við buðum*). Der Vokal des Partizips Perfekt ist ebenfalls abgelautet wie im Deutschen (z.B. *trinken: getrunken; drekka: drukkið*).

Die **Endungen** der starken Verben im Präteritum lauten:

	Singular	Plural
1. Pers.	-	- um
2. Pers.	- st	- uð
3. Pers.	-	- u

- Endet der Stamm des Infinitivs auf -s, so wird in der 2. Person Singular wie im Deutschen nur -t angehängt: *(lesa) þú las-t.*
- Endet der Stamm auf -t, so geht dieses -t in der 2. Person Singular verloren: *(bíta) þú bei-st.*

Beim **Ablaut** ändern sich die Vokale nach einem festen System. Dabei kann man insgesamt 7 Klassen feststellen. Je nach Art des Vokals und der ihn umgebenden Konsonanten kann man bei starken Verben bereits am Infinitiv erkennen, zu welcher Klasse das Verb gehört. Wie es dann flektiert, kann man von den Stammformen her erkennen; unter „Stammformen" versteht man bei den starken Verben den Infinitiv, die 1. Person Singular Präteritum, die 1. Person Plural Präteritum und das Partizip Perfekt.

Von dieser Lektion an sind die starken Verben im Lektionswörterverzeichnis ihrer Ablautklasse zugeordnet. Unregelmäßige Formen, insbesondere bei der Klasse VII, werden in Klammern nach dem Infinitiv aufgeführt.

Klasse I: Betonter Vokal im Infinitiv ist ein -í.

Infinitiv	1. Sg. Prät.	1. Pl. Prät.	Part. Perf.
í	ei	i	i

grípa	*Singular*	*Plural*
1. Pers.	ég greip	við grip - um
2. Pers.	þú greip - st	þið grip - uð
3. Pers.	hann greip	þeir grip - u

So flektieren: *bíða* (Ausnahme part perf: *beðið*) warten, *bíta* beißen, *drífa* treiben, *grípa* greifen, *hníga* niedersinken, *hrífa* begeistern, *klífa* erklimmen, *líða* vergehen, *rífa* reißen, *rísa* sich erheben, *síga* sinken, *slíta* aufreißen, *sníða* schneiden, *stíga* steigen, *svífa* schweben, *þrífa* saubermachen, sowie zwei Verben, deren Infinitiv auf -ja endet, *svíkja* verraten und *víkja* (1. Sg. Prät. oft *vék*) weichen (die ihr -j im Präsens vor -u und -a behalten).

Klasse II: Betonter Vokal im Infinitiv ist -jó oder -jú, selten -ú

Infinitiv	1. Sg. Prät.	1. Pl. Prät.	Part. Perf.
jó (vor t, d, ð) jú, ú	au	u	o

Lektion 8

bjóða	Singular	Plural
1. Pers.	ég bauð	við buð - um
2. Pers.	þú bauð - st	þið buð - uð
3. Pers.	hann bauð	þeir buð - u

So flektieren *brjóta* (zer)brechen, *drjúpa* tropfen, triefen, *fljóta* fließen, schwimmen, *fjúka* verwehen, *gjósa* ausbrechen (z.B. Vulkan), *gjóta* Junge werfen, *hrjósa* (hugur) (Angst) bekommen, *hrjóta* schnarchen, *kjósa* wählen, *kljúfa* spalten, *krjúpa* knien, kriechen, *ljúga* lügen, *ljúka* schließen, enden, *lúta* sich beugen, *njóta* genießen, *rjúfa* entzweireißen, *rjúka* qualmen, *sjóða* kochen, sieden, *sjúga* saugen, *skjóta* schießen, *smjúga* schmiegen, *strjúka* streichen, streicheln, *súpa* trinken, *þjóta* sausen, *þrjóta* zu Ende gehen, versiegen.

Klasse III: Betonter Vokal im Infinitiv ist -e (-i, -ja), gefolgt von m / n / l / r + beliebiger Konsonant; durch Anpassung an den folgenden Konsonanten sind m und n bisweilen nicht mehr erhalten.

Infinitiv	1. Sg. Prät.	1. Pl. Prät.	Part.Perf.
e (i, ja)	a	u	o / u

drekka	Singular	Plural
1. Pers.	ég drakk	við drukk - um
2. Pers.	þú drakk - st	þið drukk - uð
3. Pers.	hann drakk	þeir drukk - u

- Im Partizip steht in der Regel u vor n oder m, o vor l oder r.
  brenna (brennen): ég brann - við brunnum - brunnið
  snerta (berühren): ég snart - við snurtum - snortið
  finna (finden): ég fann - við fundum - fundið   (aus nn wird in Plural und Partizip bisweilen nd)

So flektieren auch *binda* binden, *bresta* auseinanderbrechen, *detta* fallen, stürzen, *drekka* trinken, *gjalda* (zurück)zahlen, *hrinda* stoßen, *renna* fließen, rutschen, *skella knallen*, **skreppa** *kurz hingehen*, **sleppa** *entschlüpfen*, **smella** *schnalzen*, **spinna** *spinnen*, **spretta** *keimen, aufgehen*.

Verben dieser Klasse, die **vor** dem betonten Stammvokal ein **v** haben, verlieren dieses vor folgendem -u oder -o:
    hverfa (verschwinden): hvarf - hurfum - horfið
    svella (schwellen): svall - sullum - sollið
    svelta (hungern): svalt - sultum - soltið
    sverfa (feilen): svarf - surfum - sorfið
    vella (wallen, sieden): vall - ullum - ollið
    velta (umfallen, ugs. rollen): valt - ultum - oltið
    verða (werden): varð - urðum - orðið
    verpa (werfen; ugs. Eier legen): varp - urpum - orpið
    vinna (arbeiten): vann - unnum - unnið

Einige Verben zeigen in der 1. Person Singular Präteritum Abweichungen:
    binda (binden): batt - bundum - bundið
    vinda (wringen): vatt - undum - undið
    springa (zerspringen): sprakk - sprungum - sprungið
    stinga (stechen): stakk - stungum - stungið

Klasse IV: Betonter Vokal im Infinitiv ist -e + m / n / l / r

Infinitiv	1. Sg. Prät.	1. Pl. Prät.	Part.Perf.
e	a	á	o

stela	Singular	Plural
1. Pers.	ég stal	við stál - um
2. Pers.	þú stal - st	þið stál - uð
3. Pers.	hann stal	þeir stál - u

So flektiert auch *skera schneiden*.

● Zu dieser Klasse gehören auch die folgenden unregelmäßigen Verben:
    koma (kommen): ég kem; ég kom - við komum - komið
    troða (treten, ugs. stopfen): ég treð; ég tróð - við tróðum - troðið

Lektion 8

Klasse V: Betonter Vokal im Infinitiv ist -e + beliebiger Konsonant (außer m / n / l / r).

Infinitiv	1. Sg. Prät.	1. Pl. Prät.	Part. Perf.
e	a	á	e

gefa	Singular	Plural
1. Pers.	ég gaf	við gáf - um
2. Pers.	þú gaf - st	þið gáf - uð
3. Pers.	hann gaf	þeir gáf - u

So flektieren auch **drepa** töten, **gefa** geben, **kveða** aufsagen, **leka** leck sein, **lesa** lesen, **meta** schätzen, **reka** treiben.

Unregelmäßige Verben dieser Klasse sind:
 sjá (sehen): ég sé; ég sá - við sáum - séð
 sofa (schlafen): ég sef; ég svaf - við sváfum - sofið
 vefa (weben); ég vef; ég óf - við ófum - ofið

● Zu dieser Klasse gehören auch drei Verben auf -ja mit -i im Infinitiv:
 sitja (sitzen): ég sat - við sátum - setið
 biðja (bitten): ég bað - við báðum - beðið
 liggja (liegen): ég lá - við lágum - legið

Ursprünglich gehört dieser Klasse auch das Verb **vera** (aus *vesa* entstanden) an; heute erscheinen die Formen unregelmäßig:

vera	Singular	Plural
1. Pers.	ég var	við vor - um
2. Pers.	þú var - st	þið vor - uð
3. Pers.	hann var	þeir vor - u

Klasse VI: Betonter Vokal im Infinitiv ist -a

Infinitiv	1. Sg. Prät.	1. Pl. Prät.	Part. Perf.
a	ó	ó	a

fara	Singular	Plural
1. Pers.	ég fór	við fór - um
2. Pers.	þú fór - st	þið fór - uð
3. Pers.	hann fór	þeir fór - u

So flektieren **ala** gebären, aufziehen, **grafa** graben, **hlaða** laden, **skafa** schaben, **vaða** waten (mit v-Schwund vor -ó: vaða - óð).

- Verben, deren Stamm auf -g/-k endet, haben im Partizip Perfekt ein betontes -e:
  aka (fahren): ég ók - við ókum - ekið
  draga (ziehen): ég dró - við drógum - dregið
  taka (nehmen): ég tók - við tókum - tekið

Zu dieser Klasse gehören auch einige Verben auf **-ja** mit insgesamt relativ unregelmäßig erscheinenden Wortformen:
  hefja (anfangen): ég hef; ég hóf - við hófum - hafið
  hlæja (lachen): ég hlæ; ég hló - við hlógum - hlegið
  deyja (sterben): ég dey; ég dó - við dóum - dáið
  sverja (schwören): ég sver; ég sór - við sórum - svarið
Desweiteren gehören hierhin:
  standa (stehen): ég stend; ég stóð - við stóðum - staðið
  slá (schlagen): ég slæ; ég sló - við slógum - slegið

Klasse VII:

In dieser Klasse ist eine Reihe Verben zusammengefasst, die in alter Zeit eine besondere Art hatten, ihr Präteritum zu bilden. Heute erscheinen sie so unterschiedlich, dass sich ihre Merkmale kaum zusammenstellen lassen. Es ist einfacher, die (relativ wenigen) Verben samt ihren Formen auswendig zu lernen. Die wichtigsten Beispiele für Verben dieser Klasse sind:

auka (vermehren): ég jók - við jukum - aukið
blása (blasen): ég blés - við blésum - blásið
búa (wohnen): ég bjó - við bjuggum - búið
fá (bekommen): ég fékk - við fengum - fengið
falla (fallen): ég féll - við féllum - fallið
ganga (gehen): ég gekk - við gengum - gengið
gráta (weinen): ég grét - við grétum - grátið
halda (halten, glauben): ég hélt - við héldum - haldið
hanga (hängen): ég hékk - við héngum - hangið
heita (heißen): ég hét - við hétum - heitið
hlaupa (laufen): ég hljóp - við hlupum - hlaupið
láta (lassen): ég lét - við létum - látið
leika (spielen): ég lék - við lékum - leikið
ráða (bestimmem): ég réð - við réðum - ráðið

ganga	Singular	Plural
1. Pers.	ég gekk	við geng - um
2. Pers.	þú gekk - st	þið geng - uð
3. Pers.	hann gekk	þeir geng - u

3. Das Partizip Perfekt

Alle starken Verben enden beim Partizip Perfekt im Maskulinum auf -inn, im Femininum auf -in, im Neutrum auf -ið. Die Endungen sind mit dem bestimmten Artikel identisch (vgl. 1B 5, 2B 2). Zum Partizip der schwachen Verben vgl. 10B 3.

	m	f	n
Singular	- inn	- in	- ið
	bú - inn	bú - in	bú - ið
Plural	- nir	- nar	- in
	bú - nir	bú - nar	bú - in

4. Die Hilfsverben *geta* und *hafa*

In ihrer Funktion als Hilfsverb (mit einem weiteren Verb zusammen stehend) werden beide Verben mit dem **Partizip Perfekt Neutrum** verbunden.

geta + Partizip Perfekt „etwas können":
  Ég get komið. Ich kann kommen.
  Getur þú lánað okkur bílinn? Kannst du uns das Auto leihen?
Während **kunna að** + Infinitiv eine erlernte Fähigkeit bezeichnet („etwas können, weil man es gelernt hat"), bedeutet **geta** + Partizip Perfekt, „jetzt oder später in der Lage sein, etwas zu tun".
  Getur þú lesið blaðið? Nei, ég kann ekki að lesa.
  Kannst du die Zeitung lesen? Nein, ich kann nicht lesen.

hafa + Partizip Perfekt „etwas getan haben" *(wie deutsch Perfekt)*:
  Ég hef hlustað á útvarpið í allan dag.
  Ich habe den ganzen Tag Radio gehört.
☞ hafa steht auch bei Verben, die im Deutschen mit „sein" verbunden werden („ich *bin* gewesen, ich *bin* gefahren"):
  Ég hef verið á Íslandi í 3 ár. Ich bin 3 Jahre auf Island gewesen.
  Hefur þú farið í bíó í þessari viku? Bist du diese Woche ins Kino gegangen?
☞ Wenn eine Handlung in der Vergangenheit abgeschlossen wurde oder keinen Bezug mehr zur Gegenwart hat, steht im Isländischen in der Regel das Imperfekt statt des Perfekts (ähnlich wie im Englischen).

5. Verstärkung von Eigennamen und Personenbezeichnungen

Ein Eigenname oder ein Substantiv wird oft verstärkt durch das Voranstellen des Personalpronomens, häufig sogar zusätzlich durch das Nachstellen des Possessivpronomens.

  *Hvenær ferðu til **hans Stefáns**?* Wann gehst du zu Stefan?
  *Hefur þú talað við **hana Helgu**?* Hast du mit Helga gesprochen?
  *Það var afmælið **hans afa**.* Es war Opas Geburtstag.
  *Hún fékk jeppann **hans pabba síns**.* Sie bekam den Jeep ihres Vaters.

6. Die Fragewörter *til hvers* und *hvers vegna*

til hvers? - wozu?

Während **af hverju** nach einem Grund fragt (Antwort: „weil..."), fragt **til hvers** nach einem Ziel oder Zweck (Antwort: „um zu").

  Til hvers hlupu þau út úr bílnum? Wozu sprangen sie aus dem Auto?
  Til hvers fór Elena í bæinn? Wozu ging Elena in die Stadt?

Lektion 8

Als Antwort auf die Frage steht: **til (þess) að - um zu**.
Hún fór í bæinn til (þess) að kaupa blóm. Sie ging in die Stadt, um Blumen zu kaufen.

hvers vegna? - weswegen?
hvers vegna wird seltener gebraucht; es umfasst die Bedeutungen von **til hvers** und **af hverju**. Es fragt ebenso nach dem Grund wie nach dem Ziel und steht meist allein. Als Antwort auf die Frage steht **til að** oder **til þess að** oder **af því að**.

8C Sprachgebrauch und Landeskunde

1. Þingvellir

Þingvellir, die Thingebene im Südwesten des Landes, war von 930 bis 1798 Schauplatz des alljährlich im Juni tagenden Parlamentes, des *Alþingi*. Auf dem *Lögberg* (Gesetzeshügel) wurden vom *Lögsögumaður*, dem Gesetzessprecher, die Beschlüsse der Versammlung verkündet. Alle historisch wichtigen Ereignisse fanden hier statt: Im Jahre 1000 wurde auf Althing-Beschluss das Christentum eingeführt; 1974 fand hier die 1100-Jahr-Feier statt, und am 17. Juni 1944 wurde hier die Republik ausgerufen. Das Landschaftsbild der Þingvellir wird geprägt von vielen Spalten *(gjá)*, insbesondere der *Almannagjá* („Allmännerschlucht", weil hier alle Platz finden konnten) mit ihren dunklen, bis zu 40 m hohen Felswänden.

2. Die Uhrzeit

In der gesprochenen Sprache gilt, wie im Deutschen, das 12-Stunden-System, bei offiziellen Zeitangaben (Radio, Fahrpläne etc.) bisweilen das 24-Stunden-System. Die flektierbaren Zahlen stehen im Neutrum. Gegenüber der Uhrzeit in Deutschland ist es auf Island im Winter 1 Stunde früher, im Sommer sogar 2 Stunden, da die Isländer die Sommerzeit wieder abgeschafft haben.

Ein klukkustund er sextíu mínútur. Eine Stunde hat *(sind)* 60 Minuten.
Það eru sextíu sekúndur í einni mínútu. Es sind 60 Sekunden in einer Minute.
Hvenær hittumst við? Wann treffen wir uns?
Klukkan hvað? Um wieviel Uhr?
Klukkan eitt. Um eins.
Hvenær fer rútan til Reykjavíkur? Wann geht der Bus nach Reykjavík?
Hún fer daglega klukkan níu. Er fährt täglich um 9 Uhr.

Lektion 8

Hvað er klukkan? Wie spät ist es?
Klukkan er fjögur. Es ist 4 Uhr.
Klukkan er hálf fjögur. Es ist ½4 Uhr.
Klukkan er fimmtán þrjátíu. Es ist 15.30 Uhr.
Klukkuna vantar korter í níu. Es ist ¼ vor 9.
Klukkan er átta fjörutíu og fimm. Es ist 8.45 Uhr.
Klukkuna vantar tuttugu mínútur í níu. Es ist 20 vor 9.
Klukkan er átta fjörutíu. Es ist 8.40 Uhr.
Klukkan er korter yfir þrjú. Es ist ¼ nach 3.
Klukkan er fimmtán mínútur yfir þrjú. Es ist 3.15 Uhr.
Klukkan er fimmtán fimmtán. Es ist 15.15 Uhr.

8D Übungen

1. Setzen Sie das in Klammern stehende Verb ins Imperfekt:
   a. Krakkarnir (fara) með vinum sínum til Þingvalla. b. Margrét (fær) bílinn hans pabba síns lánaðan. c. Elena (situr) fram í hjá henni. d. Lars og Magnús (sitja) aftur í. e. Það (er) gott veður á Þingvöllum. f. Þau (hlaupa) öll út úr bílnum. g. Elena (tekur) hitabrúsa og teppi með. h. Margrét (fær) sér meira kaffi. i. Ég (hleyp) á eftir boltanum. j. Þau (sofa) smá stund eftir kaffið. k. Þeir (leika) sér í fótbolta. l. Við (göngum) upp á fjall og (njótum) útsýnisins. m. Magnús og Kristín (bjóða) okkur í kaffi. n. Mér (finnst) gaman að keyra í bíl. o. Þau (fá) sér kók og pulsur. p. Ég (býð) ykkur upp á kók. q. Ég (sting) upp á því að fara í bíó í kvöld.

2. Lesen Sie:
   Klukkan er 1 - 2 - 3 - 4. Klukkan er ½1 - ½2 - ½3 - ½4. Klukkuna vantar 10 - 20 mínútur í 1 - 2 - 3 - 4. Klukkan er korter yfir 1 - 2 - 3 - 4. Klukkuna vantar korter í 1 - 2 - 3 - 4.

3. Antworten Sie in ganzen Sätzen:
   Hvað er klukkan núna? Hvað er klukkan? Klukkan er 7.45 - 10.09 - 1.03 -2.55 - 22.13 - 7.24 - 5.34 - 23.56 - 12.53 - 4.10 - 13.07 - 15.37.

4. Beantworten Sie die Fragen zum Text:
   a. Til hvers hafði Margrét fengið bílinn hans pabba síns lánaðan? b. Til hvers hlupu þau út í móa? c. Af hverju hlupu þau út í móa? d. Hvað gerðu krakkarnir á Þingvöllum?

5. Setzen Sie Text A von Lektion 6 ins Imperfekt.

Lektion 9

9A Text: Undirbúningur fyrir ferðalag

Á morgun ætla krakkarnir að fara í útilegu. Afi lánar þeim gula tjaldið sitt, sem er í góðu ásigkomulagi, þótt það sé gamalt. Nonni útvegar þeim fína nýja svefnpoka, sem frænka hans á, en þau eru sjálf með bakpoka með sér. Bakpoki Elenu er blár og grænn, en bakpokinn hans Lars er svartur og rauður. Svo fara þau í innkaup. Margrét keyrir þau. Hún ráðleggur þeim að kaupa bara það, sem þau þurfa á að halda fyrsta daginn. Á flestum bensínafgreiðslum úti á landi eru matvörubúðir. Þau láta sér nægja að kaupa flatkökur og hangikjötssneiðar, harðfisk, slátur og kleinur, allt dæmigerður íslenskur matur, sem þeim finnst góður. Síðan keyra þau niður á BSÍ. Þar er hægt að fá leigðan viðlegubúnað. Það sem þau vantar er gassuðutæki, pottar og pönnur. Að síðustu kaupa þau filmur í myndavélarnar. Eftir innkaupin býður Elena öllum upp á ís.

undirbúningur, -s, -ar m Vorbereitung
ferðalag, -s, -lög n Reise
fara í útilegu zum Camping fahren
útilega, -u f Camping
gulur gelb
tjald, -s, tjöld n Zelt
ásigkomulag, -s n Zustand, Verfassung
þótt (mit Konjunktiv) obwohl
sé 3. sg kon v. vera sein
útvega (a) besorgen, beschaffen
fínn schön
nýr neu
svefnpoki, -a, -ar m Schlafsack
frænka, -u, -ur f weibliche Verwandte, Tante, Cousine
sjálfur selbst
bakpoki, -a, -ar m Rucksack
blár blau
grænn grün
svartur schwarz
rauður rot
fara í innkaup einkaufen gehen
ráðleggja e-m e-ð (-lagði) jemandem etwas raten, empfehlen
bara nur, bloß
þurfa á e-u að halda etwas brauchen

flestum D v. flestir die meisten
bensín, -s n Benzin
afgreiðsla, -u, -ur f Bedienung, Abfertigung
bensínafgreiðsla, -u, -ur f Tankstelle
matvörubúð, -ar, -ir f Lebensmittelgeschäft
láta st VII (lét) lassen
láta sér e-ð nægja sich mit etwas begnügen
nægja (-ði) ausreichen, genügen
flatkaka, -köku, -kökur f Fladenbrot
hangikjöt, -s n geräuchertes Lammfleisch
sneið, -ar, -ar f Scheibe, Schnitte
harðfiskur, -s m filetierter Trockenfisch
slátur, -urs n Innereien vom Schaf; Leber- und Blutwurst
kleina, -u, -ur f Schmalzgebäck
dæmigerður typisch
niður hinunter
BSÍ Abk. v. Bifreiðarstöð Íslands Zentraler Omnibusbahnhof in Reykjavík für Überlandbusse
vera hægt möglich sein
viðlegubúnaður, -ar, -ir m Campingausrüstung

e-n vantar e-ð jemandem fehlt etwas
gassuðutæki, -s n Gaskocher
pottur, -s, -ar m Topf
panna, pönnu, pönnur f Pfanne
að síðustu schließlich, zuletzt

filma, -u, -ur f Film
myndavél, -ar, -ar f Fotoapparat
innkaup, -s, - n Einkauf
ís, -s, - m Eis

9A Dialog

Elena: Við ætlum að fara í útilegu á morgun, getur þú kannski lánað okkur tjaldið þitt, afi minn?

Afi: Jú, alveg sjálfsagt, það er nú kannski orðið nokkuð gamalt, en alveg í fínu lagi. Eruð þið með svefnpoka með ykkur?

Lars: Nei, en hann Nonni ætlar að útvega okkur tvo, sem frænka hans á. En við erum með bakpokana okkar.

Margrét: Jæja, eruð þið til? Ég ætla að skutla ykkur í innkaup. Þið skuluð nú ekki hafa mikið með ykkur. Það er alls staðar hægt að kaupa mat á bensínstöðvunum. Hér er nú ekki mikið um þýskan mat, en þið eruð nú svo vön að borða íslenskan mat, er það ekki?

Elena: Jú, ég vil nú helst flatkökur og hangikjöt og Lars slátur.

Lars: Það eina sem okkur vantar er lítið gassuðutæki, einn stór pottur og ein stór panna. Hvar getum við fengið þetta lánað?

Margrét: Við hliðina á BSÍ er Sportleigan, þar er hægt að fá leigðan viðlegubúnað, förum þangað.

Elena: Ekki má gleyma því mikilvægasta, við þurfum að kaupa filmur! Og hvernig væri svo að fá sér ís eftir öll innkaupin? Ég borga.

Margrét: Ég þakka fyrir boðið.

kannski vielleicht
sjálfsagt selbstverständlich
nokkuð etwas
lag, -s, lög n Zustand
skutla e-m í innkaup (a) umgangsspr. jemanden zum Einkaufen fahren
mikið sehr, viel
alls staðar überall
bensínstöð, -var, -var f Tankstelle
um + A in bezug auf

vön n/pl v. vanur gewohnt
er það ekki? nicht wahr?
stór groß
lítið n/sg v. lítill klein
við hliðina á e-u an der Seite, neben etwas
Sportleiga, -u, -ur f Vermietung für Sportartikel
mikilvægasta D/sg n (sup) v. mikilvægur wichtig
hvernig wie

Lektion 9

væri 3. sg kon prät v. vera sein
borga (a) bezahlen

þakka (a) danken
boð, -s, - n Einladung

9B Grammatik
1. Schwache und starke Adjektivflexion

Es gibt eine „schwache" (so genannt, weil es nur wenige Endungen gibt) und eine „starke" Adjektivflexion mit vielen verschiedenen Endungen. Welche benutzt wird, hängt von der Stellung im Satz ab. Schwache Adjektive haben die gleichen Endungen wie die schwachen Substantive (vgl. 1B 3; 7B 1), z.B. guli - gula - gula, starke Adjektive enden im m/sg meist auf -ur, z.B. gulur - gul - gult. Im Lektionswörterverzeichnis ist - wie auch üblicherweise in Wörterbüchern - das Adjektiv in seiner starken N/sg-Maskulinum-Form angegeben.

Das schwache Adjektiv steht

- bei Substantiven mit dem bestimmten Artikel (wie im Deutschen):
    góði maðurinn der gute Mann

- ☞ abweichend vom Deutschen, wenn das Substantiv durch ein Possessiv- oder Demonstrativpronomen näher bestimmt ist (in diesem Fall hat das Substantiv immer zusätzlich den bestimmten Artikel):
    góða kakan þín dein guter Kuchen
    hlýi jakkinn minn meine warme Jacke

- nach Eigennamen und als Eigenname gebrauchten Substantiven:
    Gunni mjói der dünne Gunni
    afi góði der gute Opa
    Lars stóri der große Lars

- ☞ abweichend vom Deutschen in der Anrede:
    góði vinur lieber Freund
    kæra Elena liebe Elena
    kæri Lars lieber Lars

Die starken und schwachen Adjektivendungen werden jeweils an den Stamm des Adjektivs angehängt. Die schwachen Adjektive flektieren wie folgt:

	m/sg	f/sg	n/sg
N	gul - i	gul - a	gul - a
G	gul - a	gul - u	gul - a
D	gul - a	gul - u	gul - a
A	gul - a	gul - u	gul - a
Einheitsplural:	gul - u		

- Adjektive mit betontem -a lauten dieses vor -u zu -ö um: *danska - dönsku* (dänisch).
- Adjektive, deren Stamm auf -al, -il, -ul, -in oder auf -ur endet (nicht zu verwechseln mit der Endung -ur!), verlieren in **allen** schwachen Formen den jeweiligen Vokal -a, -i, -u: *gamal-l : gamli* (alt); *lítil-l : litli* (klein); *þögul-l : þögli* (schweigsam); *fagur- : fagri* (schön); *heiðin-n : heiðni* (heidnisch).

Das starke Adjektiv steht,

- wenn das Substantiv ohne Artikel oder jede weitere Bestimmung steht:

    góður vinur (ein) guter Freund

- wenn es in prädikativer Stellung (in der Satzaussage) steht, ☞ abweichend vom Deutschen, wo es unveränderlich ist:

    Bíllinn er rauður. Das Auto ist rot.
    Húsið er rautt. Das Haus ist rot.

Die meisten starken Adjektive enden im N/sg m auf -ur. Obwohl im Folgenden noch eine Reihe Besonderheiten angeführt wird, empfiehlt es sich, zunächst dieses Grundschema zu lernen, da sich die Endungen auch bei den später folgenden Demonstrativpronomen wiederholen:

	m/sg	f/sg	n/sg
N	gul - ur	gul -	gul - t
G	gul - s	gul - rar	gul - s
D	gul - um	gul - ri	gul - u
A	gul - an	gul - a	gul - t

Lektion 9

	m/pl	f/pl	n/pl
N	gul - ir	gul - ar	gul -
G	→	gul - ra	←
D	→	gul - um	←
A	gul - a	gul - ar	gul -

- Adjektive mit betontem -a lauten dieses vor -u und zusätzlich im N/sg Femininum und N/A pl Neutrum zu -ö um: *svartur* - *svört* (schwarz); *danskur* - *dönsk* (dänisch).
- Adjektive auf -inn werden wie das Partizip Perfekt eines starken Verbs flektiert (vgl. 10B 3).

Neben den starken Adjektiven auf -ur gibt es relativ seltene, von der Bedeutung her aber wichtige Adjektive mit anderen Endungen. Die häufigsten von ihnen sind Adjektive auf -r (*blár* blau, *nýr* neu), -l (*mikill* groß, *lítill* klein), -n (*fínn* fein, schön, *grænn* grün) sowie solche ohne Endung (*fagur* schön). Bei ihrer Flexion kommt es oft zu geringfügigen Abweichungen vom Muster *gulur*:

	m/sg	f/sg	n/sg
N	blá - r	blá -	blá - tt
G	blá - s	blá - rrar	blá - s
D	blá - um	blá - rri	blá - u
A	blá - an	blá - a	blá - tt

	m/pl	f/pl	n/pl
N	blá - ir	blá - ar	blá -
G	→	blá - rra	←
D	→	blá - um	←
A	blá - a	blá - ar	blá -

Wie *blár* gehen z.B. *hár* groß, hoch, *grár* grau, *hrár* roh, ungekocht, *smár* klein, *mjór* dünn, *sljór* stumpf.
- Bei *stór* groß gehört das -r zum Stamm und bleibt in allen Formen erhalten (z.B. *stórs, stóran, stórt* etc.)

- Adjektive, deren Stamm auf -ý oder -æ endet (*nýr* neu; *gagnsær* durchsichtig), schieben vor -a und -u ein -j ein, z.B. *nýr: ný-j-um, ný-j-a*. Wie *nýr* geht **hlýr** *warm*, wie *gagnsær* geht **auðsær** *offensichtlich*.

Adjektive, deren Stamm bereits auf -ur endet, flektieren wie folgt:

	m/sg	f/sg	n/sg
N	fagur -	fögur -	fagur - t
G	fagur - s	fagur - rar	fagur - s
D	fögr - um	fagur - ri	fögr - u
A	fagr - an	fagr - a	fagur - t
	m/pl	f/pl	n/pl
N	fagr - ir	fagr - ar	fögur -
G	→	fagur - ra	←
D	→	fögr - um	←
A	fagr - a	fagr - ar	fögur -

- Adjektive mit betontem -a lautet dieses vor -u sowie im N/sg Femininum und N/A pl Neutrum zu -ö um. Wie *fagur* gehen z.B. **magur** *mager*, **bitur** *scharf, bitter*, **lipur** *gelenkig*, **vitur** *klug*.
- Adjektive dieses Typs verlieren das Mittelsilben-u vor einer Endung auf Vokal.

Umlaut und Verlust des Mittelsilbenvokals vor Endung auf Vokal gelten auch für einige Adjektive auf -all (*gamall*), -ill (*mikill*), -ull (*þögull*), dabei wird aber bei den **Feminina** das -r der Endungen dem vorausgehenden -l oder -n angeglichen:
l-r → ll; n-r → nn:

	m/sg	f/sg	n/sg
N	gamal - l	gömul -	gamal - t
G	gamal - s	gamal - lar	gamal - s
D	göml - um	gamal - li	göml - u
A	gaml - an	gaml - a	gamal - t

	m/pl	f/pl	n/pl
N	gaml - ir	gaml - ar	gömul -
G	→	gamal - la	←
D	→	göml - um	←
A	gaml - a	gaml - ar	gömul -

Die anderen Adjektive, die so flektieren, sind **vesall** elend, **einsamall** einsam; **lítill** klein, **mikill** groß; **þögull** schweigsam.

Bei allen anderen Adjektiven auf -l bleibt der vorangehende unbetonte Vokal in allen Formen erhalten:

	m/sg	f/sg	n/sg
N	heimil - l	heimil -	heimil - t
G	heimil - s	heimil - lar	heimil - s
D	heimil - um	heimil - li	heimil - u
A	heimil - an	heimil - a	heimil - t

	m/pl	f/pl	n/pl
N	heimil - ir	heimil - ar	heimil -
G	→	heimil - la	←
D	→	heimil - um	←
A	heimil - a	heimil - ar	heimil -

Wie **heimill** (erlaubt) gehen z.B. **hverfull** vergänglich, **reikull** schwankend, **svikull** trügerisch, **víðförull** weitgereist, **þéttbýll** dicht besiedelt, **heill** ganz, **strjáll** verstreut, **sæll** glücklich, **þjáll** fügsam.

Im N/A sg Neutrum endet das Adjektiv in der Regel auf -t. Diese Endung wird zu
- **-tt,** wenn der Stamm auf Vokal endet: *há-r → há-tt,*
- **-ð,** wenn der Stamm auf -il oder -in endet: *mikil-l → miki-ð* (Schwund des -l), *talin-n → tali-ð* (Schwund des -n),

oder entfällt, wenn der Stamm auf Konsonant + -t endet: *svart-ur → svart.*

Adjektive, deren Stamm auf -ð, -d, -dd endet, stoßen diese Konsonanten jeweils aus und fügen im Neutrum nach Konsonant -t, nach Vokal -tt ein: *harð-ur → har-t* (hart), *vond-ur → von-t* (schlecht), *sadd-ur → sa-tt* (satt), *rauð-ur → rau-tt.*

2. Hafa, vera með und eiga

Alle drei Verben bedeuten „haben", sind untereinander aber nicht austauschbar. Die Unterschiede in der Anwendung sind für Deutsche häufig nur schwer fassbar.

eiga drückt einen Besitz oder eine soziale Beziehung aus:
Afi á gult tjald. Opa hat (besitzt) ein gelbes Zelt.
Ég á góðan vin. Ich habe einen guten Freund.
Hann á konu og tvö börn. Er hat eine Frau und zwei Kinder.
Hann á rétt á því. Er hat Anspruch darauf.

hafa bezeichnet eine lose Verbindung; es wird oft bei abstrakten Begriffen gebraucht:
Hafið þið þýsk dagblöð? Haben Sie deutsche Zeitungen?
Ég hef ekki tíma. Ich habe keine Zeit.
Hann hefur rétt til að gera það. Er hat das Recht, das zu tun.

● Mit **hafa** werden auch alle zusammengesetzten Zeiten der Vergangenheit gebildet (vgl. 10B 5):
Hann hefur komið hingað áður. Er ist früher hier gewesen.
Ég hef oft séð hann. Ich habe ihn oft gesehen.

vera með e-ð bezeichnet etwas, das man in der Hand oder in der Tasche bei sich hat, unabhängig davon, ob es einem gehört. Ebenso benutzt man es für alles, was zum menschlichen Körper gehört. Bei Kleidungsstücken verwendet man es für die, die man umhängt oder aufsetzt, ansonsten steht **vera í** (anhaben).
Ertu með bíllyklana? Hast du die Autoschlüssel?
Afi er með bindi. Opa hat eine Krawatte an.
Lars er með flensu. Lars hat Grippe.
Maðurinn er með munn, nef og augu. Der Mensch hat Mund, Nase und Augen.

3. Die Fragewörter *hvers konar*, *hvers lags* und *hvers kyns*

hvers konar? hvers lags? hvers kyns? - welcher Art, was für ein?
Die drei Pronomen sind ohne Bedeutungsunterschied austauschbar.
Hvers kyns aldintré eru þetta? Was für Obstbäume sind das?
Hvers konar tæki er þetta? Was für ein Gerät ist das?
Hvers lags bækur lest þú helst? Welche Art Bücher liest du am liebsten?

Während **hvaða?** (vgl. 3B 4) nach einer beschränkten Auswahl fragt („welcher von mehreren?", vergleichbar mit englisch *which?*), gelten diese drei Fragewörter ganz allgemein (vergleichbar mit englisch *what?*).

Lektion 9

9C Sprachgebrauch und Landeskunde

1. Camping

Auf Island stehen ca. 95 Zeltplätze rund um die Insel zur Verfügung; sie sind je nach Lage von Juni bis Ende August / Mitte September bewirtschaftet. (Die Durchschnittstemperatur zu dieser „Hochsommerzeit" liegt bei etwa 11 °C. Auch freies Zelten ist erlaubt; man sieht es jedoch lieber, wenn die regulären Zeltplätze aufgesucht werden, damit der ohnehin kärgliche Bewuchs des Landes geschont wird. In Nationalparks und Naturschutzgebieten ist Zelten nur auf ausgewiesenen Plätzen erlaubt. Alle Campingartikel können in Reykjavík gemietet werden.

2. Nützliche Wendungen und Wörter:

Wo ist der nächste Zeltplatz?
Hvar er næsta tjaldstæði?
Darf ich hier zelten?
Má ég tjalda hérna?
Was kostet das Zelten?
Hvað kostar að tjalda?
Was kostet es pro Mann / pro Zelt?
Hvað kostar það á mann / á tjald?
Zelten verboten!
Bannað að tjalda!
Wo kann ich etwas zum Essen einkaufen?
Hvar get ég keypt í matinn?

Kann ich dort ... bekommen / leihen?
Get ég fengið / fengið leigt þar ...?
tjald, -s, tjöld n Zelt
svefnpoki, -a, -ar m Schlafsack
sæng, -ur, -ur f Oberbett
rúmföt n/pl Bettwäsche
ábreiða, -u, -ur f Decke
dýna, -u, -ur f Matratze
koddi, -a, -ar m Kissen
lak, -s, lök n Laken
vindsæng, -ur, -ur f Luftmatratze
hjólhýsi, -s, - n Wohnwagen
húsbíll, -s, -ar m Wohnmobil

9D Übungen

1. Setzen Sie das (starke) Adjektiv in die richtige Form:

a. Tjaldið hans afa er ...... (gulur). b. Bakpokinn minn er ......, en þinn er ...... (rauður / blár). c. Mér finnst flatkökur ...... (góður). d. Og mér finnst ...... slátur (góður). e. Hvernig finnst þér hangikjöt? ...... eða ...... (góður / vondur)? f. Elena, ert þú ...... eða ...... (íslenskur / þýskur)? g. Lars, ert þú ...... eða ...... (íslenskur / þýskur)? h. Kleinurnar eru mjög ...... (góður). i. Hvernig verður veðrið á morgun (fínn / vondur)? j. Finnst þér ekki ísinn ...... (góður)? k. En kakan, er hún líka ...... (góður)? l. Hvað er Margrét ...... (gamall)? m. En barnið, hvað er það ...... (gamall)?

2. Setzen Sie das (schwache) Adjektiv in die richtige Form:

a. Elena á ...... bakpokann, en Lars ...... (grænn / blár). b. Átt þú ...... bakpokann? Nei, ég á ...... (rauður / gulur). c. Finnst þér ...... maturinn ekki góður (íslenskur)?

d. Margrét keyrir ...... bílinn (hvítur *weiß*). e. Þau búa í ...... húsinu (stór). f. Hver er ...... konan þarna (gamall)?

3. *Setzen Sie die richtige Form von eiga, vera með oder hafa ein:*
   a. Jón ...... bíl (besitzen). b. Þau ...... svefnpoka sem Nonni útvegaði þeim. c. Ég ...... ekki tíma til þess að fara í útilegu. d. Hvað ...... þú mörg („wieviele") systkini? e. Ég ...... einn bróður og eina systur. f. Hann getur ekki komið, hann ...... kvef. g. Hún ...... bíllyklana í töskunni. h. Þau ...... tjaldið hans afa. i. Hvað er klukkan? j. Ég veit það ekki, ég ...... ekki úr.

4. *Setzen Sie die richtige Form von vera með oder vera í ein:*
   a. Konan ...... gulri kápu. b. Hún ...... bláan trefil og bláa hanska *(feine Handschuhe)*. c. Þú skalt ...... gráa jakkanum. d. Viltu ...... brúnu buxunum? e. Hvaða bindi á ég að ...... ? f. Þið verðið að ...... húfur *(Mützen)*, það er svo kalt. g. Verðum við líka að ...... vettlinga *(wollene Fäustlinge)* ?

5. *Beantworten Sie die Fragen zum Text:*
   a. Hvernig er tjaldið hans afa? b. Hvaðan fá þau svefnpoka? c. Eru þau sjálf með bakpoka? d. Hvernig eru þeir á litinn *(Farbe)*? e. Af hverju kaupa þau bara mat fyrir fyrsta daginn? f. Kaupa þau þýskan mat? g. Til hvers fara þau niður á BSÍ?

6. *Übersetzen Sie das Frage- und Antwortspiel:*
   Wo ist der nächste Zeltplatz?   Erst rechts, dann links.
   Wo kann ich einkaufen?   An den Tankstellen auf Island.
   Wo finde ich Milch?   In dem Regal *(hilla, f)* links.
   Wo finde ich Butter?   In dem Regal rechts.
   Kann ich hier Brot kaufen?   Ja, natürlich.
   Wie teuer ist dieser Saft?   Er kostet 120 Kronen.
   Was muss ich bezahlen?   3.695.- Kronen.

Lektion 10

10A Text: Bréf

Kæri Jan!
Í fyrradag fórum við með rútu til Akureyrar. Við lögðum af stað kl. 7 frá Umferðarmiðstöðinni í Reykjavík og keyrðum yfir hálendið. Þessi ferð var mesta ævintýri. Við sáum jökla og fjöll, straumþungar ár og fossa. Eftir að hafa keyrt yfir Sprengisand, sem helst líkist svartri eyðimörk, sagði fararstjórinn okkur að amerískir geimfarar hefðu æft sig hér fyrir lendinguna á tunglinu. Við höfum verið heppin með veðrið allan tímann. Sem betur fer vorum við á góðum fjallabíl og við vorum fegin að vera með leiðsögumann með okkur. Það er aðeins hægt að fara í svona ferð á bílum með fjögurra hjóla drifi. Ég skil vel að maður þurfi að vera búinn að hafa ökuskírteini í ár til þess að geta leigt bíl á Íslandi. Þetta er engin keyrsla fyrir byrjendur. Þegar við vorum komin til Mývatns eftir 15 tíma akstur, ákváðum við að fara beint í sund. Sundlaugin var opin og það var dásamlegt að fá sér bað. Við erum búin að ákveða að vera hér í viku.

Vertu blessaður og sæll,
þinn Lars

bréf, -s, - n Brief
kær lieb
í fyrradag vorgestern
rúta, -u, -ur f (Abk. v. rútubíll) Bus
leggja af stað (lagði) losgehen
Umferðarmiðstöð, -var, -var f Reisebusbahnhof
hálendi, -s n Hochland
mesta sup v. mikill groß
ævintýri, -s, - n Abenteuer
straumþungur mit gewaltiger Strömung
á, -r, -r f Fluss
foss, -, -ar m Wasserfall
Sprengisandur, -s m eine Sandwüste im Hochland Islands
helst am ehesten
líkist 3. sg prät v. líkjast ähnlich sein
eyðimörk, -merkur, -merkur f Wüste
fararstjóri, -a, -ar m Reiseleiter
amerískur amerikanisch
geimfari, -a, -ar m Astronaut

hefðu 3. pl kon prät v. hafa haben
æfa sig (-ði) sich üben
lending, -ar f Landung
tungl, -s, - n Mond
vera heppinn með e-ð mit etwas Glück haben
allan tímann die ganze Zeit
sem betur fer zum Glück
fjallabíll, -s, -ar m Geländewagen
feginn froh
leiðsögumaður (-manns, -manni, -mann; -menn) m Reiseleiter
aðeins nur, bloß
bíll með fjögurra hjóla drifi Auto mit Allradantrieb
maður Mann, Mensch; hier: man
ökuskírteini, -s, - n Führerschein
í ár ein Jahr lang
engin N/sg f v. enginn kein
keyrsla, -u f das Fahren
byrjandi, -a, -endur m Anfänger
Mývatn, -s n „Mückensee"; ein See

tími, -a, -ar m Stunde
akstur, -urs n Fahrt
ákveða st V entscheiden
beint direkt, sofort
fara í sund schwimmen gehen

sundlaug, -ar, -ar f Schwimmbad
opinn offen
dásamlegur schön, wunderbar
bað, -s, böð n Bad
í viku eine Woche lang

10A Póstkort

Elsku Arne minn!
Nú erum við komin norður, við erum með tjald með okkur og allan útbúnað. Veðrið hefur verið alveg dásamlegt allan tímann. Hér er sundlaug með heitu vatni, enda er þetta jarðhitasvæði og nóg um hveri og laugar. Við leigðum okkur hjól í morgun og fórum hjólandi í kringum vatnið, skoðuðum Dimmuborgir og vorum næstum búin að villast, svo fórum við upp í Námaskarð. En það er erfitt að vera hjólandi hér, vegirnir eru ekki beint góðir! Á leiðinni hittum við bónda sem bara hristi höfuðið þegar hann sá okkur hjólandi, sennilega hefur hann aldrei farið öðruvísi en ríðandi eða keyrandi þessa leið. En þú hefur nú svo oft verið hér, svo þú þekkir þetta. Viltu vera svo góður að taka með þér gráu og hvítu íþróttaskóna mína, þegar þú kemur í næstu viku? Ertu ekki farinn að undirbúa þig fyrir ferðina? Taktu með þér hlý föt! Ekki gleyma veiðistönginni, það er mikil veiði í vatninu (silungur) og ef maður á pening, þá er hægt að veiða lax í Laxá, en það er svo dýrt að fá veiðileyfi, ekkert fyrir svona félausa unglinga eins og okkur. Ég bið að heilsa pabba og mömmu! Einnig bestu kveðjur frá Lars,

þín systir Elena

póstkort, -s, - n Postkarte
elsku liebe(r) *(in der Anrede)*
norður nach Norden, *hier:* ins Nordland von Island
útbúnaður, -ar, -ir m Ausrüstung
heitur heiß
vatn, -s, vötn n Wasser
jarðhitasvæði, -s, - n Gebiet mit Erdwärme, heißen Wasser- und Lehmquellen
nóg um e-ð genug von etwas

hver, -s, -ir m heiße Quelle
laug, -ar, -ar f warme Quelle
leigja (-ði) mieten
hjól, -s, - n Fahrrad
í morgun heute Morgen
hjólandi *part präs v.* hjóla (a) radeln, Rad fahren
í kringum e-ð um etwas herum
skoða (a) betrachten
Dimmuborgir „dunkle Burgen", Lavaformationen

Lektion 10

villast sich verirren
upp hinauf
Námaskarð Ort am Mývatn mit heißen Lehm- und Schwefelquellen
erfitt n/sg v. **erfiður** schwierig
vegur, -s oder -ar, -ir m Weg, Straße
leið, -ar, -ar f Weg
hitta (hitti) treffen
bóndi, -a, bændur m Bauer
hrista (hristi) schütteln
höfuð, -s, - n Kopf
sennilega adv wahrscheinlich
aldrei niemals
öðruvísi anders
ríða st I reiten
þekkja (-ti) kennen
grár grau
hvítur weiß
íþróttaskór, -s, -r m Sportschuhe
undirbúa sig fyrir e-ð st VII sich auf etwas vorbereiten
hlýr warm

föt n/pl Sachen, Kleidung
veiðistöng, -stangar, -stengur f Angelrute
veiði, -ar, -ar f Beute
silungur, -s, -ar m Forelle
ef maður á pening wenn man Geld hat
veiða (-ddi) jagen, fischen
lax, -, -ar m Lachs
Laxá, -r f „Lachsfluss"; ein Fluss auf Island
dýr teuer
veiðileyfi, -s, - n Angelerlaubnis
ekkert nichts
félaus arm, besitzlos
unglingur, -s, -ar m Jugendlicher
biðja st V bitten
heilsa (a) grüßen
einnig auch
bestur sup v. **góður** gut
kveðjur f/pl Grüße
systir f Schwester

10B Grammatik

1. Neutra (-[i]s, -); Feminina (-var, -var/-ar, -ar); Maskulina (-anda, -endur)

Einige wenige Substantive auf -i sind starke Neutra. Sie sind von den schwachen Maskulina nicht immer auf den ersten Blick unterscheidbar; Substantive auf -i mit einem betonten -æ sind immer Neutra.

ævintýri (n) – Abenteuer, Märchen	
Singular	Plural

	Singular	Plural
N	ævintýr - i	ævintýr - i
G	ævintýr - is	ævintýr - a
D	ævintýr - i	ævintýr - um
A	ævintýr - i	ævintýr - i

Wie **ævintýri** gehen z.B. **akkeri** Anker, **beisli** Zaumzeug, **belti** Gürtel, **dæmi** Beispiel, **enni** Stirn, **fangelsi** Gefängnis, **fiðrildi** Schmetterling, **kvæði** Gedicht, **skeyti** Telegramm, **þjóðerni** Nationalität. Pluralwörter sind: **skæri** Schere, **vísindi** Wissenschaft.

Von den **Feminina**, die im G/sg und N/pl auf -ar enden, schieben einige vor -a und -u ein -v ein. Diese haben dann als betonten Vokal -ö:

stöð (f) – Station		
	Singular	Plural
N	stöð	stöð - v - ar
G	stöð - v - ar	stöð - v - a
D	stöð	stöð - v - um
A	stöð	stöð - v - ar

Wie *stöð* gehen auch die Zusammensetzungen *járnbrautarstöð* Bahnhof, *miðstöð* Zentrum; Heizungskeller und *ör* Pfeil.

Ganz wenige **Feminina** enden im N/sg auf -i. Die meisten von ihnen flektieren wie folgt:

eyri (f) – flaches Flussufer, Sandbank		
	Singular	Plural
N	eyr - i	eyr - ar
G	eyr - ar	eyr - a
D	eyr - i	eyr - um
A	eyr - i	eyr - ar

Wie *eyri* gehen z.B. *ermi* Ärmel, *heiði* Hochebene, *festi* Halskette, *helgi* Wochenende, *mýri* Sumpf, *veiði* Jagd, [Fisch-]Fang.

2. Das Partizip Präsens

Das Partizip Präsens ist die Verlaufsform eines Verbs. Es wird durch Anhängen der Silbe **-ndi** an das Verb gebildet: *lesa : lesandi (lesen : lesend), nema : nemandi (lernen : lernend)*. Diese Formen werden häufig als Substantive gebraucht (vgl. *der Lesende* = *der Leser*). Im Singular flektieren sie wie schwache Maskulina, die Pluralformen folgen keinem bereits bekannten Muster. In fast allen Fällen entsprechen die maskulinen Formen auch der weiblichen Form im Deutschen, z.B. *lesandi* = „der Leser, die Leserin".

nemandi (m) – Schüler	
Singular	Plural
N nemand - i	nemend - ur
G nemand - a	nemend - a
D nemand - a	nemend - um
A nemand - a	nemend - ur

Wie *nemandi* flektieren z.B. *áheyrandi* Zuhörer, *ákærandi* Ankläger, *áskrifandi* Abonnent, *byrjandi* Anfänger, *leigjandi* Mieter, *lesandi* Leser.

Zweisilbige Substantive dieser Klasse haben im Plural oft einen veränderten betonten Vokal, wie z.B. *bóndi* (eigentlich aus „bú-andi" entstanden):

bóndi (m) – Bauer	
Singular	Plural
N bónd - i	bænd - ur
G bónd - a	bænd - a
D bónd - a	bænd - um
A bónd - a	bænd - ur

Wie *bóndi* geht auch **frændi** Verwandter.

3. Das Partizip Perfekt der schwachen Verben

Das Partizip Perfekt von starken Verben (vgl. 8B 3) endet im Maskulinum in der Regel auf **-inn**, im Femininum auf **-in**, im Neutrum auf **-ið**: *búa: búinn - búin - búið*.

Das Partizip Perfekt von schwachen Verben ist in den einzelnen Klassen (vgl. 4B 1) unterschiedlich. Es endet im Neutrum Singular in der Regel auf **-að** (*kall-a : kall-að;* rufen : gerufen), **-t** (*heyr-a : heyr-t*; hören : gehört) oder **-ið** (*tel-ja : tal-ið;* zählen : gezählt).

Während bei der Bildung des Perfekts stets das Partizip Perfekt Neutrum benötigt wird, braucht man beim Passiv auch die maskuline und feminine Form; der Nominativ Singular der schwachen Partizipien kann also folgende Endungen haben:

m/sg	f/sg	n/sg
- aður	- uð	- að
- dur	- d	- t
- ður	- ð	- t
- tur	- t	- t
- inn	- in	- ið

4. Die Flexion des Partizips Perfekt

Die auf -inn endenden Partizipien der **starken** Verben (z.B. *brotinn* [zerbrochen] zum Infinitiv *brjóta*) flektieren wie folgt:

	m/sg	f/sg	n/sg
N	brotin - n	brotin -	brotið
G	brotin - s	brotin - nar	brotin - s
D	brotn - um	brotin - ni	brotn - u
A	brotin - n	brotn - a	brotið

	m/pl	f/pl	n/pl
N	brotn - ir	brotn - ar	brotin -
G	→	brotin - na	←
D	→	brotn - um	←
A	brotn - a	brotn - ar	brotin -

- Die Endungen entsprechen denen des bestimmten Artikels (vgl. 1B 5, 2B 2).
- Vor einer Endung auf Vokal fällt der Mittelsilbenvokal -i weg.
- Verben mit betontem Stammvokal -a ändern dieses vor -u zu -ö: *farinn : förnum*. Wie *brotinn* flektieren alle als Adjektive verwendeten Partizipien auf -inn, z.B. *boginn* gebogen, *feginn* froh, *feiminn* schüchtern, *fyndinn* witzig, *heiðinn* heidnisch, (vera) *heppinn* Glück haben, *iðinn* fleißig, *opinn* offen.

Eine besondere Stellung nehmen die Partizipien der **schwachen** Verben auf -inn sowie alle eigentlichen Adjektive auf -inn ein: Sie schieben vor vokalischer Endung jeweils ein ð-, -d, oder -t ein; für den Einschub gelten dieselben Regeln wie beim Präteritum der schwachen Verben (vgl. 7B 2):

Lektion 10

	m/sg	f/sg	n/sg
N	talin - n	talin -	talið
G	talin - s	talin - nar	talin - s
D	töl<u>d</u> - um	talin - ni	töl<u>d</u> - u
A	talin - n	tal<u>d</u> - a	talið

	m/pl	f/pl	n/pl
N	tal<u>d</u> - ir	tal<u>d</u> - ar	talin
G	→	talin - na	←
D	→	töl<u>d</u> - um	←
A	tal<u>d</u> - a	tal<u>d</u> - ar	talin

mit -ð: knúinn: N/pl m knúðir getrieben
         vafinn: vafðir gewickelt
         tugginn: tuggðir gekaut

mit -d: framinn: N/pl m framdir begangen
         vaninn: vandir gewohnt
         dulinn: duldir verborgen
         hruninn: hrundir eingestürzt

mit -t: hrakinn: N/pl m hraktir verjagt
         nakinn: naktir nackt

Die Partizipien der **schwachen** Verben auf -ður, -dur, -tur werden wie die starken Adjektive auf -ur flektiert (vgl. 9B 1).

	m/sg	f/sg	n/sg
N	kallað - ur	k<u>ö</u>ll<u>u</u>ð -	kallað
G	kallað - s	kallað - rar	kallað - s
D	k<u>ö</u>ll<u>u</u>ð - um	kallað - ri	k<u>ö</u>ll<u>u</u>ð - u
A	kallað - an	kallað - a	kallað

	m/pl	f/pl	n/pl
N	kallað - ir	kallað - ar	k<u>ö</u>ll<u>u</u>ð
G	→	kallað - ra	←
D	→	k<u>ö</u>ll<u>u</u>ð - um	←
A	kallað - a	kallað - ar	k<u>ö</u>ll<u>u</u>ð

- Die Partizipien auf -aður zeigen dabei besonderen Vokalwechsel: Betontes -a wird zu -ö, unbetontes -a zu -u, jeweils vor dem -u der Endung sowie im N/sg Femininum und N/A pl Neutrum.

5. Das Perfekt

Am häufigsten wird das Partizip Perfekt bei der Bildung des Perfekts gebraucht. Das Perfekt setzt sich in der Regel zusammen aus einer Form von **hafa** und dem **Partizip Perfekt Neutrum**, während im Deutschen neben *haben* auch das Verb *sein* beteiligt sein kann: *ég hef verið* - „ich bin gewesen".

vera *sein*	Singular	Plural
1. Pers.	ég hef verið	við höfum verið
2. Pers.	þú hefur verið	þið hafið verið
3. Pers.	hann hefur verið	þeir hafa verið

Nur **intransitive** Verben können ihr Perfekt auch mit einer Form von **vera** bilden. Dabei ist aber der Bedeutungsunterschied zu beachten; die Konstruktion mit **vera** weist auf einen bereits erreichten Zustand hin:

Ég hef oft komið til þín. Ich bin oft zu dir gekommen.
Ég er kominn til þín. Ich bin jetzt bei dir.
Hann hefur oft farið upp á Esju. Er ist oft auf die Esja gestiegen.
Hann er farinn. Er ist schon weg.

- In Verbindung mit **vera** werden die nachfolgenden Partizipien flektiert und stehen **nicht** im Neutrum.

Lektion 10

6. Das Passiv

Das isländische Passiv wird gebildet mit einer Form von **vera** und dem **Partizip Perfekt** in flektierter Form. Wichtig ist, dass das Partizip Perfekt vom Genus und Numerus her mit dem Subjekt übereinstimmt:

Hann er kallaður Siggi. Er wird Siggi (von „Sigurður") genannt.
Hún er kölluð Sigga. Sie wird Sigga (von „Sigríður") genannt.
Barnið er kallað Kalli. Das Kind wird Kalli (von „Karl") genannt.
Við erum kallaðir / kallaðar / kölluð ... Wir (m/f/n pl) werden ... genannt.
Þið eruð kallaðir / kallaðar / kölluð ... Ihr (m/f/n pl) werdet ... genannt.
Þeir eru kallaðir ... Sie (m/pl) werden ... genannt.
Þær eru kallaðar ... Sie (f/pl) werden ... genannt.
Þau eru kölluð ... Sie (n/pl) werden ... genannt.

Im Passivsatz wird der Akkusativ des Aktivsatzes zum Nominativ. Dementsprechend ändert sich das Verb. Im Passiv stehen in der Regel Sätze, bei denen der Handelnde unbekannt bleibt oder unwichtig ist:

Ég keyrði bílinn. Ich fuhr das Auto.
Bíllinn var keyrður (af mér). Das Auto wurde gefahren (von mir).
Hann lagaði matinn kl. 7. Er machte um 7 Uhr das Essen.
Maturinn var lagaður kl. 7. Das Essen wurde um 7 Uhr gemacht.

Man kann viele Passivsätze auch mit der Konstruktion **það var...** bilden:

Þau dönsuðu alla nóttina. Sie tanzten die ganze Nacht.
Alla nóttina var dansað. Die ganze Nacht wurde getanzt.
Það var dansað alla nóttina. Es wurde die ganze Nacht getanzt.
Þeir skutu upp flugeldum á gamlárskvöld. Sie schossen zu Silvester Raketen.
Á gamlárskvöld var skotið upp flugeldum. Zu Silvester wurden Raketen abgeschossen.
Það var skotið upp flugeldum á gamlárskvöld. Es wurden zu Silvester Raketen geschossen.

Passivkonstruktionen können auch mit **fara að**, **vera að** und **vera búinn að** gebildet werden:

Þau fóru að dansa. Sie fingen an zu tanzen.
Farið var að dansa. Mit dem Tanzen wurde angefangen.
Það var farið að dansa. Es wurde mit dem Tanzen angefangen.
Þau voru að dansa. Sie tanzten gerade.
Verið var að dansa. Es wurde getanzt.
Það var verið að dansa. Es wurde gerade getanzt.

Þau voru búin að dansa. Sie hatten schon getanzt.
Búið var að dansa kl. 1. Um 1 Uhr war man mit dem Tanzen fertig.
Það var búið að dansa kl. 1. Um 1 Uhr war man mit dem Tanzen fertig.

Häufig werden Überschriften im Passiv ausgedrückt:
Keyrt til Reykjavíkur Eine Fahrt nach Reykjavík
Stoppað á Þingvöllum Zwischenstop in Thingvellir
Siglt til útlanda Mit dem Schiff ins Ausland

10C Sprachgebrauch und Landeskunde
1. Islands Straßen

Island ist ein dünn besiedeltes Land; obwohl halb so groß wie die Bundesrepublik, wohnen dort nur ca. 280.000 Menschen, die meisten in der Hauptstadt und ihrer Umgebung, ansonsten verstreut an der Küste. Das Hochland ist unbewohnt. Um Island herum führt eine asphaltierte Ringstraße (Nr. 1), der **Hringvegur**. Im Landesinneren gibt es häufig nur Schotterstraßen; man muss damit rechnen, dass die Hochlandpisten bis Anfang Juli geschlossen sind, weil Schlamm und Flussläufe sie völlig unpassierbar machen. Diese Straßen sind nur mit Allradantrieb befahrbar, und sie erfordern in jedem Fall einen routinierten Fahrer; sicherer ist es, mit mindestens zwei Fahrzeugen zu fahren. In der täglich erscheinenden Zeitung **Morgunblaðið** findet sich immer der aktuelle Straßenzustandsbericht.

Wichtige Straßenhinweise:

Die Straße ist geschlossen / offen.
Vegurinn er lokaður / opinn.
Die Straße ist (un)befahrbar.
Vegurinn er (ó)fær.
Gefahr! Lebensgefahr!
Hætta! Lífshætta!
Vorsichtig fahren!
Akið varlega!
Brücke *(meist nur einspurig)*
Brú

Zufahrt verboten!
Öll umferð bönnuð!
Privatweg
Einkavegur
Steinschlag
Steinkast
Unübersichtliche Stelle
Blindhæð
(gefährliches) Gefälle
(Brött) brekka

2. Briefe

Geschäftsbriefe sind im Isländischen ohne Anrede. Kennen sich die Geschäftsleute mit Namen, so schreibt man „*sæll Guðmundur! sæl Sigrún!*" oder „*blessaður Guðmundur! blessuð Sigrún!*" oder einfach nur „*Guðmundur! Sigrún!*" als Anrede. Sind die Briefpartner Freunde, schreibt man „*kæri*" (m) oder „*kæra*" (f) in Verbindung mit Namen oder - wenn es Liebende sind - „*elsku*" (m und f). Beim persönlichen Ansprechen wird das deutsche „*liebe*" in der Regel mit „*góður*" wiedergegeben: „*liebe Fahrgäste!*" - „*góðir farþegar!*" Als Unterschrift schreibt man - in etwa entsprechend dem deutschen „*mit freundlichen Grüßen*" oder „*viele Grüße*" - „*með bestu kveðjum*", „*kveðja*" oder „*kveðjur*". Sehr formell und offiziell ist „*virðingarfyllst*", wie deutsch „hochachtungsvoll".

hraðbréf, -s, -   n   Eilbrief
ábyrgðarbréf, -s, -   n   Einschreiben
frímerki, -s, -   n   Briefmarke

smápakki, -a, -ar   m   Päckchen
böggull, -uls, -lar   m   Paket
símskeyti, -s, -   n   Telegramm

10D Übungen

1. *Setzen Sie die Sätze ins Imperfekt:*
    a. Á morgun legg ég af stað í ferðalag. Í gær ...... b. Ég fer með rútu til Akureyrar. c. Geimfararnir lenda á tunglinu. d. Þú keyrir yfir straumþunga á. e. Við tökum rútuna til Mývatns eftir hádegi. Í gær ...... f. Þið eruð með tjald með ykkur, er það ekki? g. Veðrið er svo gott. h. Ég skrifa bréf til þín frá Akureyri. i. Við leigjum okkur hjól og förum hjólandi til Mývatns. j. Þið eruð heppin með veðrið. k. Ég skila góðri kveðju til bróður þíns, þegar ég sé hann. l. Við sjáum ekki til fjalla á leiðinni, það er þoka *(Nebel)*. m. Ég kem til þín á morgun. Í gær ...... n. Ég get ekki tekið skóna þína með. o. Ég gef ykkur 35 krónur og þið kaupið ykkur ís.
2. *Bilden Sie das Partizip Perfekt von folgenden Verben:*
    búa – fara – koma – borða – drekka – spyrja – leggja – heyra – gefa – hafa –vera – verða – sitja – segja
3. *Konjugieren Sie zu jeder Gruppe der schwachen Verben 5 Beispiele.*
4. *Übersetzen Sie ins Isländische:*
    Siehst du dieses *(þennan)* grüne Auto dort? Welches meinst *(meina [a])* du? Ich meine jenes kleine Auto, das vor dem weißen Haus steht. Es sitzen zwei Frauen drin. Die eine ist meine Tante, die andere ist meine Mutter. Welche ist deine Mutter? Es ist diejenige *(sú)*, die die rote Jacke anhat (= in der roten Jacke ist). Ja, jetzt sehe ich sie.
5. *Schreiben Sie eine Postkarte mit eigenen Worten.*
6. *Stellen Sie alle Farbadjektive zusammen. Suchen Sie aus einem Wörterbuch möglichst viele Wörter für Kleidungstücke heraus und bilden Sie neue Sätze.*

11A Text: „Hvað eigum við að gera í dag?"

Í dag er laugardagur og krakkarnir eru búnir að vera í nokkra daga á tjaldstæðinu við Skútustaði. Þau eru búin að kynnast öðrum unglingum á sínum aldri og hafa skemmt sér vel allan tímann. Oft hefur Elena velt því fyrir sér hvort hún eigi seinna meir að flytjast alveg til Íslands. Þau hafa ákveðið að taka rútuna til Akureyrar í kvöld. En fyrst ætla þau að nota daginn vel, fara í sund og sjá svo til, hvað þeim dettur í hug. Eftir að hafa tekið saman tjöldin, setja þau sundboli, sundskýlur og handklæði í bakpokana sína og labba síðan af stað. Það er þó nokkur spölur til Reykjahlíðar þar sem sundlaugin er. Þegar Lars hefur tekið við peningum frá öllum, fer hann í afgreiðsluna og borgar. Nú fara allir í sturtu, stelpurnar í kvennaklefann, sem merktur er „Konur", en strákarnir í karlaklefann, sem merktur er „Karlar". Þau hittast svo öll út í lauginni. Þegar þau hafa synt og buslað nokkra stund, hvíla þau sig í heita pottinum og leggja á ráðin um hvað þau ætla að gera í dag. Einhver stingur upp á því að fara í reiðtúr og taka allir vel í það. Þegar þau eru búin að klæða sig, spyrjast þau fyrir um hestaleigu í sjoppunni fyrir utan. Stúlkan segir þeim að fara á næsta bóndabæ sem heitir Bjarg. Eftir að hafa talað við húsfreyjuna, sem vísar þeim á girðingu rétt við bæinn, velja þau sér hesta við sitt hæfi. Sum eru vön hestum og velja sér gæðinga. Lars vill endilega fá góðan töltara, en Elena vill rólegan hest, af því að hún hefur ekki komið svo oft á hestbak. Bóndinn hjálpar þeim að setja hnakk og beisli á hestana og lengja og stytta ístöðin eftir þörfum og nú taka allir á sprett.

eftir að hafa + part perf nachdem man etwas getan hat
í nokkra daga einige Tage lang
nokkur einer, ein gewisser; im Plural: einige
kynnast e-m jemanden kennenlernen
unglingur, -s, -ar m Jugendliche(r)
aldur, -urs m das Alter
skemmta sér (-ti) sich vergnügen
velta fyrir sér (-ti) sich überlegen
seinna meir später einmal
flytjast (i) sich niederlassen
alveg ganz
ákveða st V ausmachen, vereinbaren
nota daginn (a) den Tag nutzen

sund, -s, - n das Schwimmen
e-m dettur e-ð í hug jemandem fällt etwas ein
taka saman tjöldin st VI die Zelte abbauen
sundbolur, -s, -ir m Badeanzug
sundskýla, -u, -ur f Badehose
labba (a) laufen, schlendern
labba af stað loslaufen
þó nokkur ziemlich groß, ziemlich weit
spölur, spalar m Wegstrecke
peningur, -s, -ar m Geld
afgreiðsla, -u, -ur f Bedienung; Kasse

Lektion 11

borga *(a)* bezahlen
sturta, *-u, -ur* Dusche
kvenna *G/pl v.* kona, *-u, -ur* f Frau
klefi, *-a, -ar* m Abteil, Kabine
merkja *(-ti)* (be)zeichnen, bedeuten
karl, *-s, -ar* m Mann
hittast sich treffen
laug, *-ar, -ar* f Schwimmbecken; warme Quelle
synda *(-ti)* schwimmen
busla *(a)* planschen
nokkra stund eine Weile, eine Zeitlang
hvíla sig *(-di)* sich ausruhen
pottur, *-s, -ar* m Bottich, Topf
leggja á ráðin um e-ð *(lagði)* etwas beratschlagen, überlegen
einhver irgendjemand
stinga upp á e-u *st III* etwas vorschlagen
reiðtúr, *-s, -ar* m Reittour
taka vel í e-ð *st VI* etwas gut aufnehmen, akzeptieren
spyrjast fyrir um e-ð nach etwas fragen

hestaleiga, *-u, -ur* f Pferdevermietung
sjoppa, *-u, -ur* f Kiosk
stúlka, *-u, -ur* f junges Mädchen
bóndabær, *-jar, -ir* m Bauernhof, Farm
húsfreyja, *-u, -ur* f Frau des Hauses
vísa á e-ð *(a)* auf etwas zeigen
girðing, *-ar, -ar* f Zaun; eingezäuntes Gebiet
rétt við e-ð ganz nahe bei etwas
velja *(valdi)* aussuchen, auswählen
við sitt hæfi nach seinen Fähigkeiten, nach seinem Geschmack
vanur hesti das Reiten gewohnt
gæðingur, *-s, -ar* m gutes Reitpferd
töltari, *-a, -ar* m ein Pferd, das tölten kann (kurzer Trab)
rólegur ruhig
hnakkur, *-s, -ar* m Sattel
beisli, *-s, -* n Zaumzeug
lengja *(-di)* verlängern
stytta *(stytti)* verkürzen
ístað, *-s, ístöð* n Steigbügel
eftir þörfum nach Bedarf
taka á sprett *st VI* losreiten, sprinten

11A Dialog

Sigurður: Hvað segið þið um að fara í sund?

Erla: Alveg æðisleg hugmynd! Ég ætla að hlaupa og ná í bolinn minn og handklæðið mitt.

Sólveig: Nennir þú að ná í mitt sunddót líka? Það er í græna pokanum í horninu vinstra megin.

Lars: Elena, viltu rétta mér bakpokann minn, hann er fyrir aftan þig.

Elena: En hvað potturinn er heitur. Dásamlegt að hita sig upp! Jæja, hvað eigum við að gera á eftir? Er enginn með góða hugmynd? Við ætlum að taka rútuna til Akureyrar í kvöld, svo það er um að gera að nota daginn vel.

Einhver: Förum í reiðtúr.

Lektion 11

Ýmsar raddir: Fínt / flott / æði / ýkt! Hvar fáum við hesta? Siggi, þú veist það örugglega.

Sigurður: Við skulum spyrja stelpuna í sjoppunni, hún hlýtur að vita það.

Lars: Ég gleymdi úrinu mínu, ég verð að fara inn aftur, bíðið þið aðeins, ég kem eftir augnablik.

Erla: Getur þú sagt okkur, hvar við getum fengið lánaða hesta einhvers staðar hér í nágrenninu?

Stúlka: Farið þið út á Bjarg, það er bærinn hérna fyrir neðan til hægri.

Sigurður: Viltu láta mig hafa rólegan hest, ég er ekki nógu vanur, hef bara farið nokkrum sinnum á hestbak og þá alltaf berbakt.

Lars: Einhvern tíma ætla ég að eignast eigin hest! Góðan töltara, íslenskan gæðing!

Elena: Viltu hjálpa mér að stytta ístöðin, þau eru allt of löng?

æðislegur super, toll, ausgezeichnet
hugmynd, -ar, -ir f Idee
ná í e-ð *(náði)* etwas holen
bolur, -s, -ir m Badeanzug, T-Shirt
handklæði, -s, - n Handtuch
nenna e-u *(-ti)* zu etwas Lust haben; etwas wollen
dót, -s, - n Sachen, Zeug
grænn grün
poki, -a, -ar m Tüte, Beutel
vinstri linker
vinstra megin links
horn, -s, - n Ecke
rétta *(rétti)* reichen
fyrir aftan e-n hinter jemandem
dásamlegur wunderbar, schön
kvöld, -s, - n Abend
ýmsar f/pl v. ýmis verschieden
rödd, raddar, raddir f Stimme
æði *Abk. v.* brjálæði, -s n Wahnsinn

ýkt *slang* übertrieben, irre
örugglega *adv* genau
hljóta að vita *st II* wissen müssen
gleyma *(-di)* vergessen
úr, -s, - n Uhr
fara inn aftur *st VI* nochmals hineingehen
eftir augnablik sofort, nach einem Augenblick
einhvers staðar irgendwo
nágrenni, -s n Nähe, Nachbarschaft
fyrir neðan e-ð unten, unterhalb von etwas
til hægri rechts
berbakt ohne Sattel *(wörtl.: nackter Rücken)*
einhvern tíma irgendwann einmal
eignast sich anschaffen
eiginn eigen

Lektion 11

11B Grammatik

1. *vilja, muna, munu* und *vita* in Präsens und Präteritum

vilja – wollen

	Singular		Plural	
1. Pers.	vil	vil - di	vil - j - um	vil - dum
2. Pers.	vil - t	vil - dir	vil - j - ið	vil - duð
3. Pers.	vil - l	vil - di	vil - j - a	vil - du

Partizip Perfekt: viljað

Ég vil helst fá kók. Ich möchte am liebsten eine Cola haben.
Viltu rétta mér bakpokann? Reichst du mir bitte mal den Rucksack?
Viljið þið fara í reiðtúr? Wollt ihr eine Reittour machen?

muna – sich erinnern

	Singular		Plural	
1. Pers.	man	mun - di	mun - um	mun - dum
2. Pers.	man - st	mun - dir	mun - ið	mun - duð
3. Pers.	man	mun - di	mun - a	mun - du

Partizip Perfekt: munað

Ég man ekki eftir því. Ich erinnere mich nicht daran.
Manst þú það ekki? Weißt du es nicht mehr?
Mundu það! Denke daran!

vita – wissen

	Singular		Plural	
1. Pers.	veit	viss - i	vit - um	viss - um
2. Pers.	vei - st	viss - ir	vit - ið	viss - uð
3. Pers.	veit	viss - i	vit - a	viss - u

Partizip Perfekt: vitað

Ég veit ekkert um það. Ich weiß nichts davon.
Veist þú það ekki? Weißt du das nicht?

munu – werden

Präsens	Singular		Plural	
1. Pers.	mun	mun - di	mun - um	mun - dum
2. Pers.	mun - t	mun - dir	mun - uð	mun - duð
3. Pers.	mun	mun - di	mun - u	mun - du

Það mun vera satt. Das wird wohl wahr sein.

- munu bildet kein Partizip Perfekt. Die Präteritumformen werden nur zum Ausdruck des Konjunktivs verwendet.
- munu dient ausschließlich zur Bezeichnung einer Handlung in der Zukunft, in dem Sinne, dass etwas wahrscheinlich ist. Im modernen Isländisch ist es häufig durch skulu und ætla að ersetzt.

2. **Die Hilfsverben *eiga*, *mega*, *þurfa* und *kunna* im Präteritum**
(Zu den Konstruktionen mit diesen Verben vgl. 2B 3; 3B 1). So unregelmäßig wie das Präsens ist auch teilweise das Präteritum dieser Verben:

eiga	Singular	Plural
1. Pers.	átt - i	átt - um
2. Pers.	átt - ir	átt - uð
3. Pers.	átt - i	átt - u

mega	Singular	Plural
1. Pers.	mátt - i	mátt - um
2. Pers.	mátt - ir	mátt - uð
3. Pers.	mátt - i	mátt - u

þurfa	Singular	Plural
1. Pers.	þurft - i	þurft - um
2. Pers.	þurft - ir	þurft - uð
3. Pers.	þurft - i	þurft - u

Lektion 11

kunna	Singular	Plural
1. Pers.	kunn - i	kunn - um
2. Pers.	kunn - ir	kunn - uð
3. Pers.	kunn - i	kunn - u

- Die Endungen dieser Verben im **Präteritum** entsprechen denen eines schwachen Verbs.
- Von **skulu** kann man kein Präteritum bilden.

3. Die Anwendung der Zeiten im Isländischen

Präsens

Im Präsens können stehen:
- Handlungen oder Tatsachen der Gegenwart:
 Ég er hér. Ich bin hier.
 Þú lest bókina. Du liest das Buch.
- zeitunabhängige Feststellungen:
 Pabbi hans Lars er þýskur. Lars' Papa ist Deutscher.
- Handlungen in naher Zukunft:
 Ég fer á morgun. Ich fahre morgen.
 Lestin til Parísar fer kl. átta. Der Zug nach Paris fährt um 8 Uhr.
- Vergangenes im historischen Präsens:
 Fyrri heimstyrjöldin hefst 1914, en henni lýkur 1918. Der erste Weltkrieg beginnt 1914 und endet 1918.

Imperfekt

☞ Das Imperfekt ist die häufigste isländische Vergangenheitsform, auch in der gesprochenen Sprache, in der wir im Deutschen für gewöhnlich das Perfekt vorziehen. Deshalb werden isländische Sätze im Imperfekt häufig mit dem deutschen Perfekt wiedergegeben.
 Jón fór heim. Jón ist nach Hause gegangen.
 Svava sá fuglinn. Svava hat den Vogel gesehen.

Generell stehen im Imperfekt abgeschlossene, nicht mehr andauernde Handlungen oder Tatsachen der Vergangenheit, die keinen Bezug mehr zur Gegenwart haben:
 Hann var hér í þrjú ár. Er war 3 Jahre hier (jetzt ist er weg).
 Veðrið var dásamlegt í gær. Gestern war das Wetter herrlich.

Perfekt

☞ Das deutsche Perfekt ist eine reine Vergangenheitsform; im Isländischen wird das Perfekt dagegen etwa wie im Englischen angewandt. Es wird benutzt für Handlungen, die in der Vergangenheit begonnen haben und noch andauern können oder zumindest einen direkten Bezug zur Gegenwart haben:

Hún hefur lært íslensku í tvö ár. Sie hat 2 Jahre lang Isländisch gelernt (und tut es vielleicht immer noch oder kann es jetzt).
Ég hef aldrei verið á Akureyri. Ich bin (bis jetzt) niemals in Akureyri gewesen.

Eine besondere Perfektform ist die Konstruktion **vera búin(n) að** + Infinitiv; sie drückt in der Regel eine gerade abgeschlossene Handlung aus:

Ég er búin að gleyma því. Ich habe es vergessen.

☞ Die Perfekt-Konstruktion mit **hafa** verlangt immer ein Objekt und fast immer eine zeitliche Bestimmung:

Ég hef oft borðað kartöflur og fisk. Ich habe oft Kartoffeln und Fisch gegessen.
aber: *Ég er búin að borða.* Ich habe gegessen (ich bin fertig mit dem Essen).

Futur

Das Futur kann im Isländischen auf mehrere Arten gebildet werden. Am häufigsten ist die Verwendung von **ætla að** (vgl. 3B 1) zum Ausdruck von Absichten, Plänen oder Vorhaben:

Hann ætlar að læra á bíl í vetur. Er wird diesen Winter Auto fahren lernen.
Hvað ætlar þú að gera? Was wirst du tun?

Bisweilen findet sich auch die Verwendung von **skulu** (vgl. 3B 1):

Ég skal fara í bæinn fyrir þig. Ich werde für dich in die Stadt gehen.

Konstruktionen mit **munu** drücken aus, dass in der Zukunft etwas wahrscheinlich ist oder vielleicht stattfinden wird:

Hann mun koma á morgun. Er wird morgen kommen.

Für eine Handlung, die bereits im Gange ist oder unmittelbar bevorsteht, verwendet man häufig die Verlaufsform **vera að** + Infinitiv (vgl. 1B 2):

Ég er að koma. Ich komme gleich.
Hún er að fara til Þýskalands. Sie ist im Begriff nach Deutschland zu fahren.

Sätze mit einer konkreten Zeitangabe in der Zukunft werden oft im **einfachen Präsens** wiedergegeben:

Rútan kemur kl. fimm. Der Bus kommt um 5 Uhr.
Afi les dagblaðið í kvöld. Opa liest heute Abend die Zeitung.

Lektion 11   122

4. Indefinitpronomen: *nokkur, einhver, einn, neinn, enginn, ýmis*

   nokkur — ein gewisser, einer

	m/sg	f/sg	n/sg
N	nokkur	nokkur	nokkur - t, nokkuð
G	nokkur - s	nokkur - rar	nokkur - s
D	nokkr - um	nokkur - ri	nokkr - u
A	nokkur - n	nokkr - a	nokkur - t, nokkuð

	m/pl	f/pl	n/pl
N	nokkr - ir	nokkr - ar	nokkur
G	→	nokkur - ra	←
D	→	nokkr - um	←
A	nokkr - a	nokkr - ar	nokkur

- Vor Endung auf Vokal wird der Mittelsilbenvokal -u ausgestoßen.
- Im N/A sg Neutrum steht **nokkurt** als Attribut vor einem Substantiv, **nokkuð** allein als Substantiv:

    maður nokkur ein gewisser Mann
    Það var ekki nokkuð að sjá. Es war nichts zu sehen.
    Er nokkur hér? Ist einer hier? *(Negative Antwort wird erwartet)*

Feste Ausdrücke:

   nokkurn tíma   einige Zeit; jemals
   nokkrum sinnum   einige Male
   nokkurs staðar   irgendwo
   það er ekki til nokkurs es hat keinen Zweck

einhver — irgendjemand

	m/sg	f/sg	n/sg
N	einhver	einhver	eitthver - t, eitthvað
G	einhver - s	einhver - rar	einhver - s
D	einhver - j - um	einhver - ri	einhver - j - u
A	einhver - n	einhver - j - a	eitthver - t, eitthvað

	m/pl	f/pl	n/pl
N	einhver - j - ir	einhver - j - ar	einhver
G	→	einhver - ra	←
D	→	einhver - j - um	←
A	einhver - j - a	einhver - j - ar	einhver

- Vor einer Endung auf Vokal wird ein -j eingeschoben.
- Im N/A sg Neutrum steht **eitthvert** als Attribut vor einem Substantiv, **eitthvað** allein als Substantiv.

  Ég sá eitthvert barn. Ich habe irgendein Kind gesehen.
  Ég sá eitthvað. Ich habe etwas gesehen.

Nokkur und einhver sind vielfach austauschbar. Im Aussagesatz steht meist einhver, im verneinten Satz nokkur. In der Frage steht in der Regel einhver, wenn man ein „ja" als Antwort erwartet, nokkur, wenn man ein „nein" erwartet.

Heyrðir þú nokkuð? Nei, ekkert. Hast du etwas gehört? Nein, nichts.
Heyrðir þú eitthvað? Já, ég heyrði hund gelta. Hast du etwas gehört? Ja, ich habe einen Hund bellen hören.
Er einhver hér? Ist einer hier? *(Positive Antwort wird erwartet)*

- Wie einhver flektiert auch das Fragewort **hver - wer**.

Feste Ausdrücke:

Segirðu ekkert / nokkuð / eitthvað?	Wie geht's?
einhvern daginn	eines Tages
einhvern tíma	irgendwann einmal
einhvern veginn	irgendwie
einhvers staðar	irgendwo
eitthvað nýtt	etwas Neues

Lektion 11

einn – irgendeiner / neinn – keiner

Das Zahlwort **einn** dient auch als Indefinitvpronomen (zur Flexion vgl. 6B 3). Es entspricht der Bedeutung von **einhver**. Wie **einn** flektiert auch **neinn**. Neinn steht nur in verneinten Sätzen und ist stets emphatisch (besonders betont). Oft steht sogar eine doppelte Verneinung.

einn þeirra   einer von ihnen
eitt barna hans   eines seiner Kinder
Einu sinni var ...   Es war einmal ...
Hann vissi ekki neitt.   Er wusste überhaupt nichts.
Af hverju segirðu aldrei neitt?   Warum sagst du nie etwas?

enginn – niemand / keiner

	m/sg	f/sg	n/sg
N	eng - inn	eng - in	ekkert
G	einskis	eng - rar	einskis
D	eng - um	eng - ri	eng - u
A	eng - an	eng - a	ekkert

	m/pl	f/pl	n/pl
N	eng - ir	eng - ar	eng - in
G	→	eng - ra	←
D	→	eng - um	←
A	eng - a	eng - ar	eng - in

Enginn annar maður var við.   Kein anderer Mann war zugegen.
Þekkirðu engan?   Kennst du keinen?

Feste Ausdrücke:

þetta er til einskis	es hat keinen Sinn, führt zu nichts
engan veginn	keineswegs
engu að síður	trotzdem, doch
það var ekkert!	nichts zu danken!

ýmis - bald dieser, bald jener

	m/sg	f/sg	n/sg
N	ýmis	ýmis	ýmis - t
G	ýmis - s	ýmis - sar	ýmis - s
D	ýms - um	ýmis - si	ýms - u
A	ýms - an	ýms - a	ýmis - t

	m/pl	f/pl	n/pl
N	ýms - ir	ýms - ar	ýmis
G	→	ýmis - sa	←
D	→	ýms - um	←
A	ýms - a	ýms - ar	ýmis

- Vor vokalischer Endung wird das Mittelsilben-i ausgestoßen.
- Ýmis wird adjektivisch und substantivisch gebraucht.

  Ég þekkti ýmist fólk. Ich kannte verschiedene Leute.
  Ýmsir hyggja að ... Viele glauben, dass ...

Feste Ausdrücke:

ýmiss konar	unterschiedlich, vielerlei
á ýmsum stöðum	an verschiedenen Orten
á ýmsum tímum	zu verschiedenen Zeiten
af ýmsu tagi	vielerlei
ýmist ... eða	mal so ... mal anders

11C Sprachgebrauch und Landeskunde
1. Schwimmen auf Island

Schwimmen ist ein beliebter und tatsächlich ganzjähriger Volkssport auf Island. Fast alle Dörfer verfügen über Frei- und Hallenbäder, die umweltfreundlich mit natürlich heißem Quellwasser beheizt werden. Die Wassertemperatur beträgt 29 bis 35°C. Häufig gibt es in Verbindung mit dem Schwimmbad auch Saunen, Whirlpools und die so genannten „heißen Pötte" mit Wassertemperaturen bis zu 45°C.

In den Schwimmbädern trifft man auf folgende Hinweise:
Kvennaklefi - Umkleidekabine für Frauen
Karlaklefi - Umkleidekabine für Männer

Lektion 11

Sturtur - Duschen
Konur - Frauen
Karlar - Männer
Farið úr skónum - Ziehen Sie die Schuhe aus!
Þvoið ykkur fyrir sund - Waschen Sie sich vor dem Schwimmen!

2. Nützliche Wendungen für das Schwimmen

Lass uns schwimmen gehen!
Förum / Komum í sund!
Ist hier vielleicht ein Schwimmbad in der Nähe?
Er kannski sundlaug hér í nágrenninu?
Wie teuer ist das Schwimmen?
Hvað kostar í sund?

Für Erwachsene.
Fyrir fullorðna.
Für Kinder.
Fyrir börn.
Ich habe den Schlüssel für den Schrank verloren.
Ég týndi lyklinum af skápnum.

11D Übungen

1. *Setzen Sie das erste Verb ins Perfekt (hafa), das zweite ins Präsens:*
a. Eftir að ...... á Íslandi í nokkrar vikur, ... þau að fara til Grænlands (vera / ákveða). b. Oft ...... Lars ...... því fyrir sér, hvort hann eigi að ...... sér hest (velta / kaupa). c. Eftir að ...... saman tjaldið, ... hann í sund (taka / fara). d. Þegar þau ...... nokkra stund, ... þau sig í heita pottinum (synda / hvíla). e. Þegar hún ...... sig, ... hún út (klæða / fara). f. Eftir að ...... við bóndann, ... þau hnakka á hestana (tala/ setja). g. Eftir að ...... beisli á hestinn, ... hann á bak (setja / fara). h. Hún ...... ekki ...... oft á hestbak, og ...... um rólegan hest (koma / biðja). i. Nú ...... bóndinn ...... hnakk á hestinn, og ...... að hjálpa Elenu að lengja ístöðin (setja / ætla). j. Þegar hesturinn ...... frelsi *(Freiheit)*, ... hann á sprett (fá / taka).

2. *Setzen Sie die Perfektkonstruktion* vera búinn að *ein:*
a. Hann ...... borða. b. Hún ...... klæða sig. c. Þau ...... bíða lengi. d. Þeir ...... kaupa sér bíl. e. Þær ...... synda lengi. f. Það ...... rigna *(regnen [-di])* í allan dag. g. Hann ...... setja hnakk og beisli á hestinn. h. Ég ...... vera á Íslandi í mánuð. i. Þú ...... eyða *(verschwenden, aufbrauchen)* öllu sjampóinu *(Haarschampoo)*.

3. *Setzen Sie das Pronomen in die richtige Form:*
a. Ég er búin að vera hér í ...... daga (nokkur). b. Ertu búinn að kynnast ...... hérna (nokkur)? c. Hvernig líður þér, segirðu ...... (nokkur)? d. Þegar þú ert búinn að synda ...... stund, komdu þá í heita pottinn (nokkur). e. Er ...... með handklæði fyrir mig (nokkur)? f. Ég sé ...... úti lauginni (enginn). g. Ég hef ...... tíma, en þú (enginn)? h. Bréfið er frá ...... manni (einhver). i. Sérðu ...... (einhver)? j. Viltu gefa mér ...... að borða (einhver)? k. Hún fór til ...... konu (einhver). l. Það er til ...... að tala

við hann (enginn)! m. ...... menn segja að sumarið verði gott (ýmis). n. Við höfum kynnst ...... unglingum hér (ýmis). o. Það er nú hægt að gera þetta á ...... hátt (ýmis).

4. *Übersetzen Sie ins Isländische:*

„Entschuldigen Sie, wir möchten schwimmen gehen. Ist vielleicht ein Schwimmbad hier in der Nähe?" „Ja, geht erst geradeaus, dann rechts, und dort ist das Schwimmbad." „Vielen Dank." „Nichts zu danken." Die Kinder gingen zum Schwimmbad und fragten: „Was kostet das Schwimmen?" Das Mädchen antwortete: „Es kostet 150 Kronen für Erwachsene und 100 Kronen für Kinder." „Drei Karten für Kinder, bitte." „Zieht bitte die Schuhe aus, und wascht euch, bevor ihr schwimmen geht." „Ja, das machen wir. Vielen Dank."

5. *Bilden Sie andere Fragen und Antworten mit den obigen Wörtern.*

Lektion 12

12A Text: Akureyri - höfuðstaður Norðurlands

Í gærkvöldi komu þau til Akureyrar. Elena og Lars höfðu ekki komið þangað áður og voru því spennt að sjá höfuðborg Norðurlands. Þau fóru strax að leita að farfuglaheimilinu, þar sem þau ætluðu að gista. Elenu hafði liðið illa um morguninn, hún hafði verið með höfuðverk, en var núna nokkurn veginn búin að jafna sig. Þau systkinin fóru því í smágöngutúr. Inn í miðri borg voru ær og kýr á beit. Allt í einu skaust köttur fram hjá þeim. Lars sem hafði tekið eftir því að kisan var með mús í kjaftinum, brást snöggur við og tókst að bjarga músinni, sem í þakkarskuld beit hann í fingurinn. Þau höfðu gengið í klukkutíma þegar þau snéru við. Akureyri sem liggur við Eyjafjörð, var svo falleg í kvöldlogninu og þau stóðu lengi og horfðu á skipin og bátana, sem lágu við bryggjuna. Þau töluðu um að fara næsta dag að skoða Nonnahús og Lystigarðinn. Þegar þau komu aftur upp á farfuglaheimili, var Erla búin að steikja kjúklinga og Siggi búinn að búa til salat. Meðan þau voru að borða, bað Erla Elenu um að segja sér frá fjölskyldu hennar í Þýskalandi, hvernig íslenska móðir hennar hafði kynnst þýska föður hennar. Svo sagði Elena líka fyndnar sögur af Árna bróður sínum. Þau héldu áfram að tala saman þar til komin var nótt og allir orðnir þreyttir. Þau flýttu sér því að taka saman leirtauið og þegar þau voru búin að ganga almennilega frá, fóru þau beint að sofa. Þau höfðu fengið eitt fjögurra-manna herbergi með tveimur efri kojum og tveim neðri kojum. Elenu leist nú ekki á blikuna að þurfa að hlusta á hroturnar í Sigurði alla nóttina, en sem betur fer var hún fljót að sofna.

höfuðstaður, -ar, -ir m Hauptstadt
Norðurland, -s n Nordisland
í gærkvöldi gestern Abend
þangað dorthin
spenntur gespannt
strax sofort
farfuglaheimili, -s, - n Jugendherberge
gista (-ti) übernachten
e-m líður illa jemandem geht es schlecht
höfuðverkur, -jar, -ir m Kopfschmerzen
nokkurn veginn einigermaßen
jafna sig (a) sich erholen
smá- Vorsilbe: klein
smágöngutúr, -s, -ar m kleiner Spaziergang

inn í miðri borg mitten in der Stadt
ær, ær, ær f Schaf
kýr, kýr, kýr f Kuh
beit, -ar f (Vieh)Weide
allt í einu plötzlich
skjótast st II schnell laufen
köttur, kattar, kettir m Katze
fram hjá vorbei
taka eftir e-u st VI etwas bemerken
kisa, -u, -ur f Mietze
mús, -ar, mýs f Maus
kjaftur, -s, -ar m Maul
brást 3. sg prät v. bregðast við st III reagieren
snöggur schnell
bjarga (a) retten

í þakkarskuld   zum Dank
bíta   *st I*   beißen
fingur, *-urs, -ur m*   Finger
klukkutími, *-a, -ar m*   Stunde
snéru   *3. pl prät v.* snúa við   *(unregelm.)* umdrehen
liggja   *(lá) st V*   liegen
fallegur   schön
kvöldlogn, *-s n*   Windstille am Abend
standa   *(stóð, stóðum, staðið) st VI*   stehen
lengi   lange
horfa á e-ð   *(-ði)*   etwas ansehen
skip, *-s, - n*   Schiff
bátur, *-s, -ar m*   Boot, Kahn
bryggja, *-u f*   Kai
við bryggju   im Hafen
næstur   der nächste
Nonnahús, *-s n*   Nonnihaus; das Geburtshaus des bekannten Kinder- und Jugendschriftstellers Jón Sveinsson (1857-1944; „Nonni og Manni"), der viele Jahre in Köln lebte
Lystigarðurinn   *m, -s*   der Botanische Garten
steikja   *(-ti)*   braten
kjúklingur, *-s, -ar m*   Hähnchen
biðja e-n um að gera e-ð   *(bað) st V*   jemanden bitten, etwas zu tun

fjölskylda, *-u, -ur f*   Familie
kynnast   *(-ti)*   kennen lernen
fyndinn   witzig
saga, *sögu, sögur f*   Geschichte; *hier:* Anekdote, Geschichtchen
bróðir, *-ur, bræður m*   Bruder
halda áfram   *(hélt, héldum, haldið) st VII*   weitermachen
þar til   bis
orðnir   *part perf v.* verða   werden
flýta sér   *(flýtti)*   sich beeilen
taka saman   *st VI*   aufräumen, zusammenlesen, aufsammeln
leirtau, *-s n*   Geschirr
ganga frá   *(gekk, gengum, gengið) st VII*   aufräumen, Ordnung schaffen
almennilega   *adv*   gründlich
beint   *adv*   direkt
fjögurra-manna herbergi, *-s, - n*   Vierbettzimmer
efri koja, *-u, -ur f*   oberes Etagenbett
neðri koja, *-u, -ur f*   unteres Etagenbett
leist   *3. sg prät v.* lítast: e-m líst ekki á blikuna   *st I*   jemandem ist etwas nicht geheuer
hlusta á e-ð   *(a)*   sich etwas anhören
hrota, *-u, -ur f*   das Schnarchen
fljótur   schnell

12A Dialog

Sigurður: Hafið þið komið áður til Akureyrar?
Lars: Nei, þetta er í fyrsta skipti, en ég hef heyrt svo margar sögur um hvað borgin sé falleg, er nú spenntur að sjá hana með eigin augum.
Erla: Eigum við ekki að gista á farfuglaheimilinu í nótt? Ég nenni alls ekki að tjalda, en þið?
Sigurður: Nei, ekki við heldur.

Lektion 12

Lars: Elena, ertu ennþá með höfuðverk, eða ertu búin að jafna þig? Mig mundi langa til þess að fara í smágöngutúr, en hvað með þig?
Elena: Ég er alveg orðin góð núna, komum!
Lars: Mikið er Akureyri annars fallegur bær, sjáðu skipin og bátana þarna við bryggjuna, fer ekki ferja héðan út í Hrísey?
Elena: Jú, og líka út í Grímsey, þangað langar mig, eyjan liggur á norðurheimskautsbaugnum, vissirðu það?
Lars: Já já, en á morgun vil ég fyrst fara í Nonnahús og Lystigarðinn, ertu ekki til í það?
Elena: Jú, ég er það.
Erla: Fínt, að þið komið, ég er búin að steikja kjúklinga.
Sigurður: Og ég er búinn að búa til salat, algjört meistaraverk með túnfiski, maís og ólífum, smakkiðið bara!
Erla: Segðu mér sögur af Árna, bróður þínum, hann er svo fyndinn, er það ekki?
Elena: Jú, hann er það.
Lars: Ég er orðinn svo þreyttur, förum að sofa!
Elena: Ekki fyrr en við öll erum búin að taka til og vaska upp, á því sviði erum við Erla algjörar rauðsokkur!

í fyrsta skipti zum ersten Mal
margur mancher; *im Plural:* viele
sé *3. sg kon prät v.* vera sein
með eigin augum mit eigenen Augen
alls ekki überhaupt nicht
tjalda *(a)* zelten
ekki við heldur wir auch nicht
ennþá (immer) noch
langa til þess að ... *(a)* ... tun mögen
hvað með þig? was ist mit dir? Und du?
ég er orðin góð mir geht's wieder gut
mikið sehr
annars *adv* übrigens
sjáðu schau mal
ferja, -u, -ur *f* Fähre
héðan von hier
Hrísey, -jar *f* eine Insel im Eyjafjörður
Grímsey, -jar *f* die nördlichste Insel

norðurheimskautsbaugur, -s *m* nördlicher Polarkreis
vissirðu = vissir þú? wusstest du?
vera til í e-ð für etwas bereit sein; für etwas sein
algjör ganz und gar
meistaraverk, -s, - *n* Meisterwerk
túnfiskur, -s, -ar *n* Thunfisch
maís *indekl m* Mais
ólífa, -u, -ur *f* Olive
smakkiðið! probiert mal!
er það ekki? nicht wahr?
þreyttur müde
ekki fyrr en nicht eher als; erst wenn
á því sviði was das betrifft; in dieser Hinsicht
við Erla Erla und ich (*eigentlich:* wir Erla)
rauðsokka, -u, -ur *f* Emanzipierte

12B Grammatik
1. Indefinitpronomen: *allur, sumur, báðir*

allur – alle(s)

Þau voru öll mjög hissa. Sie waren alle sehr erstaunt.
Það rigndi allan tímann. Es regnete die ganze Zeit.
Þeir komu allir saman. Sie kamen alle zusammen.

Im Singular bedeutet **allur** oft „ganz". Es flektiert wie ein starkes Adjektiv. Es kann allein stehen oder zusammen mit einem anderen Pronomen oder Substantiv, das dann meist den Artikel hat.

Feste Ausdrücke:

allt í lagi	alles in Ordnung; o.k.
allan daginn	den ganzen Tag
alla leiðina	den ganzen Weg

sumur – mancher

Sumir segja, að .... Manche sagen, dass ...
sumir Íslendingar manche Isländer
Það er allt og sumt. Das ist alles.

Sumir steht fast immer im Plural; im Singular kommt es fast ausschließlich im Neutrum oder in festen Wendungen vor. **Sumur** flektiert wie ein starkes Adjektiv; es kann allein stehen oder zusammen mit einem Substantiv (ohne Artikel).

Feste Ausdrücke:

að sumu leyti	teilweise; in gewisser Hinsicht
sums staðar	mancherorts; hier und da

báðir – beide

	m	f	n
N	báð - ir	báð - ar	bæði
G	→	beggja	←
D	→	báð - um	←
A	báð - a	báð - ar	bæði

Lektion 12

Báðir gibt es nur im Plural; es kann allein stehen oder zusammen mit einem Substantiv (dann immer mit Artikel) oder Pronomen:
  Báðir voru þreyttir. Beide waren müde.
  Báðar regnkápurnar voru rauðar. Beide Regenmäntel waren rot.
  Ég er bæði svöng og þyrst. Ich bin sowohl hungrig als auch durstig.

Feste Ausdrücke:
  bæði ... og   sowohl ... als auch
  báðum megin e-s   auf beiden Seiten von etwas

2. **Unregelmäßige Maskulina** *(vetur, fingur, fótur, maður)*
   unregelmäßige Feminina *(kýr, mús, ær)*
   Verwandtschaftsbezeichnungen *(bróðir, faðir, móðir, dóttir, systir)*

Sechs Maskulina haben eine scheinbar unregelmäßige Flexion. Bei **vetur** und **fingur** gehört das -ur zum Stamm des Wortes und fällt bei der Flexion nicht weg. Vor einer Endung auf Vokal wird bei diesen Substantiven das -u ausgestoßen:

vetur (m) – Winter	
Singular	Plural
N vetur	vetur
G vetr - ar	vetr - a
D vetr - i	vetr - um
A vetur	vetur

fingur (m) – Finger	
Singular	Plural
N fingur	fingur
G fingur - s	fingr - a
D fingr - i	fingr - um
A fingur	fingur

fótur (m) – Fuß		
	Singular	Plural
N	fót - ur	fæt - ur
G	fót - ar	fót - a
D	fæt - i	fót - um
A	fót -	fæt - ur

- Fótur zeigt Umlaut von ó → æ im D/sg und N/A pl.

maður (m) – Mann		
	Singular	Plural
N	mað - ur	menn
G	mann - s	mann - a
D	mann - i	mönn - um
A	mann -	menn

- Mit dem bestimmten Artikel heißt menn im N/pl mennirnir.

Zu den scheinbar unregelmäßigen Substantiven gehören auch die **Verwandtschafts-bezeichnungen** *bróðir* Bruder, *faðir* Vater als Maskulina und die Feminina *móðir* Mutter, *dóttir* Tochter, *systir* Schwester.

bróðir (m) – Bruder / faðir (m) – Vater				
	Singular		Plural	
N	bróð - ir	fað - ir	bræð - ur	feð - ur
G	bróð - ur	föð - ur	bræðr - a	feðr - a
D	bróð - ur	föð - ur	bræðr - um	feðr - um
A	bróð - ur	föð - ur	bræð - ur	feð - ur

- Alle diese Verwandtschaftsbezeichnungen haben ein -r vor der Endung im G/pl und D/pl.
- Bei **faðir** lautet das betonte -a im Singular vor -u zu -ö um.

Lektion 12

móðir (f) – Mutter / dóttir (f) – Tochter			
	Singular		Plural	
N	móð - ir	dótt - ir	mæð - ur	dæt - ur
G	móð - ur	dótt - ur	mæðr - a	dætr - a
D	móð - ur	dótt - ur	mæðr - um	dætr - um
A	móð - ur	dótt - ur	mæð - ur	dæt - ur

● Im Plural ist bei **dóttir** das -tt zu -t vereinfacht.

Ohne Änderung des Stammvokals flektiert **systir**:

systir (f) – Schwester	
	Singular	Plural
N	syst - ir	syst - ur
G	syst - ur	systr - a
D	syst - ur	systr - um
A	syst - ur	syst - ur

Wechsel im betonten Vokal zeigen auch **kýr** Kuh, **ær** Mutterschaf und **mús** Maus.

kýr (f) – Kuh / ær (f) – Mutterschaf			
	Singular		Plural	
N	ký - r	æ - r	ký - r	æ - r
G	ký - r	æ - r	kú - a	á - a
D	kú	á	kú - m	á - m
A	kú	á	ký - r	æ - r

● Im D/pl fällt das -u der Endung weg, wenn vorher Vokal steht.

	mús (f) – Maus	
	Singular	Plural
N	mús	mýs
G	mús - ar	mús - a
D	mús	mús - um
A	mús	mýs

3. Das Plusquamperfekt

Das Plusquamperfekt benutzt man, wenn man die zeitliche Abfolge von zwei Handlungen in der Vergangenheit ausdrücken will; das, was zuerst geschehen ist, steht dabei im Plusquamperfekt, das Nachfolgende im Imperfekt.

Das Plusquamperfekt wird gebildet aus der Vergangenheitsform von **hafa** (selten von vera) und dem **Partizip Perfekt Neutrum**:

Ég hafði ekki verið áður á Akureyri. Ich war niemals zuvor in Akureyri gewesen.
Elena hafði verið með höfuðverk um morguninn. Elena hatte am Morgen Kopfschmerzen gehabt.
Þegar þeir höfðu borgað, fóru þeir af stað. Nachdem sie bezahlt hatten, gingen sie los.

Häufig benutzt man auch die Vergangenheitsform von **vera búinn að**, um eine gerade in der Vorvergangenheit abgeschlossene Handlung auszudrücken (vgl. die Perfektkonstruktion unter 5B 2):

Hann var búinn að búa til salat, þegar þau komu. Er hatte den Salat zubereitet, als sie kamen.

4. Der Imperativ (Vgl. 4B 2)

Im Imperativ Singular wird normalerweise an den Stamm des Verbs die abgeschwächte Form **-ðu** des Pronomens **þú** angehängt:

fara: far þú → farðu
segja: seg þú → segðu

Je nach Stammauslaut wird das **-ðu** zu **-du** oder **-tu**:

Lektion 12

Stammendung

Vokal	+ þú	→	Vokal + ð	=	-ðu
f	+ þú	→	fð	=	-ðu
g [X]	+ þú	→	gð	=	-ðu
g [g]	+ þú	→	gd	=	-du
ð	+ þú	→	dd	=	-du
d	+ þú	→	t	=	-tu
k	+ þú	→	kt [xt]	=	-tu
p	+ þú	→	pt [ft]	=	-tu
t	+ þú	→	tt	=	-tu

Beispiele:

fá:	fá þú	→	fáðu! nimm!
hafa:	haf þú	→	hafðu! habe!
segja:	seg þú	→	segðu! sage!
hengja:	heng þú	→	hengdu! hänge!
ríða:	ríð þú	→	ríddu! reite!
benda:	bend þú	→	bentu! zeige!
taka:	tak þú	→	taktu! nimm!
hlaupa:	hlaup þú	→	hlauptu! lauf!
brjóta:	brjót þú	→	brjóttu! brich!

Unregelmäßiger Imperativ ist selten. Einige Beispiele dafür sind:

kaupa:	keyptu!	kaufe!
styðja:	studdu!	stütze!
þegja:	þegiðu!	schweige!

Durch ein vorausgehendes -n kommt es zu weiteren Veränderungen bei:

binda:	bittu!	binde!
ganga:	gakktu!	geh!
standa:	stattu!	steh!

Im Imperativ **Plural** steht das Pronomen in der Regel voll ausgeschrieben nach dem Imperativ des Verbs. Die Imperativformen des Plurals entsprechen den Formen der 2. Person Plural Präsens des Verbs:

heyra:	heyrið þið!	hört!
koma:	komið þið!	kommt!
telja:	teljið þið!	zählt!

Vor allem in der gesprochenen Sprache werden die Formen jedoch zusammengezogen; das betonte þið wird dabei zu dem unbetonten -ðið:

heyrið þið → heyriði!   komið þið → komiði!   teljið þið → teljiði!

Für den Imperativ der 1. Person Plural gelten ebenfalls die entsprechenden Präsensformen des Verbs:

förum í göngutúr! lasst uns spazierengehen!
komum! lasst uns gehen!

12C Sprachgebrauch und Landeskunde
1. In Akureyri

Akureyri ist die zweitgrößte Stadt auf Island mit ca. 14.000 Einwohnern. Die attraktive Lage am Eyjafjörður und unermüdliche Anstrengungen der Bürger machen die Stadt zu einem wirklichen Schmuckstück. In den Sommermonaten ist Akureyri ein Blütenmeer. Der besondere Stolz der Einwohner ist der Botanische Garten, in dem Pflanzen aus Spanien, Neuseeland und sogar aus Afrika im Freien gedeihen - und das nur 70 km vom Polarkreis entfernt!

2. Essen und Trinken

Neben den international gängigen Gerichten gibt es eine ganze Reihe isländischer Spezialitäten, die die Hotels oder Familien anbieten und die man ruhig einmal probieren sollte, so merkwürdig sie uns auch vorkommen mögen. Die Isländer, immer arm an jedwedem Holz (also auch an Brennholz zum langfristigen Räuchern), entwickelten früh andere Arten der Konservierung, wie etwa das Eingraben von frischem Haifischfleisch in salzhaltigen Sand.

lambakjöt Lammfleisch
hangikjöt geräuchertes Lammfleisch
kindakjöt Hammelfleisch
svið schwarzgesengte Schafsköpfe
kjúklingur Hähnchen
önd Ente
lundi Papageientaucher
hreindýr Rentier
ýsa Schellfisch

þorskur Dorsch
lúða Flunder
lax Lachs
silungur Forelle
skata eingelegter Rochen
hvalkjöt Walfleisch
súr hvalur sauer eingelegter Wal
hákarl Haifischfleisch, das monatelang vergraben war

Viele Fleisch- und Fischgerichte gibt es entweder „steiktur" (gebraten), „soðinn" (gekocht), „reyktur" (geräuchert) oder „saltaður" (gepökelt). Dazu passt besonders gut eine Art Aquavit, der „brennivín" (Branntwein), mit dem treffenden Beinamen „svarti dauði" *(schwarzer Tod)*. Die wichtigsten Beilagen sind „kartöflur" *(Kartoffeln)* und „hrísgrjón" *(Reis)* sowie als Gemüse „salat" *(Salat)*, „gulrætur" *(Karotten)* und „baunir" *(Erbsen)*. In der Regel trinkt man zum Essen Milch oder Wasser.

Ég ætla að fá ..... . Ich hätte gern ..... .
Get ég fengið ..... Kann ich ..... bekommen?

12D Übungen

1. Setzen Sie das angegebene Substantiv in die richtige Form:
a. Ein af stelpunum meiddi sig í ..... (fingur). b. Músin beit í ..... á honum (fingurinn). c. Allir ..... hægri handar *(hönd, handar f die Hand)* (fingur). d. Ég sagði þér frá ..... mínum og ..... minni (faðir / móðir). e. Þekkir þú ekki ..... hennar (móðir)? f. Hvað eru ..... okkar að gera hér (móðir)? g. ..... okkar eru báðir í Þýskalandi (faðir). h. Hvað heitir ..... þinn (bróðir)? i. Hvað áttu margar ..... (systir)? j. Það er kalt á Íslandi á ..... (veturinn). k. Hvernig var ..... í fyrra (veturinn)? l. Segðu ..... okkar að koma strax (systir, *pl*)! m. Finnst þér ekki fyndið að sjá ..... og ..... á beit inn í borg (ær / kýr, *pl*)? n. Ertu nokkuð hræddur við ..... (mús, *pl*)? o. Hvað á konan margar ..... (dóttir)? p. Hún á bara eina ....., en sú er hjá ..... sínum (dóttir / bróðir). q. ..... mínar og ..... mínir eru hér (systir / bróðir). r. Ætlar þú að vera hér í ..... (vetur)? s. Já, og þetta er í fyrsta skipti sem ég er á Íslandi um ..... (vetur). t. En það er langt til ..... ennþá (vetur).

2. Setzen Sie das Pronomen in die richtige Form:
a. ..... krakkarnir tóku saman leirtauið og vöskuðu upp (allur). b. ..... þvoðu diskana, en ..... þurrkuðu upp (sumur). c. Svo fóru þau ..... að sofa (allur). d. Elena og Lars sváfu ..... í efri koju (báðir). e. ..... stelpur vaska alltaf upp, en ..... strákar aldrei (sumur)! f. Sigurður og Lars vildu ..... fara í göngutúr (báðir). g. En Erla og Elena vildu ..... vera eftir heima (báðir). h. Þegar þau komu aftur heim, sögðu þau ..... frá ævintýrum sínum á Íslandi (allur). i. Ég setti ..... diskana inn í skáp (báðir). j. Elena setti ..... bollana upp í hillu, en ..... glösin á borðið (sumur). k. Borðaðir þú ..... matinn og drakkstu ..... mjólkina (allur)?

3. Setzen Sie das erste Verb ins Plusquamperfekt, das zweite ins Imperfekt:
a. Lars ..... ekki ..... áður til Akureyrar og ..... strax í bæinn (koma / fara). b. Elena ..... með höfuðverk um morguninn, en henni ..... betur núna (vera / líða). c. Þegar Lars ..... músinni, ... hún hann í fingurinn (bjarga / bíta). d. Þegar þau ..... á skipin nokkra stund, ... þau heim (horfa / fara). e. Hún ..... aldrei ..... kjúklinga áður og ..... þeir góðir (borða / finnast). f. Erla ..... ekki ..... til Þýskalands og ..... endilega heyra sögur þaðan (koma / vilja).

Lektion 12

4. Setzen Sie die Plusquamperfekt-Konstruktion var búinn að ein:
a. Þegar þau ...... finna farfuglaheimilið, fóru þau í göngutúr. b. Þegar Elena ...... jafna sig, fór hún út. c. Þegar Lars ...... ná kettinum, bjargaði hann músinni. d. Þegar krakkarnir ...... ganga í klukkutíma, snéru þau við. e. Erla ...... steikja kjúklinga, þegar þau komu heim. f. Og Siggi ...... búa til salat. g. Þegar stelpurnar ...... borða, sagði Elena sögur af Árna. h. Þegar þau ...... tala saman langt fram á nótt, fóru þau að sofa. i. En þau fóru ekki að sofa, fyrr en þau ...... vaska upp.

5. Setzen Sie die richtige Form des Imperativs ein:
a. ...... þið, við skulum fara í göngutúr (koma)! b. ...... skipin (sjá)! ...... þið bátana, hvert eru þeir að fara (sjá)? c. ...... mér sögur af Árna (segja)! d. ...... þið ekki frá þessu, þetta er leyndarmál *(Geheimnis)* (segja)! e. ...... í salatið og ...... með það hingað (ná/koma)! f. ...... hvað það eru margir diskar á borðinu (telja)! g. ...... okkur tjaldið þitt (selja)! h. ...... þið ykkur vel, það er kalt (klæða)! i. ...... þið í göngutúr (fara)! j. ...... meiri kjúklinga (borða)! k. ...... bollana inn í skáp (láta)! l. ...... salatið á borðið (setja)! m. ...... þið! Þrumur *(Donner)* (heyra)! n. ...... mér kort þegar þú ert kominn til Þýskalands (senda)! o. ...... þið og ...... þið í hestana (hlaupa/ ná)! p. ...... súkkulaðið í tvennt *(in zwei Stücke)* (brjóta)! q. ......, kisa mín (þegja)! r. ...... þið saman diskana og ...... þið upp (taka/vaska)!

6. Führen Sie ein Gespräch mit einer Bestellung im Restaurant.

Lektion 13

13A Text: Borgin skoðuð - smáslys

Þó klukkan sé ekki nema sex þegar Elena vaknar, fer hún út og sér að það er komið mjög gott veður, sólskin og mesta blíða. Hvergi sést ský á himni og ekkert heyrist nema suðið í flugunum. Hún fer inn og kveikir á útvarpinu og er ekki í neinum vafa um, hvort hún eigi að vekja alla svona snemma. Siggi gerir tilraun til þess að mótmæla, en er ekki tekinn alvarlega. Eftir nokkra stund sjást þau á hjólum á leiðinni í Lystigarðinn. Þar setjast þau á bekk og virða fyrir sér blómadýrðina. Lars segist ekki hafa búist við svona sjaldgjæfum plöntum á norðurhveli jarðar.

Síðan er farið í Nonnahús og húsakynni skoðuð þar. Þegar Erla er að klifra upp þröngan stiga, rennur hún til og snýr svo illa upp á öklann á sér, að hún veinar upp. Þó sársaukinn sé töluverður, bítur hún saman tönnum og reynir að harka af sér. En auðséð er að ekki verður hjá því komist, að fara með hana upp á slysavarðstofu. Læknirinn spyr hana, hvernig þetta hafi gerst og horfir áhyggjufullur á bólginn fótinn. Hann virðist eiga erfitt með að leyfa henni að fara strax og segir henni að lokum, að hún verði að liggja á sjúkradeildinni í nokkra daga. Hann segist ekki þurfa að skera hana upp, en fóturinn verði að vera í algjörri hvíld. Hún segir hinum að hafa ekki áhyggjur af sér, hún eigi tvær móðursystur á Akureyri, sem muni hugsa um hana og þau skuli bara halda áfram ferðinni.

Þau kveðjast öll og tala um, hvað það sé mikil synd, hvað líða muni langur tími þar til þau sjáist næst. Siggi tekur ákvörðun um að fljúga til Reykjavíkur um kvöldið og efast ekki um að þau muni öll hittast þar eftir viku. Elena og Lars leggja á ráðin um að halda áfram næsta dag.

smáslys, -s, - n kleiner Unfall
ekki nema erst, nur; nicht mehr als
mesta *sup v.* mikill groß
blíða, -u f mildes Wetter
hvergi nirgendwo
sést *v.* sjást *(sást)* gesehen werden
ský, -s, - n Wolke
heyrast *(heyrðist)* gehört werden
suð, -s n das Summen
fluga, -u, -ur f Fliege
kveikja á e-u *(-ti)* etwas einschalten
útvarp, -s, -vörp n Radio
vafi, -a, -ar m Zweifel

eigi *3. sg präs kon von* eiga haben
tilraun, -ar, -ir f Versuch
mótmæla *(-ti)* widersprechen
alvarlega ernst
hjól, -s, - n Fahrrad
setjast *(settist)* sich setzen
virða e-ð fyrir sér *(virti)* etwas betrachten
blómadýrð, -ar, -ir f Blumenpracht
segjast + inf *(sagðist)* etwas von sich sagen
búast við e-u *(bjóst)* etwas erwarten
sjaldgæfur *adj* selten

planta, *plöntu*, *-ur* f Pflanze
norðurhvel, *-s* n nördliche Halbkugel
jarðar *G/sg v.* jörð f Erde
húsakynni *n/pl* Wohnräume
klifra *(a)* klettern
þröngur eng
stigi, *-a, -ar* m Treppe, Stiege
renna til *st III* ausrutschen
snúa upp á e-ð etwas verdrehen, verrenken
ökli, *-a, -ar* m Fußknöchel, Fußgelenk
veina *(a)* aufschreien
sársauki, *-a* m Schmerz
sé *3. sg präs kon v.* vera sein
töluverður *adj* beträchtlich, ziemlich
bíta saman tönnum *st I* die Zähne zusammenbeißen
reyna *(-di)* versuchen
harka e-ð af sér *(a)* sich etwas nicht anmerken lassen
eitthvað er auðséð etwas ist leicht zu sehen; etwas ist ganz klar
komast hjá e-u *(komst)* etwas vermeiden
slysavarðstofa, *-u, -ur* f Unfallstation, Notaufnahme

læknir, *-is, -ar* m Arzt
hafi *3. sg präs kon v.* hafa haben
áhyggjufullur sorgenvoll, bekümmert
bólginn geschwollen
virðast *(virtist)* scheinen
erfitt *adv* schwierig, schwer
leyfa *(-ði)* erlauben
verði *3. sg präs kon v.* verða werden
sjúkradeild, *-ar, -ir* f Krankenstation
skera upp *st IV* operieren
algjör absolut, völlig
hvíld, *-ar* f Ruhe
áhyggjur *f/pl* Sorgen
móðursystir, *-systur* f Tante; Schwester der Mutter
muni *3. sg präs kon v.* munu werden
hugsa um e-n *(a)* hier: sich um jemanden kümmern
skuli *3.sg präs kon v.* skulu werden
kveðjast *(kvaddist)* sich verabschieden
synd, *-ar, -ir* f Sünde
næst das nächste Mal
taka ákvörðun um að + inf *st VI* etwas beschließen
efast um e-ð *(efaðist)* bezweifeln
hittast *(hittist)* sich treffen

13A Dialog

Elena: Ætlið þið að gera svo vel að koma ykkur á lappir! Veðrið gæti ekki verið betra, sólskin og blíða.

Siggi: Slökktu á útvarpinu, ég þoli ekki þennan hávaða! Ég er svo syfjaður, leyfðu mér að sofa svolítið lengur.

Lars: Ekkert vesen, farðu á fætur eða viltu að ég nái í ískalt vatn til þess að skvetta á þig?

Siggi: Hjálp! Ég held að þú sért ekki með öllum mjalla!

Lars: Ekki bjóst ég við svona mörgum mismunandi og fágætum plöntum hérna. Veistu hvaða trjátegund þetta er?

Elena: Ætli þetta sé ekki víðir, og þetta er örugglega fura.

Lektion 13

Erla: Ég hef ekki hugmynd um þetta. Hvernig væri að fara núna í Nonnahús, ég hugsa, að það verði svo mikill troðningur á eftir, það koma svo margir ferðamenn eftir hádegi, sérstaklega á fimmtudögum.

Elena: Ætli foreldrar Jóns (Nonna) hafi ekki verið frekar rík? Mér finnst innréttingin bera merki þess að þau hafi ekki verið fátæk. Eða hvernig var æfisaga hans, týndist ekki pabbi hans í Ameríku og bjó hann ekki einn með móður sinni og bróður sínum? Allavega fór hann ungur að heiman, var sendur á heimavistarskóla til Frakklands.

Erla: Æ! Æ! Öklinn á mér, ég snéri mig, ég verð að setjast!

Siggi: Má ég sjá, þetta líst mér ekki á, það verður að setja kaldan bakstur á þetta. Ég hringi á sjúkrabíl, ekki getur þú hjólað svona.

Erla: Hvaða vitleysa, þetta hlýtur að lagast. Bíddu aðeins.

Elena: Nei, þú verður að fara til læknis, það sést hvernig fóturinn bólgnar. Þetta gæti verið sinarslit.

Læknir: Hvaða klaufaskapur var nú þetta, voruð þið að slást?

Erla: Nei, ég missteig mig, þegar ég var að labba upp stiga.

Læknir: Ég er búinn að taka röntgenmynd af fætinum og þú verður að leggjast inn á sjúkrahús í nokkra daga. Áttu einhverja ættingja, sem ég get látið vita?

Erla: Já, frænka mín býr hérna rétt hjá.

Lars: Jæja, þá verðum við að kveðjast, hvernig væri að hittast öll í Reykjavík um þarnæstu helgi og, ef þú skyldir geta dansað, förum við öll á ball!

Elena: Góðan bata!

löpp, *lappar, -ir* f Pfote; ugs. Fuß
komið ykkur á lappir! macht euch auf die Socken!
gæti *3. sg prät kon v.* geta können
betra besser
slökkva *(-ti)* ausmachen, abschalten
þola *(-di)* ertragen, erdulden
hávaði, -a *m* Lärm, Krach
syfjaður müde
svolítið ein bisschen
vesen *indekl n* Widerrede
ískaldur eiskalt
vatn, -s, vötn *n* Wasser

skvetta vatni *(skvetti)* Wasser ausschütten, spritzen
hjálp! Hilfe!
halda *(hélt) st VII* hier: glauben
sért *2. sg präs kon v.* vera sein
vera með öllum mjalla *ugs.* alle Tassen im Schrank haben
bjóst *1. sg prät v.* búast við e-u etwas erwarten
mismunandi verschieden
fágætur *adj* selten
trjátegund, -ar, -ir f Baumsorte, -art
tré, -s, - *n* Baum

ætli *kon v.* ætla glauben; *häufig am Satzanfang im Sinne von* sollte es nicht vielleicht sein *(mit Konjunktiv)*
víðir, -s, -ir *m* Weide (Baum)
fura, -u, -ur *f* Kiefer, Föhre
örugglega sicherlich
hafa ekki hugmynd um e-ð keine Ahnung haben von etwas
væri *3. sg prät kon v.* vera sein
verði *3. sg präs kon v.* verða werden
troðningur, -s *m* Andrang, Gedränge
ferðamaður, -manns, -menn *m* Tourist
foreldrar *m/pl* Eltern
hafi *3. pl präs kon v.* hafa haben
frekar eher
ríkur reich
innrétting, -ar, -ar *f* Einrichtung
e-ð ber merki þess að ... (+ *kon*) etwas zeugt davon, dass ...
fátækur arm
æfisaga, -sögu, -sögur *f* Biografie, Lebensgeschichte
týnast *(týndist)* verlorengehen; sterben
allavega jedenfalls
ungur jung
að heiman von zu Hause weg
hann var sendur er wurde geschickt
heimavistarskóli, -a, -ar *m* Internat
e-m líst (ekki) á e-ð *v.* lítast *(leist)* jemandem gefällt etwas (nicht)

kaldur kalt
bakstur, -urs, -rar *m hier:* Umschlag, Wickel
sjúkrabíll, -s, -ar *m* Krankenwagen
vitleysa, -u *f* Unsinn
lagast *(lagaðist)* besser werden
bíddu aðeins *v.* bíða *st I* warte einen Augenblick
sjást *(sást) hier:* man sieht
bólgna *(a)* anschwellen, dick werden
sinarslit, -s *n* Bänderriss
klaufaskapur, -s *m* Ungeschicklichkeit
slást *(slóst)* miteinander kämpfen, sich schlagen
misstíga sig *st I* sich den Fuß vertreten, umknicken
röntgenmynd, -ar, -ir *f* Röntgenaufnahme
leggjast inn *(lagðist)* eingewiesen werden
sjúkrahús, -s, - *n* Krankenhaus
ættingi, -ja, -jar *m* Verwandter
kveðjast *(kvaddist)* sich voneinander verabschieden
þarnæstur übernächster
helgi, -i, -ar *f* Wochenende
skyldir *2. sg prät kon v.* skulu werden
ball, -s, böll *n* Ball, Tanzveranstaltung
bati, -a *m* Besserung
góðan bata! gute Besserung!

13B Grammatik
1. Maskulina *(-s, -ar)*; unregelmäßige Neutra

Substantive auf -ar oder -ir im N/sg sind **Maskulina** (Ausnahme sind lediglich die femininen Verwandtschaftsbezeichnungen wie *móðir, systir, dóttir;* vgl. 12B 2). Die Substantive auf -ar behalten das -r in allen Formen; dafür stoßen sie vor vokalischer Endung den Mittelsilbenvokal -a aus:

Lektion 13

hamar (m) – Hammer		
	Singular	Plural
N	hamar	hamr - ar
G	hamar - s	hamr - a
D	hamr - i	hömr - um
A	hamar	hamr - a

Wie *hamar* flektieren z.B. *humar* Hummer, *gullhamrar* (nur pl) Komplimente.

Substantive auf -ir werden wie folgt dekliniert:

læknir (m) – Arzt		
	Singular	Plural
N	lækn - ir	lækn - ar
G	lækn - is	lækn - a
D	lækn - i	lækn - um
A	lækn - i	lækn - a

Wie *læknir* gehen z.B. *Geysir* (eine bestimmte) heiße Springquelle, *geymir* Tank, Speicher, *greinir* Artikel, *hellir* Höhle, *mælir* Messgerät.

Unregelmäßigkeiten in der Flexion zeigen **Neutra** auf -é:

tré (n) – Baum		
	Singular	Plural
N	tré	tré
G	tré - s	trjá
D	tré	trjá - m
A	tré	tré

Wie *tré* geht auch *hné* Knie.

2. Das Mediopassiv der Verben

Außer dem Aktiv und Passiv kennt das Isländische eine weitere Form: das **Mediopassiv** oder **Medium**, eine Mittelform zwischen Aktiv und Passiv. Kennzeichnend dafür ist das Anhängen von -st an den Infinitiv eines Verbs, z.B. *kalla - kallast*.

Die Bedeutung des Mediopassivs ist verschieden; im wesentlichen wird es in drei unterschiedlichen Bereichen benutzt:

Die reflexive Bedeutung [„sich"]

Dies ist die häufigste und auch ursprünglichste Bedeutung. Das Anhängsel -st ist der Rest des alten Reflexivpronomens sik (heute: sig, „sich").

Drengurinn klæddist. Der Junge zog sich an.
Hún lagðist í rúmið. Sie legte sich ins Bett.

Im Gegensatz zu den Verben, die mit einem Reflexivpronomen stehen, werden mediale Verben häufig dann verwendet, wenn etwas mit einem geschieht, d.h. wenn man etwas nicht selbst verursacht oder verschuldet:

spegla sig: *Ég spegla mig.* Ich betrachte mich im Spiegel.
speglast: *Tréið speglast í vatninu.* Der Baum spiegelt sich im Wasser.

Die reziproke Bedeutung [„einander"]

Diese Verben haben immer ein Subjekt im Plural.

Þær töluðust við langt fram á nótt. Sie sprachen miteinander bis in die Nacht.
Þær kysstust. Sie küssten sich (einander).
Þeir hittust og heilsuðust. Sie trafen und begrüßten sich (einander).

Die passivische Bedeutung

Sveitin byggðist á fáum árum. Die Gemeinde wurde in wenigen Jahren besiedelt.
Hann fannst um vorið. Er wurde im Frühjahr gefunden.
Lyklarnir finnast ekki. Die Schlüssel sind nicht zu finden.

Hierbei spielt derjenige, der die Handlung ausführt, der etwas tut (z.B. die Gemeinde besiedelt, die Schlüssel nicht findet), keine Rolle.

Einige Verben gibt es nur im Mediopassiv:

eldast (altern)
ferðast (reisen)
heppnast (gelingen)
iðrast (bereuen)
lukkast (gelingen)
nálgast (sich nähern)
óttast ([sich] fürchten)

Lektion 13

Manche dieser medialen Verben können ein Objekt haben:
Hann óttast dýr. Er fürchtet sich vor Tieren.

Einige mediale Verben haben keine direkte inhaltliche Beziehung mehr zu ihrem Grundwort; sie haben eine neue Bedeutung angenommen:

anda (atmen)   *andast* (sterben)
fara (gehen)   *farast* (untergehen, umkommen)
gera (tun)   *gerast* (geschehen)
láta (lassen)   *látast* (sterben; so tun, als ob)
virða (schätzen)   *virðast* (scheinen)

Einige mediale Verben der Wahrnehmung werden nur unpersönlich, d.h. nicht mit einem Subjekt verbunden, gebraucht:

finnast: *mér finnst pönnukökur góðar.* Ich mag Pfannkuchen.
virðast: *mér virðist hann vera sjúkur.* Er scheint mir krank zu sein.

● Dieser jeweiligen medialen Konstruktion folgt das eigentliche Akkusativobjekt („wen oder was") im **Nominativ**.

3. Die Flexion der medialen Verben

schwache Verben der a-Klasse: *kalla* rufen - *kallast* sich nennen

	Präsens		Präteritum	
Singular				
1. Pers. ég	kalla	kallast	kallaði	kallaðist
2. Pers. þú	kallar	kallast	kallaðir	kallaðist
3. Pers. hann	kallar	kallast	kallaði	kallaðist
Plural				
1. Pers. við	köllum	köllumst	kölluðum	kölluðumst
2. Pers. þið	kallið	kallist	kölluðuð	kölluðust
3. Pers. þeir	kalla	kallast	kölluðu	kölluðust

Partizip Perfekt: kallað - kallast

Lektion 13

schwache Verben der i-Klasse: *hreyfa* bewegen - *hreyfast* sich bewegen

	Präsens		Präteritum	
Singular				
1. Pers. ég	hreyfi	hreyfist	hreyfði	hreyfðist
2. Pers. þú	hreyfir	hreyfist	hreyfðir	hreyfðist
3. Pers. hann	hreyfir	hreyfist	hreyfði	hreyfðist
Plural				
1. Pers. við	hreyfum	hreyfumst	hreyfðum	hreyfðumst
2. Pers. þið	hreyfið	hreyfist	hreyfðuð	hreyfðust
3. Pers. þeir	hreyfa	hreyfast	hreyfðu	hreyfðust

Partizip Perfekt: hreyft - hreyfst

schwache Verben der ø-Klasse: *setja* setzen - *setjast* sich setzen

	Präsens		Präteritum	
Singular				
1. Pers. ég	set	sest	setti	settist
2. Pers. þú	setur	sest	settir	settist
3. Pers. hann	setur	sest	setti	settist
Plural				
1. Pers. við	setjum	setjumst	settum	settumst
2. Pers. þið	setjið	setjist	settuð	settust
3. Pers. þeir	setja	setjast	settu	settust

Partizip Perfekt: sett - sest

alle starken Verben

	Präsens		Präteritum	
Singular				
1. Pers. ég	finn	finnst	fann	fannst
2. Pers. þú	finnur	finnst	fannst	fannst
3. Pers. hann	finnur	finnst	fann	fannst

Lektion 13   148

Plural				
1. Pers. við	finnum	finnumst	fundum	fundumst
2. Pers. þið	finnið	finnist	funduð	fundust
3. Pers. þeir	finna	finnast	fundu	fundust

Partizip Perfekt: fundið - fundist

- Beachten Sie bei **finnast** die unterschiedliche Bedeutung der persönlichen und unpersönlichen Konstruktion:

    Lyklarnir (Nominativ) finnast ekki. Die Schlüssel werden nicht gefunden.
    Mér (Dativ) finnst pönnukökur góðar. Ich mag Pfannkuchen sehr.

- Mediale Verben bilden kein Partizip Präsens; nur wenige können einen Imperativ bilden, z.B. *sestu!* (setz dich!).

Grundsätzlich wird das -st an die flektierte Form des einfachen Verbs angehängt. Dabei treten folgende Besonderheiten auf:

- Die Verb-Endungen -r, -ur, -ð gehen vor -st verloren:

    -r: *kalla:*   hann kalla-r   hann kalla-st
    -ur: *taka:*   hann tek-ur   hann tek-st
    -ð: *segja:*   þið segi-ð   þið segi-st

- Kommt das -st in direkte Berührung mit einem Verbstamm auf -d oder -t, so fällt dieser Buchstabe jeweils weg:

    -d: *standa:* ég stend   ég sten-st (stehen / widerstehen)
    -t: *láta:*   ég læt   ég læ-st (lassen / so tun als ob)

4. Konjunktiv Präsens

☞ Anders als im Deutschen wird im Isländischen der Konjunktiv viel gebraucht, auch in der gesprochenen Sprache.

Die Formen des Konjunktivs Präsens erhält man, indem man an den Stamm des Verbs die Konjunktivendungen anfügt:

brjóta (brechen)	Singular	Plural
1. Pers.	ég brjót - i	við brjót - um
2. Pers.	þú brjót - ir	þið brjót - ið
3. Pers.	hann brjót - i	þeir brjót - i

- Die Endungen sind bei **starken** und **schwachen** Verben identisch.
- Im Gegensatz zum Indikativ entspricht der betonte Vokal der Konjunktiv-Präsens-Formen dem Vokal im Infinitiv (keine Vokaländerungen durch Umlaute).
- Bei Verben auf -ja bleibt das -j in allen Personen erhalten:

telja (zählen)	Singular	Plural
1. Pers.	ég telj - i	við telj - um
2. Pers.	þú telj - ir	þið telj - ið
3. Pers.	hann telj - i	þeir telj - i

Nur einige wenige Verben haben im Konjunktiv abweichende oder unregelmäßige Formen. Das wichtigste von ihnen ist **vera** (sein):

	Singular	Plural
1. Pers.	ég sé -	við sé - um
2. Pers.	þú sé - rt	þið sé - uð
3. Pers.	hann sé -	þeir sé - u

Für die Anwendung des Konjunktivs gibt es einige feste Regeln, die teilweise von denen des Deutschen abweichen:

- Der Konjunktiv steht nach Verben des Wünschens oder des Hoffens:
  Ég vil ekki að hann fari til Íslands. Ich möchte nicht, dass er nach Island fährt.
  Lars vill að þau fari í bíó. Lars möchte, dass sie ins Kino gehen.
  Hún vonar að þau séu á réttri leið. Sie hofft, dass sie auf dem richtigen Weg sind.
  Gangi þér vel. Möge es dir gelingen.
- Der Konjunktiv steht nach Verben des Denkens, Meinens, Glaubens und Verstehens etc.:
  Hann heldur að það sé hægt. Er glaubt, dass es möglich ist.
  Heldur þú að hann komi í kvöld? Glaubst du, dass er heute Abend kommt?
- Der Konjunktiv steht häufig bei der indirekten Rede und beim Imperativ:
  Lars segir að þau fari í bíó. Lars sagt, dass sie ins Kino gehen.
  Hann segir að barnið sé veikt. Er sagt, dass das Kind krank ist.
  Ég segi að þetta sé rétt. Ich sage, dass das richtig ist.
  Flýttu þér svo að þú komir ekki of seint. Beeil dich, damit du nicht zu spät kommst.

Lektion 13

- Der Konjunktiv steht nach bestimmten Konjunktionen (vgl. 14B 2), z.B.:
  nema (außer; es sei denn, dass), *þótt* (obwohl, wenn auch), *þó að* (obwohl), *svo að* (so dass; damit), *hvort* (ob).

13C Sprachgebrauch und Landeskunde
1. Im Krankheitsfall

Auf Island gibt es in allen größeren Gemeinden und einigen Dörfern niedergelassene Fachärzte und praktische Ärzte, die man im Krankheitsfall aufsuchen kann.

In Reykjavík gibt es mehrere Gesundheitszentren, in denen Hausärzte tagsüber auch kurzfristig Termine einräumen. Zwischen 17.00 und 8.00 Uhr sowie am Wochenende und an Feiertagen ist der ärztliche Notdienst im Medizinischen Zentrum Reykjavík erreichbar. Bei ernsthaften Erkrankungen oder Unfällen wendet man sich am besten an die Unfallstation des Städtischen Krankenhauses *(Slysadeild Borgarspítalans)*. Arzt oder Krankenhaus muss man immer selbst bezahlen, da keinerlei Versicherungsscheine anerkannt werden.

Apotheken *(apótek)* haben während der Ladenöffnungszeiten geöffnet; in Reykjavík ist mindestens eine rund um die Uhr dienstbereit.

Für die Einreise nach Island sind keine **Schutzimpfungen** erforderlich.

2. Nützliche Wendungen im Krankheitsfall:

Hvar kennir þig til?
Wo tut es dir / Ihnen weh?

mér er illt í: ich habe Beschwerden im / in
  höfðinu Kopf   eyranu Ohr
  hálsinum Hals   maganum Magen
  bakinu Rücken   handleggnum Arm
  öxlinni der Schulter   fótleggnum Bein

ég er með: ich habe:
  kvef eine Erkältung   hósta Husten
  hálsbólgu eine Halsentzündung   flensu die Grippe
  hita Fieber   magaverk Magenschmerzen
  höfuðverk Kopfschmerzen   tannpínu Zahnschmerzen
  niðurgang Durchfall

ég meiddi mig ich habe mich (nicht ernsthaft) verletzt
ég slasaðist ich habe mich (ernsthaft) verletzt
ég datt ich bin gestürzt
ég rann til ich bin ausgerutscht
ég snéri mig ich bin umgeknickt
ég klemmdi mig ich habe mich geklemmt
ég skar mig ich habe mich geschnitten
ég stakk mig ich habe mich gestochen
ég lenti í slysi ich hatte einen Unfall

Hvar finn ég apótek? Wo finde ich eine Apotheke?
Hvar er næsti læknir / tannlæknir? Wo ist der nächste Arzt / Zahnarzt?
Getur þú hringt á lækni / sjúkrabíl? Kannst du einen Arzt / einen Krankenwagen rufen?
Ég ætla að fá bómull / plástur / sárabindi. Ich hätte gern Watte / Pflaster / einen Wundverband.
Mig vantar eitthvað við... Ich brauche etwas gegen...

13D Übungen

1. Fügen Sie die richtige Form des Mediopassivs ein:
a. Úti ...... ekkert nema suðið í flugunum (heyrast). b. Hvergi ...... ský á himni (sjást). c. Krakkarnir ...... á bekk í Lystigarðinum (setjast). d. Elena ...... á bekkinn við hliðina á Sigurði (setjast). e. Lars ..... ekki hafa ...... við svona fallegum blómum (segjast /búast). f. Hinir strákarnir ...... ekki heldur hafa ...... við svona mikið af plöntum (segjast / búast). g. Þú ...... ekki hjá því að fara til læknis (komast). h. Þið ...... ekki hjá því að fara með henni (komast). i. Krakkarnir ...... ekki hjá því að bíða eftir þeim (komast). j. Hann ...... ekki sjá hana (virðast). k. Hún ...... heldur ekki sjá hann (virðast). l. Þau ...... ekki sjá hvort annað (virðast). m. Ég ...... ekki um að þetta sé satt (efast). n. Þið ...... ekki heldur um að þetta sé satt (efast). o. En við ...... öll um að rétt sé að segja frá þessu (efast). p. Hvenær ...... við næst (sjást)? q. Þið ...... örugglega á morgun (sjást). r. Við ...... þegar við ...... (kyssast / sjást). s. Þau ...... þegar þau ...... (kyssast / sjást). t. Hvernig ...... þér að vera á Íslandi (finnast)? u. ...... ykkur líka gaman að tala íslensku (finnast)?

2. Setzen Sie Verben in den Konjunktiv Präsens:
a. Ég vil alls ekki að hann ...... til Íslands (fara). b. Ég vil heldur að hann ...... með það í nokkra mánuði (bíða). c. Við vonum að þau ...... á réttri leið (vera). d. Ég vona að þér ...... ekki kalt (vera). e. Við vonum að þið ...... í góðu skapi *(bei guter Laune)* (vera). f. Þið vonið að við ...... líka í góðu skapi (vera). g. Ég hugsa að hann ...... ekki (koma). h. En hvað heldur þú? Heldur þú að þau ...... (koma)? i. Þau halda að hann ...... alltaf sannleikann *(Wahrheit)* (segja). j. Heldur þú að hún ...... líka alltaf sannleikann (segja)? k. Mér finnst að hann ...... að fara til ömmu sinnar (eiga). l. Finnst þér ekki að hún ...... að fara líka (eiga)? m. Okkur finnst að þau ...... bæði að fara þangað (eiga).

3. Improvisieren Sie ein Frage- und Antwortspiel zwischen Arzt und Patient.

Lektion 14

14A Text: Með rútu frá Akureyri til Borgarness

Þau stóðu út við þjóðveginn og biðu eftir að rútan á leiðinni suður kæmi framhjá. Þau stefndu að því að fara niður í Borgarnes í dag. Þaðan yrði síðan hægt að fá ferð út á Snæfellsnes. Þótt Elena þyldi ekki rykið sem þyrlaðist upp í hvert sinn sem bíll þeysti framhjá, þýddi ekki annað en standa þarna, því annars væri hætta á að rútan mundi ekki sjá þau og færi áfram án þess að nema staðar. En áður en varði, voru þau komin upp í rútuna, sest í aftasta sæti og farin að skoða landakortið til þess að vita alltaf nákvæmlega hvar þau væru stödd. Þau voru að vona að stoppað yrði við gömlu Víðimýrarkirkjuna. Þeim hafði verið sagt, að það væri ein elsta kirkja landsins. Ef til vill væri betra ef þau færu til bílstjórans og bæðu hann um að stoppa þar um smástund, enda ekki nema fáir farþegar í bílnum og sennilega enginn, sem hefði neitt á móti því.

Seinna keyrðu þau um Skagafjörðinn, svæði sem þekkt er fyrir hestarækt og það var ekki laust við að þau langaði til þess að fara út úr rútunni og dveljast þar einhvers staðar. En Borgarfjörðurinn reyndist ekki síður fallegur, gróðursælt hérað með birkilundum á víð og dreif, og Hvítá sem setur svip sinn á landslagið. Þar sem þau voru aðeins tvö eftir og þurftu ekki að taka tillit til neins ákváðu þau að taka sér hótelherbergi um nóttina. Þau spurðu til vegar og var þeim bent á Hótel „Borgarnes". Borgarnes var snyrtilegur bær og stærri en þau höfðu búist við. Þau spurðu hótelstjórann, hvort þau gætu fengið herbergi með baði og morgunmat. Hann sagði þeim að það væru bara tvö einsmannsherbergi laus, en herbergisþernan þyrfti fyrst að ryksuga og skipta á rúmunum, þar sem gestirnir sem voru í herberginu væru rétt í þessu að yfirgefa hótelið. Þau voru fegin að þurfa ekki að leita lengur og settust í tvo mjúka hægindastóla sem voru í móttökunni og lásu tímarit á meðan þau biðu.

út við e-ð am Rand von etwas
þjóðvegur, -s, -ir m Landstraße
suður nach Süden, d.h. in Richtung Reykjavík
kæmi 3. sg prät kon v. koma kommen
framhjá vorbei
stefna að e-u (-di) etwas vorhaben
niður hinunter, nach unten
þaðan von dort

yrði 3. sg prät kon v. verða werden
þyldi 3. sg prät kon v. þola (-di) ertragen, vertragen
ryk, -s n Staub
þyrlast (a) aufwirbeln
í hvert sinn jedesmal
þeysa (-ti) sausen
þýða ekki annað (þýddi) nichts anderes übrigbleiben

Lektion 14

standa *(stóð, -um, staðið) st VI* stehen
væri *3. sg prät kon v.* vera sein
hætta, *-u, -ur f* Gefahr
mundi *3. sg prät kon v.* munu werden
án + G ohne
nema staðar *st IV* anhalten
áður en varði binnen kurzer Zeit
aftastur hinterster
sæti, *-s, - n* Sitz, Platz
landakort, *-s, - n* Landkarte
nákvæmlega *adv* genau
vera staddur sich befinden
vona *(a)* hoffen
stoppa *(a)* anhalten, stoppen
elstur ältester
kirkja, *-u, -ur f* Kirche
ef til vill vielleicht
betra besser
færu *3. pl prät v.* fara *st VI* fahren, gehen
bílstjóri, *-a, -ar m* Busfahrer
bæðu *3. pl prät v.* biðja *st V* bitten
smástund eine kleine Weile
enda schließlich
ekki nema nur, nicht mehr als
fár wenig(e)
sennilega *adv* wahrscheinlich
hafa e-ð á móti e-u etwas gegen eine Sache haben
svæði, *-s, - n* Gebiet
þekktur bekannt
hestarækt, *-ar f* Pferdezucht
það er ekki laust við es fehlt nicht viel daran
e-n langar til e-s *(a)* jemand mag etwas, sehnt sich nach etwas
dveljast *(dvaldist)* sich aufhalten
reynast *(reyndist)* sich erweisen als
ekki síður nicht weniger
fallegur schön
gróðursæll fruchtbar

hérað, *-s, héruð n* Gegend
birkilundur, *-ar, -ir m* Birkenhain
á víð og dreif hier und da; an vielen Stellen
setja svip sinn á e-ð etwas prägen
þar sem *konj* da, weil
vera eftir übrigbleiben
taka tillit til e-s *st VI* auf jemanden / etwas Rücksicht nehmen
hótelherbergi, *-s, - n* Hotelzimmer
spyrja til e-s *(spurði)* nach etwas fragen
benda á e-ð *(benti)* auf etwas hinweisen
snyrtilegur sauber
stærri *komp v.* stór groß
hótelstjóri, *-a, -ar m* Hoteldirektor
gætu *3. pl prät kon v.* geta können
bað, *-s, böð n* Bad
einsmannsherbergi, *-s, - n* Einzelzimmer
laus frei
herbergisþerna, *-u, -ur f* Zimmermädchen
þyrfti *3. sg prät kon v.* þurfa að müssen
ryksuga *(a)* staubsaugen
skipta á rúmi *(skipti)* Bettwäsche wechseln
rétt í þessu gerade eben
yfirgefa e-ð *st V* etwas verlassen
hótel, *-s, - n* Hotel
vera feginn froh sein, erleichtert sein
leita *(a)* suchen
lengur *adv* länger
mjúkur weich
hægindastóll, *-s, -ar m* Sessel
móttaka, *-töku, -tökur f* Rezeption
lesa *st V* lesen
tímarit, *-s, - n* Zeitschrift
á meðan *konj* während

Lektion 14

14A Dialog

Lars: Úr hvaða átt kemur rútan eiginlega? Ég er svo áttavilltur.
Elena: Hún hlýtur að koma þaðan, fyrir aftan þessa hæð er Akureyri. Ég fæ hóstakast í hvert sinn sem þessir ökufantar þjóta framhjá, þeir hægja nú alls ekki á ferðinni, þótt fólk standi við veginn og rykið er óþolandi!
Lars: Taktu það rólega, þarna kemur rúta, skyldi þetta vera sú rétta? Fyrirgefðu, ert þú á leiðinni suður?
Bílstjóri: Já já, viljið þið láta setja farangurinn ykkar í farangursgeymsluna? Bíðið þið, ég kem.
Elena: Sjáðu hérna, Lars, þetta hlýtur að vera Víðimýrarkirkja, þessi kross hérna á kortinu, eigum við ekki bara að biðja bílstjórann um að stoppa þar, heldur þú að nokkur hafi á móti því? Mér sýnist þetta vera mest allt útlendingar og þeir eru örugglega ánægðir með að fá tækifæri til þess að skoða kirkjuna.
Lars: Ef þú þorir að biðja hann um það, gerðu það þá.
Elena: Sérðu hestana þarna, langar þig ekki til að fara á bak? Erla sagði mér, að hún hefði verið hér í sveit þegar hún var lítil.
Lars: Hvernig væri að fara inn á hótel og fá sér herbergi með baði í nótt? Ertu ekki til í það?
Elena: Hvort ég er!
Lars: Ekki vissi ég að Borgarnes væri svona fallegur bær, en hvar skyldi nú vera gott hótel, eigum við að spyrja manninn þarna? Gott kvöld, getur þú sagt okkur hvar við finnum gott hótel hér í nágrenninu?
Maður: Ætli ekki að hótel Borgarnes sé best, það held ég nú, það er hérna rétt handan við þessi hús, labbið þið bara þröngu götuna á milli þessara tveggja húsa þarna, þá sjáið þið hótelið.
Elena: Já, þakka þér fyrir.
Lars: Getum við fengið eitt tveggjamanna-herbergi með baði?
Hótelstjóri: Nei því miður, við eigum bara tvö einsmannsherbergi, en þau losna ekki fyrr en á eftir, það þarf að gera þau í stand. Setjist þið bara, þetta tekur ekki nema smátíma.

átt, -ar, -ir f Richtung
eiginlega adv eigentlich
áttavilltur verirrt

hljóta að st II müssen
fyrir aftan e-ð hinter etwas
hæð, -ar, -ir f Anhöhe, Hügel

hóstakast, -s, -köst n Hustenanfall
ökufantur, -s, -ar m Raser
þjóta st II rasen, sausen
hægja á ferðinni (-ði) die Fahrt verlangsamen
alls ekki überhaupt nicht
þótt + Kon obwohl
óþolandi unerträglich
taka e-ð rólega st VI etwas ruhignehmen
sú rétta f die richtige
fyrirgefðu Verzeihung! Entschuldigung!
farangur, -s n Reisegepäck
kross, -, -ar m Kreuz
kort, -s, - n Karte
heldur þú v. halda st VII hier: glauben
mér sýnist þetta vera ... mir scheint das ... zu sein
mest am meisten
útlendingur, -s, -ar m Ausländer
fá tækifæri (fékk, fengum, fengið) st VII die Gelegenheit bekommen

ánægður með e-ð mit etwas zufrieden
þora (-ði) wagen
í sveit auf dem Lande
hvort ég er! und ob!
gott kvöld! guten Abend!
rétt adv direkt
handan við e-ð hinter etwas
þröngur eng
gata, götu, götur f Straße
á milli e-s zwischen etwas
þessara G/pl v. þessi dieser
tveggjamanna-herbergi, -s, - n Doppelzimmer
nei því miður leider nicht
losna (a) frei werden
ekki fyrr en nicht eher als
gera e-ð í stand (-ði) etwas herrichten
taka smátíma st VI kurze Zeit in Anspruch nehmen
smátími, -a m kurze Zeit

14B Grammatik
1. Konjunktiv Präteritum

Der Konjunktiv Präteritum wird bei den schwachen und starken Verben unterschiedlich gebildet. Bei den schwachen Verben entsprechen die Formen des Konjunktivs Präteritum in der Regel den Formen des Indikativs Präteritum:

elska (lieben)	Indikativ / Konjunktiv	
	Singular	Plural
1. Pers.	ég elska - ði	við elsku - ðum
2. Pers.	þú elska - ðir	þið elsku - ðuð
3. Pers.	hann elska - ði	þeir elsku - ðu

Bei einigen schwachen Verben zeigt der betonte Vokal im Konjunktiv Präteritum jedoch Veränderungen. Dabei wechseln häufig:

Lektion 14

a	→	e	*fela* (verbergen)	*faldi* (Ind)	*feldi* (Kon)
á	→	æ	*þiggja* (annehmen)	*þáði*	*bæði*
o	→	y	*þola* (ertragen)	*þoldi*	*þyldi*
ó	→	æ	*sækja* (holen)	*sótti*	*sætti*
u	→	y	*hrynja* (einstürzen)	*hrundi*	*hryndi*
ú	→	ý	*flýja* (fliehen)	*flúði*	*flýði*

Starke Verben bilden den Konjunktiv Präteritum durch **Umlaut** des betonten Vokals in der 1. Person Plural Präteritum. Es ist hilfreich sich zu verdeutlichen, dass solche Vokalwechsel auch im Deutschen vorkommen:

a	→	ä haben	Präteritum: hatten	Konjunktiv: hätten
o	→	ö fliegen	Präteritum: flogen	Konjunktiv: flögen
u	→	ü werden	Präteritum: wurden	Konjunktiv: würden

Verben, die einen anderen Vokal als die genannten haben, bleiben unverändert. Im Isländischen wechseln folgende Vokale miteinander:

In den Klassen II und III: u → y

II:	*bjóða:*	*við buðum*	→	*ég byði*
	skjóta:	*við skutum*	→	*ég skyti*
III:	*verða:*	*við urðum*	→	*ég yrði*
	finna:	*við fundum*	→	*ég fyndi*

In den Klassen IV und V: á → æ

IV:	*bera:*	*við bárum*	→	*ég bæri*
	stela:	*við stálum*	→	*ég stæli*
V:	*gefa:*	*við gáfum*	→	*ég gæfi*
	biðja:	*við báðum*	→	*ég bæði*

In der Klasse VI: ó → æ

VI:	*fara:*	*við fórum*	→	*ég færi*
	taka:	*við tókum*	→	*ég tæki*

Verben der **Klasse I** haben ein unverändertes -i in allen Formen:

I:	*grípa:*	*við grípum*	→	*ég grípi*
	ríða:	*við riðum*	→	*ég riði*

Bei den Verben der **Klasse VII** gibt es zwei Möglichkeiten; diejenigen, die in der 1. Person Plural Präteritum ein betontes -u haben, lauten dies ordnungsgemäß zu -y um:

hlaupa:	við hlupum	→	ég hlypi
búa:	við bjuggum	→	ég byggi

Diejenigen Verben, die dort einen anderen Vokal haben (meist é / e), bleiben ohne Umlaut:

heita:	við hétum	→	ég héti
leika:	við lékum	→	ég léki
ganga:	við gengum	→	ég gengi
fá:	við fengum	→	ég fengi

Abgesehen von ihrem unterschiedlichen betonten Vokal haben die starken Verben im **Konjunktiv Präteritum** folgende gemeinsame Endungen:

brjóta (brechen)	Singular	Plural
1. Pers.	ég bryt - i	við bryt - um
2. Pers.	þú bryt - ir	þið bryt - uð
3. Pers.	hann bryt - i	þeir bryt - u

Einige Verben haben im Konjunktiv Präteritum abweichende oder unregelmäßige Formen. Das wichtigste von ihnen ist **vera**:

	Singular	Plural
1. Pers.	ég vær - i	við vær - um
2. Pers.	þú vær - ir	þið vær - uð
3. Pers.	hann vær - i	þeir vær - u

Die Hilfsverben **munu** und **skulu**, von denen es kein Präteritum im Indikativ gibt, verwenden im Konjunktiv Präteritum die Formen **mundi / myndi** und **skyldi**.

Wie im Deutschen drückt der Konjunktiv Präteritum in Verbindung mit bestimmten Verben einen Wunsch oder eine Möglichkeit aus. Die wichtigsten dieser Verben sind **vera** sein, **vilja** wollen, **mega** dürfen, **þykja** empfinden; scheinen, **þurfa** brauchen, **eiga (að)** müssen, **geta** können, **skulu** sollen.

Lektion 14

> Það væri ágætt! Das wäre ausgezeichnet!
> Mætti ég spyrja ...? Dürfte ich fragen ...?
> Gæti ég fengið kók? Könnte ich eine Cola bekommen?
> Mér þætti gott ef ... Mir schiene es gut, wenn ....

In ef- Sätzen, die eine **Bedingung** ausdrücken, wird der Konjunktiv wie im Deutschen benutzt:
- Wenn die Bedingung erfüllbar ist, steht kein Konjunktiv, sondern in beiden Satzteilen Präsens Indikativ:
  > *Ef veðrið er gott, fara þau í bíó.* Wenn das Wetter gut ist, gehen sie ins Kino.
- Wenn die Bedingung wahrscheinlich nicht erfüllbar ist, steht in beiden Satzteilen Konditional/Konjunktiv Präteritum:
  > *Þau mundu fara í bíó, ef þau hefðu tímann.* Sie würden ins Kino gehen, wenn sie Zeit hätten.

2. Konjunktionen

Konjunktionen verbinden Sätze oder Satzteile miteinander. Sie können einen **Hauptsatz** oder einen **Nebensatz** einleiten.

Hauptsatzkonjunktionen stehen in der Regel mit dem Indikativ. Die häufigsten sind:

og (und)	*Hún settist og fór að lesa bókina.*
	Sie setzte sich und begann das Buch zu lesen.
eða (oder)	*Ég ætla að fá mér kók eða mjólk.*
	Ich werde mir Cola oder Milch nehmen.
en (aber, und)	*Ég á tjaldið, en hann á veiðistöngina.*
	Ich besitze das Zelt, und er besitzt die Angel.
enda (schließlich)	*Ég á engan pening til þess að fara í bíó, enda langar mig ekkert.*
	Ich habe kein Geld, um ins Kino zu gehen, schließlich möchte ich auch gar nicht.
heldur (sondern)	*Siggi vildi ekki fara með okkur í bílnum, heldur bíða eftir rútunni.*
	Siggi wollte nicht mit uns mit dem Auto fahren, sondern auf den Bus warten.
bæði - og (sowohl - als auch)	*Hann er bæði stór og sterkur.*
	Er ist sowohl groß als auch stark.

hvorki - né	*Hún er hvorki lítil né mjó.*
(weder - noch)	Sie ist weder klein noch dünn.
annaðhvort - eða	*Bóndinn er annaðhvort úti eða inni.*
(entweder - oder)	Der Bauer ist entweder draußen oder drinnen.
hvort - eða	*Ég veit ekki hvort þetta er blátt eða grátt.*
(ob - oder)	Ich weiß nicht, ob das blau oder grau ist.
ýmist - eða	*Maðurinn er ýmist á Akureyri eða í Reykjavík.*
(mal - mal)	Der Mann ist mal in Akureyri, mal in Reykjavík.

Nebensatzkonjunktionen unterscheidet man nach ihrer Bedeutung. Sie können wie im Deutschen eine Begründung, eine Bedingung, ein Ziel, einen Vergleich, eine Orts- oder Zeitbestimmung oder einen Fragesatz einleiten.

☞ Eine Reihe dieser Konjunktionen kann nur mit dem **Konjunktiv** stehen!

Die wichtigste Nebensatzkonjunktion ist **að**; sie kann allein oder mit anderen Konjunktionen zusammen stehen. Bei dieser Konjunktion entscheidet das **Verb** darüber, ob Indikativ oder Konjunktiv (in der Auflistung mit +K gekennzeichnet) folgt:

Ég veit, að hann kemur (Ind.). Ich weiß, dass er kommt.
Sagt er, að hann sé menntaður maður (Kon.). Man sagt, dass er ein gebildeter Mann sei.

Zeitkonjunktionen:

áður en (bevor, ehe)	*Hann fór í morgun, áður en þú vaknaðir.*
	Er ging heute Morgen, bevor du aufgewacht bist.
eftir að (nachdem)	*Við keyrðum til Akureyrar eftir að hafa verið við Mývatn.*
+ *inf perf*	Wir fuhren nach Akureyri, nachdem wir am Mývatn gewesen waren.
fyrr en (eher als)	*Ég kem ekki fyrr en á miðvikudag.*
	Ich komme nicht eher als Mittwoch.
jafnskjótt og (sobald)	*Hesturinn tók á sprett, jafnskjótt og hnakkurinn hafði verið tekinn af.*
	Das Pferd rannte los, sobald der Sattel abgenommen worden war.
strax og (sobald) / undireins og (sobald) / um leið og (sobald)	wie *jafnskjótt og*

Lektion 14

þar til (að) (bis)	Hún vinkaði, þar til (að) ekki sást í bílinn lengur. Sie winkte, bis das Auto nicht mehr zu sehen war.
uns (bis)	wie *þar til (að)*
þegar (wenn, als)	Ég sá þig, þegar þú skaust inn. Ich sah dich, als du hereingerannt kamst.
á meðan (während)	Hann beið á meðan þau voru að borða. Er wartete, während sie aßen.

Begründende Konjunktionen:

Die begründenden Konjunktionen af því að / því að / vegna þess að / sökum þess að / úr því að / þar sem sind untereinander austauschbar. Sie sind alle mit „weil" zu übersetzen.

Við komumst ekki lengra af því að brekkan var svo brött.
Wir kamen nicht weiter, weil der Abhang so steil war.

Bedingende Konjunktionen:

ef (falls, wenn)	Ég kem í kvöld ef ég get. Ich komme heute Abend, wenn ich kann.
svo framarlega sem (wenn)	wie *ef*
nema (außer) + K	Hún er með sítt hár, nema hún sé búin að láta klippa sig. Sie hat lange Haare, es sei denn, sie hat sie abschneiden lassen.

Vergleichende Konjunktionen:

eins og (wie)	Hann er alveg eins og pabbi sinn. Er ist genau wie sein (eigener) Vater.
en (als)	Þetta gekk betur en ég hélt. Das ging leichter, als ich dachte.
heldur en (lieber als)	Hún vildi frekar bíða heldur en að fara strax. Sie wollte lieber warten als sofort gehen.
því - því, (je - desto)	Því erfiðari sem ferðin varð, því meir flýtti hann sér. Je schwieriger die Reise wurde, desto mehr beeilte er sich.
því - þeim mun	wie *því - því*

Ortskonjunktionen:

þar sem (dort wo)   Bakpokinn minn er í tjaldinu, þar sem ég skildi hann eftir.
                    Mein Rucksack ist im Zelt, dort wo ich ihn zurückließ.

hvar sem   Ég kem til þín og heimsæki þig, hvar sem þú ert
(wo auch immer)   í heiminum.
                    Ich komme zu dir und besuche dich, wo auch immer in
                    der Welt du bist.

Zweckbezeichnende Konjunktionen:

til þess að (um zu) Hún lærði íslensku til þess að geta talað við ættingja sína.
                    Sie lernte Isländisch, um mit ihren Verwandten sprechen
                    zu können.

svo að   Hann æfði sig vel, svo að hann gæti tekið þátt í mótinu.
(so dass;damit) + K Er übte gut, damit er an dem Treffen teilnehmen konnte.

Einräumende Konjunktionen:

þó að   Þó að ég láni henni gleraugun mín, getur hún ekki lesið
(wenn auch) + K   blaðið.
                    Auch wenn ich ihr meine Brille leihe, kann sie die Zeitung
                    nicht lesen.

þótt (að) (obwohl) Barnið hættir ekki að gráta, þótt ég reyni að hugga það.
+ K   Das Kind hört nicht auf zu weinen, obwohl ich versuche,
                    es zu trösten.

Fragekonjunktionen:

hvort (ob) + K   Ég spurði, hvort hann vildi kaupa fyrir mig Morgunblaðið.
                    Ich fragte, ob er die Morgenzeitung für mich kaufen wür-
                    de.

hvort (heldur) - eða Hún vissi ekki, hvort hún ætti að kaupa bleiku eða ljós-bláu
(ob - oder) + K   peysuna.
                      Sie wusste nicht, ob sie den rosa oder den hellblauen
                      Pullover kaufen sollte.

hvort sem - eða   Ég fer til Reykjavíkur á morgun, hvort sem þér líkar betur
(ob - oder)   eða verr.
                    Ich fahre morgen nach Reykjavík, ob es dir nun passt oder
                    nicht.

Lektion 14

14C Sprachgebrauch und Landeskunde

1. Unterwegs mit dem Bus

Mit dem gut ausgebauten Linienbusnetz kann man fast alle bewohnten Teile des Landes erreichen. Im Juli und August kann man mit dem Linienbus sogar über das Hochland fahren. Besonders kostengünstig ist ein Rundticket *(Hringmiði)* für eine Inselrundfahrt auf der Ringstraße 1 mit dem Linienbus; dabei kann man die Fahrt jederzeit unterbrechen und später fortsetzen. Man muss lediglich die Fahrtrichtung einhalten und darf keine Strecken doppelt oder zurück fahren. Eine noch bessere Möglichkeit bietet das Zeitticket *(Tímamiði)*, das ohne jede Einschränkung auf sämtlichen Straßen für jeweils ein, zwei oder drei Wochen gilt. Diese Tickets kann man bereits beim Reisebüro in Deutschland erwerben.

2. Isländische Landschaftsnamen

Isländische Landschaftsnamen sind sehr aussagekräftig; ihre Bestandteile lassen häufig die Beschaffenheit der Gegend erkennen. Die wichtigsten von ihnen sind:

fjall / fjöll Berg / Gebirge: HVERFJALL
vík Bucht: REYKJAVÍK, KEFLAVÍK
vogur kleine Bucht: KÓPAVOGUR
á Fluss: LAXÁ, HVÍTÁ
hraun Lava: ÓDÁÐAHRAUN
jökull Gletscher: VATNAJÖKULL
lundur Wäldchen: BJARKALUNDUR
heiði Hochfläche: HELLISHEIÐI
mýri Moor: FLUGUMÝRI
ey Insel: GRÍMSEY
foss Wasserfall: GULLFOSS, DETTIFOSS
hver heiße Quelle: DEILDARTUNGUHVER

sandur Sandfläche: SPRENGISANDUR
dalur Tal: KALDIDALUR
skógur Wald: HALLORMSSTAÐARSKÓGUR
laug warme Quelle: LAUGARVATN
gjá Schlucht: ALMANNAGJÁ
brú Brücke: HVÍTÁRBRÚ
hlíð Abhang: REYKJAHLÍÐ
hellir Höhle: SURTSHELLIR
völlur Feld: HVOLSVÖLLUR
vellir Felder: ÞINGVELLIR
skarð Gebirgspass, Scharte: VATNSSKARÐ
bakki Ufer: LAUGARBAKKI

14D Übungen

1. Setzen Sie die Sätze in den Konjunktiv Präteritum:
(Beginnen Sie die Sätze mit „ég hélt" - „ich dachte".)
a. Það er hægt að taka rútu út frá Borgarnesi á Snæfellsnes. b. Elena þoldi ekki rykið. c. Það var hætta á að rútan færi framhjá. d. Þau voru komin upp í rútuna. e. Hann var staddur á Akureyri. f. Þau fóru til Sauðárkróks *(Dorf im Norden)*. g. Víðimýrarkirkja er ein elsta kirkja landsins. h. Elena bað bílstjórann um að stoppa. i. Hann hefur ekkert á móti því að stoppa. j. Þau langaði að fara út. k. Þau þurftu ekki að taka tillit til neins. l. Þau tóku sér hótelherbergi um nóttina. m. Þau gátu fengið herbergi. n. Hann sagði þeim að fara. o. Herbergisþernan

þurfti að gera hreint. p. Gestirnir voru að fara. q. Þau þurftu ekki að leita lengur. r. Hann las bréfið. s. Hún sá fuglinn. t. Maðurinn fór út.

2. **Verbinden Sie die Sätze mit einer Konjunktion:**
a. Þau stóðu úti ...... þau biðu eftir rútunni (und). b. Hann fór í morgun ...... þú vaknaðir (bevor). c. Við keyrðum til Mývatns ...... við höfðum verið á Akureyri (nachdem). d. Ég kem ...... á miðvikudag (nicht eher als). e. Hesturinn tók á sprett ...... hnakkurinn hafði verið tekinn af (sobald). f. Hún vinkaði ...... ekki sást í bílinn lengur (bis). g. Ég sá þig ...... þú skaust inn (als). h. Hann beið ...... þau voru að borða (während). i. Við komumst ekki lengra ...... brekkan var svo brött (weil). j. Jóhann kemur á morgun ...... hann getur (falls). k. Ég vil ekki fara þangað ...... þú komir með (es sei denn, dass). l. Strákurinn er ...... og pabbi sinn (genau wie). m. Hún kunni betur að synda ...... ég hélt (als). n. Hann vildi frekar vinna ...... að vera atvinnulaus (lieber als). o. Ég elska hann ...... meir, ... lengur ég þekki hann (je - desto). p. ...... eldri sem hann verður ...... þrjóskari *(stur)* verður hann (je - desto). q. Hesturinn er úti á túninu, ... ég skildi hann eftir (dort wo). r. Ég skal hitta þig ...... þú vilt (wo auch immer). s. Afi lærði þýsku ...... geta talað við barnabörnin *(Enkel)* sín (um zu). t. ...... hann heyri íslensku daglega, hefur hann ekki lært hana ennþá (obwohl). u. Við spurðum, ... við mættum tjalda við vatnið (ob). v. Við ákváðum að fara upp á fjall á morgun, ... veðrið yrði gott ...... vont (ob - oder).

3. **Wiederholen Sie das Präteritum und setzen die folgenden Sätze ins Imperfekt:**
a. Á morgun legg ég af stað í ferðalag. Í gær ..... . b. Ég fer með rútu til Akureyrar. c. Geimfararnir lenda á tunglinu. d. Þú keyrir yfir straumþunga á. e. Við tökum rútuna til Mývatns. f. Eruð þið með tjald með ykkur? g. Veðrið er svo gott. h. Ég skrifa kort til þín frá Akureyri. i. Við leigjum okkur hjól. j. Þið eruð heppin með veðrið. k. Ég skila góðri kveðju til hans, þegar ég sé hann. l. Við sjáum ekki jöklana því það er þoka. m. Ég kem til þín á morgun. n. Ég get ekki tekið skóna þína með. o. Hún gefur ykkur 350 krónur og þið kaupið ykkur ís.

4. **Übersetzen Sie ins Isländische:**
Sage mir, was du gestern gemacht hast. Nimm das Buch und schicke es ihm! Reite nicht so schnell! Fahr vorsichtig! Sagt mir, was das ist! Gib mir bitte das Brot und die Butter! Geh jetzt! Vergiss nicht, sie anzurufen! Denke daran, den Brief zu schreiben! Seid still! Ruf mich heute Abend an! Sag ihm, dass ich morgen komme! Hört mal! Lauf schnell zu Oma und sage ihr, dass die Gäste gekommen sind! Kommt, gehen wir ins Kino!

Lektion 15

15A Text: Í rigningu og roki á leiðinni vestur

Þegar þau litu út um gluggann næsta morgun voru þau mest hissa á að sjá þykka, gráa skýjabólstra líða framhjá. Það var komin dembandi rigning, en sem verra var, líka hífandi rok. Þótt þeim hefðu verið boðin verðlaun, gátu þau í fyrstu ekki hugsað sér að fara út fyrir dyr. En ekki var um annað að gera en taka á sig rögg, klæða sig í hlýrri föt, lopapeysur og ullarsokka, fara í regnkápur og vaðstígvél, ganga enn betur frá farangrinum, til þess að hann blotnaði ekki og þramma svo af stað. Ef einhver hefði sagt þeim að veðrið væri betra fyrir vestan, hefðu þau ekki lagt neina trú á það. Lars sem var eldri, stærri og sterkari, tók bæði bakpokann sinn og tjaldið, en Elena sem var yngri, minni og grennri, þurfti bara að burðast með sinn bakpoka. Rútan sem átti að fara kl. 11 frá Borgarnesi, var seinni en venjulega út af veðrinu. Í þessari rútu sem var nýrri og nýtískulegri en Akureyrarrútan, voru sætin mýkri og breiðari og krakkarnir ekki seinir á sér að koma sér vel fyrir. Mesta hluta ferðarinnar var hið versta veður, en því lengra sem þau keyrðu út nesið, því bjartara varð yfir öllu.

Snæfellsnesið er sérkennilega fallegt. Það tilheyrir elsta hluta landsins og er jarðhiti hér mun minni en til dæmis á Suðurlandi. Hér verður að bora dýpra en annars staðar til þess að komast í heitt vatn. Því eru færri hús hér, sem geta notað sér jarðhitann, en á öðrum stöðum á landinu. Fjöllin eru mjög margbreytileg, gömul, slokknuð eldfjöll og skiptast á svartar og hvítar strandlengjur og klettar.

Þegar þau nálguðust Arnarstapa, var komið besta veður. Tryggvi tók á móti þeim á flottasta jeppa, sem Lars hafði nokkurn tíma séð, með bílasíma, talstöð og öllum græjum. En þetta er nú allt nauðsynlegur útbúnaður, ef maður lifir á því að keyra ferðamenn í jöklaferðir. Það urðu mestu fagnaðarfundir og þau vissu að skemmtilegasti tími þeirra á Íslandi mundi verða hér undir jökli.

rok, -s n Sturm
líta st I sehen, schauen
gluggi, -a, -ar m Fenster
mest höchst
hissa erstaunt
þykkur dicht, dick
grár grau
skýjabólstur, -s, -ar m Wolkenbank

líða st I gleiten
framhjá vorbei
dembandi rigning, -ar f Sturzregen
hífandi peitschend
verðlaun n/pl Belohnung, Preis
í fyrstu zuerst
dyr f/pl Tür
hlýr warm

taka á sig rögg *st VI* sich zusammen-reißen
lopapeysa, *-u, -ur f* Pullover aus isländischer Wolle
ullarsokkar *m/pl* Wollsocken
regnkápa, *-u, -ur m* Regenmantel
vaðstígvél *n/pl* Gummistiefel
enn betur noch besser
farangur, *-urs m* Reisegepäck
blotna *(a)* nass werden
þramma *(a)* stampfen, stapfen
leggja trú á e-ð *(lagði)* etwas glauben
burðast með e-ð *(a)* etwas schleppen
seinni *komp v.* seinn spät
venjulega *adv* gewöhnlich
út af e-u wegen etwas
nýr neu
nýtískulegur modern
mýkri *komp v.* mjúkur weich
breiður breit
sterkur stark
ungur jung
lítill klein
grennri *komp v.* grannur schmal, dünn
mestur *komp. v.* mikill groß
bjartur hell
sérkennilegur eigentümlich

tilheyra *(-ði)* gehören
mun minni en bedeutend kleiner als
til dæmis zum Beispiel
dýpra *komp v.* djúpur tief
komast í e-ð *(st IV)* etwas erreichen
færri *komp v.* fár wenig
nota sér e-ð *(a)* etwas (aus)nutzen
margbreytilegur vielfältig, unterschiedlich
slokknaður erloschen
eldfjall, *-s, -fjöll n* Vulkan
skiptast á *(skiptist)* sich abwechseln
strandlengja, *-u, -ur f* Küstenstreifen
klettur, *-s, -ar m* Klippe, Felsen
nálgast *(a)* näher kommen; sich nähern
flottur flott
bílasími, *-a, -ar m* Autotelefon
talstöð, *-var, -var f* Funkgerät
með öllum græjum *ugs.* mit allen Schikanen
nauðsynlegur notwendig
útbúnaður, *-ar, -ir m* Ausrüstung
lifa á e-u *(-ði)* von etwas leben
jöklaferð, *-ar, -ir f* Gletschertour
fagnaðarfundur, *-ar, -ir m* freudiges Wiedersehen
skemmtilegur unterhaltsam
jökull, *-uls, -lar m* Gletscher

15 A Dialog

Lars: Dragðu frá gardínurnar, mig langar að sjá hvernig veðrið er í dag.
– Nei, ég á ekki orð! Það er komin dembandi rigning og versta veður – ég get ekki hugsað mér að fara að leggja í hann upp á Snæfellsnes í svona roki!

Elena: Hvaða vitleysa, ekki förum við nú fótgangandi. Það er ekki nema smá göngutúr niður að stoppistöð, klæðum okkur bara í það hlýjasta, sem við erum með, lopapeysur og regnföt og göngum enn betur frá dótinu okkar, þá er þetta allt í lagi.

Lars: Hringjum í Tryggva frænda og spyrjum hann, hvernig veðrið á Arnarstapa er, kannski er betra veður þar, hver veit.

Lektion 15

Elena: Ég nenni því ekki, ekkert vesen, flýttu þér bara, rútan fer að koma.
Lars: Þessi er miklu flottari en hin, nýrri og breiðari sæti, sestu fremst, þá sjáum við sem mest.
Elena: Þegar við fórum í skólaferðalög í gamla daga, vildum við alltaf setjast aftast, og mér varð alltaf flökurt, það hossaðist alltaf svo mikið í aftasta sætinu. Nú svo borðuðum við alltaf svo mikið sælgæti og drukkum gos, þannig að það gerði ekki ástandið betra.
Lars: Það er sól yfir jöklinum! Áttu orð! Ekki bjóst ég við því, en það er víst oft allt annað veður fyrir vestan. En hvað ég hlakka til að hitta fjölskylduna. Ég frétti að Tryggvi væri búinn að kaupa bæði tjaldstæðið og félagsheimilið, þar sem hann ætlar að hafa svefnpláss.
Elena: Já, já og Arnarbæ víst líka, það er nú góðar matstaður. Svo er hann með jöklaferðirnar, þannig að Arnarstapi er orðinn mesti ferðamannastaður. Eigum við ekki að reyna að fá okkur vinnu þar næsta sumar?
Lars: Ég hef miklu meiri áhuga á því að vera í Reykjavík, þó mér finnist Snæfellsnesið fallegasti staður landsins, fjallahringurinn alveg sérstæður og ströndin einstök, þá er ég svo mikill bæjarbúi í mér, vil helst vera þar sem líf er í tuskunum, vil geta farið út á kvöldin til að kynnast fólki og svoleiðis.
Elena: Ég skil hvað þú ert að meina, en ég er alveg þveröfug við þig, get ekki hugsað mér að vera alltaf inn í bæ, vil geta notið náttúrunnar, lífið í sveitinni er miklu meira aðlaðandi fyrir mig. Jæja, við erum að nálgast Arnarstapa, gaman verður að sjá alla aftur.
Lars: Halló Tryggvi, ertu á nýjum jeppa? Sá þykir mér nú flottur maður! Með talstöð, bílasíma og öllum græjum. Hvað komast margir í hann? Allt að átta manns, er það ekki?
Tryggvi: Jú, jú, en maður þarf nú á því að halda, ferðamannastraumurinn alltaf að aukast. En komið þið, maturinn bíður.

draga e-ð frá *(dró, drógum, dregið)*
 st VI etwas wegziehen
gardína, -u, -ur f Gardine
eiga ekki orð sprachlos sein
það er komin ... . ist schon da
ég get ekki hugsað mér að ... ich kann mir nicht vorstellen, dass ...

leggja í hann *(lagði)* eine Strecke bezwingen
hvaða vitleysa was für ein Unsinn
fara fótgangandi st VI zu Fuß gehen
ekki nema nichts als
stoppistöð, -var, -var f Bushaltestelle
regnföt n/pl Regenkleidung

dót, -s n Zeug, Sachen
allt í lagi alles in Ordnung
kannski vielleicht
hver veit wer weiß
nenna e-u ekki (-ti) keine Lust zu etwas haben
ekkert vesen sei nicht so umständlich
sestu imp v. setjast sich setzen
fremst ganz vorn
mest am meisten
skólaferðalag, -s, -lög n Schulausflug, Klassenfahrt
í gamla daga früher, in früheren Zeiten
aftast am weitesten hinten
e-m verður flökurt jemandem wird es schlecht, unwohl
hossast (a) schaukeln
sælgæti, -s n Süßigkeiten
gos, -s, - n Limonade
ástand, -s n Lage, Situation
áttu orð! Hast du Töne!
það er víst es ist wohl
fyrir vestan im Westen; gemeint ist auf der Halbinsel Snæfellsnes und in den Westfjorden
en hvað ég hlakka til ... und wie ich mich freue auf ...
fjölskylda, -u, -ur f Familie
frétta (frétti) erfahren
tjaldstæði, -s, - n Campingplatz
félagsheimili, -s, - n Gemeindehaus

svefnpláss, -, - n Schlafplatz
matstaður, -ar, -ir m Restaurant
þannig að so dass
ferðamannastaður, -ar, -ir m Touristenort
reyna (-di) versuchen
fá sér vinnu (fékk, fengum, fengið) st VII Arbeit suchen, finden
hafa áhuga á e-u an etwas Interesse haben
fjallahringur, -s, -ir m Gebirgskette
sérstæður außergewöhnlich
strönd, strandar, strendur f Strand
einstakur einmalig
bæjarbúi, -a, -ar m Stadtbewohner
þar er líf í tuskunum da ist etwas los
á kvöldin abends
svoleiðis und so was
skilja (-di) verstehen
þveröfugur við e-ð/ e-n etwas oder jemandem entgegengesetzt
náttúra, -u f Natur
sveit, -ar f Land
aðlaðandi anziehend
hvað ... margir wie viele
allt að bis zu
er það ekki? nicht wahr?
þurfa á e-u að halda (þarf; þurfti) etwas nötig haben
ferðamannastraumur, -s, -ar Touristenstrom

15B Grammatik
1. Konjunktiv Plusquamperfekt

Der Konjunktiv Plusquamperfekt drückt wie im Deutschen eine Bedingung aus, die nicht oder nicht mehr erfüllbar ist. Er setzt sich zusammen aus der Konjunktiv-Präteritum-Form von **hafa** *(hefði etc.)* und dem **Partizip Perfekt Neutrum**. Die Konjunktivformen stehen jeweils im bedingenden Nebensatz wie auch im folgenden Hauptsatz:

Ef einhver hefði sagt það, hefðu þau ekki lagt neina trú á það.
Wenn jemand das gesagt hätte, hätten sie es nicht geglaubt.

Ég hefði hjálpað þér, ef þú hefðir skrifað mér.
Ich hätte dir geholfen, wenn du mir geschrieben hättest.

2. Nicht deklinierbare Adjektive

Adjektive, die im N/sg Maskulinum auf **-a, -i** oder **-ó** enden, sind nicht flektierbar; sie behalten ihre Form in jedem Kasus, Numerus und Genus unverändert bei; die gebräuchlichsten von ihnen sind *aflvana* kraftlos, *hissa* erstaunt, *nútíma* modern, zeitgenössisch; *sveitó* bäuerisch; *hugsi* nachdenklich. Hierzu gehören auch alle Partizipien des Präsens wie *fljótandi* flüssig, *áríðandi* dringend.

3. Die Steigerung der Adjektive

Adjektive werden in der Regel durch Anhängen bestimmter Silben an den Stamm gesteigert. Die meisten von ihnen bilden den **Komparativ** mit **-ari**, den **Superlativ** mit **-astur**:

rík - ur (reich)	rík - ari	rík - astur
breið - ur (breit)	breið - ari	breið - astur
fast - ur (fest)	fast - ari	fast - astur
ljós - (hell)	ljós - ari	ljós - astur

In diese Gruppe gehören auch die Adjektive auf **-inn**, die diese Silbe in den beiden Steigerungsstufen allerdings auf **-n** verkürzen:

feg - inn (froh)	fegn - ari	fegn - astur
hygg - inn (klug)	hyggn - ari	hyggn - astur

Einige Adjektive bilden den Komparativ auf **-ri**, bzw **-rri** vor Vokal, den Superlativ auf **-stur**. Zusätzlich tritt bei einigen Adjektiven in den Steigerungsstufen durch i-Umlaut ein Vokalwechsel ein; dabei ändern sich

a, ö	→ e
á, ó	→ æ
au	→ ey
u	→ y
jú, ú	→ ý

Diese Umlaute entsprechen weitgehend den umgelauteten Präsensvokalen der starken Verben (vgl. 5B 4):

fá - r (wenig)	fæ - rri	fæ - stur
há - r (hoch)	hæ - rri	hæ - stur
lág - ur (niedrig)	læg - ri	læg - stur
grann - ur (dünn)	grenn - ri	grenn - stur
lang - ur (lang)	leng - ri	leng - stur

ung - ur (jung)	yng - ri	yng - stur
þung - ur (schwer)	þyng - ri	þyng - stur
full - ur (voll)	fyll - ri	fyll - stur
rúm - ur (geräumig)	rým - ri	rým - stur
stór - (groß)	stær - ri	stær - stur
dökk - ur (dunkel)	dekk - ri	dekk - stur
glögg - ur (deutlich)	glegg - ri	glegg - stur
mjúk - ur (neu)	mýk - ri	mýk - stur

Einige Adjektive schieben im Superlativ zusätzlich ein -j ein; sie bilden den Komparativ auf -rri, den Superlativ auf -astur:

ný - r (neu)	ný - rri	ný - j - astur
hlý - r (warm)	hlý - rri	hlý - j - astur

Adjektive auf -legur und -ugur haben im Komparativ -ri, im Superlativ -astur:

falleg - ur (schön)	falleg - ri	falleg - astur
skemmtileg - ur (amüsant)	skemmtileg - ri	skemmtileg - astur
auðug - ur (reich)	auðug - ri	auðug - astur
máttug - ur (mächtig)	máttug - ri	máttug - astur

Adjektive auf -ull und solche auf -ll und -nn, die einen langen betonten Stammvokal oder Diphthong haben, bilden ihre Steigerungsstufen ebenso, allerdings wird das -r der Komparativendung dem vorausgehenden Konsonanten angeglichen: l-r → ll, n-r → nn.

þögul - l (schweigsam)	þögul - li	þögul - astur
hál - l (glatt)	hál - li	hál - astur
heil - l (heil)	heil - li	heil - astur
hrein - n (sauber)	hrein - ni	hrein - astur
sein - n (spät)	sein - ni	sein - astur
væn - n (hübsch)	væn - ni	væn - stur

Eine Reihe Adjektive bildet wie im Deutschen den Komparativ und Superlativ jeweils von einem anderen Wort:

gamall (alt)	eldri	elstur
góður (gut)	betri	bestur
lítill (klein)	minni	minnstur
margur (viel)	fleiri	flestur
mikill (groß)	meiri	mestur
illur (schlecht, böse)	verri	verstur
slæmur (schlimm)	verri	verstur
vondur (schlecht)	verri	verstur

Die unflektierbaren Adjektive auf -a, -i und -ó sowie die Partizipien des Präsens werden mit **meira** und **mest** gesteigert:

hissa (erstaunt)	meira hissa	mest hissa
áríðandi (dringend)	meira áríðandi	mest áríðandi

4. Der Vergleich

In der Grundstufe des Vergleichs wird vor das Adjektiv die Form **jafn-** („ebenso") gestellt und das Verglichene mit **og** („wie") angeschlossen:

Hann er jafnstór og hún. Er ist ebenso groß wie sie.
Rútan er jafnný og jeppinn. Der Bus ist ebenso neu wie der Jeep.
Afi er jafngamall og amma. Opa ist ebenso alt wie Oma.

Vergleiche im Komparativ erfolgen mit der Komparativform des Adjektivs, angeschlossen mit **en** („als"):

Lars er eldri og sterkari en Elena. Lars ist älter und stärker als Elena.
Fjöllin á Íslandi eru hærri en í Þýskalandi. Die Berge auf Island sind höher als in Deutschland.

5. Deklination des Komparativs und Superlativs

Komparative werden nur schwach flektiert:

	m/sg	f/sg	n/sg
N	fastar - i	fastar - i	fastar - a
G	fastar - i	fastar - i	fastar - a
D	fastar - i	fastar - i	fastar - a
A	fastar - i	fastar - i	fastar - a
Einheitsplural:	fastar - i		

Superlative werden stark und schwach dekliniert wie ein normales Adjektiv auf -ur (vgl. 9B 1).

6. Steigerung des Komparativs und Superlativs

Um einen **Komparativ** nochmals zu steigern - ähnlich wie im Deutschen „weitaus größer", „viel besser" -, wird häufig vor das gesteigerte Adjektiv das Adverb **miklu** gestellt (eigentlich D/sg Neutrum von *mikill*):

Arne er *miklu yngri* en Lars. Arne ist viel jünger als Lars.
Þetta er *miklu betri rúta* en hin. Dies ist ein viel besserer Bus als jener.

Um einen **Superlativ** nochmals zu steigern - ähnlich wie im Deutschen „der allerschönste", „das weitaus Beste" -, stellt man im Isländischen **allra** oder **lang-** vor den jeweiligen Superlativ:

Þetta var **allra** skemmtilegasta ferðalag. Es war die allerinteressanteste Reise.
Þetta var **langskemmtilegasta** ferðalag sem ég hef nokkurn tíma farið í. Das war die bei weitem interessanteste Reise, die ich je mitgemacht habe.

15C Sprachgebrauch und Landeskunde

1. Souvenirs aus Island

An *einem* Andenken kommt niemand in Island vorbei: an dem berühmten Isländerpullover. Isländer sagen, man könne daran den Touristen erkennen, denn Einheimische tragen dieses Kleidungsstück nur im Winter. Durch fetthaltige Schafwolle sind diese Pullover besonders warm, und es dauert lange, bis sie von Wasser richtig nass sind. Es gibt diese „lopapeysur" hauptsächlich in Naturfarben, also in weiß, grau und verschiedenen Brauntönen, aber auch in anderen Farben eingefärbt. So ein Pullover kostet zwischen 150.-- und 200.-- DM. Ein weiteres typisches Souvenir ist isländische Keramikware, deren Design Entzücken, aber auch Befremden hervorruft.

2. Wortschatz zum Kleidungskauf

Ég ætla að fá eina lopapeysu.
Ich möchte einen Isländerpullover.
Fyrir þig? Hvaða stærð?
Für Sie? Welche Größe?
Nei, fyrir manninn minn.
Nein, für meinen Mann.
Hann er stór og herðabreiður.
Er ist groß und breitschultrig.
Þessi er of lítil, hafiðið stærri?
Dieser ist zu klein, haben Sie ihn größer?
Prufaðu þessa!
Versuchen Sie diesen!
Þessi er of stór.
Dieser ist zu groß.
Þessi er of víð.
Dieser ist zu weit.
Þessi er of þröng.
Dieser ist zu eng.

Þessi er of síð.
Dieser ist zu lang.
Þessi er of stutt.
Dieser ist zu kurz.
Ég ætla að fá hneppta lopapeysu.
Ich möchte einen zum Knöpfen.
Ég ætla að fá eina með rúllukraga.
Ich möchte einen mit Rollkragen.
Hvernig finnst þér þessi?
Wie finden Sie diesen?
Þessi finnst mér falleg.
Diesen finde ich schön.
Hvað kostar þessi?
Was kostet dieser?
Þessi er of dýr.
Dieser ist zu teuer.
Áttu ódýrari?
Haben Sie einen billigeren?

Lektion 15

15D Übungen

1. **Setzen Sie das Adjektiv in den Komparativ:**
   a. Það er ...... veður í dag en í gær (vondur). b. Það tók ...... tíma að pakka niður dótinu í dag (langur). c. Fötin mín eru ...... en þín föt (blautur). d. Þessi rúta er ...... og ...... en hin (nýr, stór). e. Já, hin rútan var miklu ...... en þessi (lítill). f. Siggi er ...... og ...... en Lars (gamall/stór). g. En Erla er ...... og ...... en Elena (ungur, lítill). h. Ert þú ...... en systkini þín (gamall)? i. Þessi peysa er miklu ...... en lopapeysan (mjúkur). j. Það er ...... yfir fyrir vestan en hér (bjartur). k. Já, veðrið er yfirleitt ...... þar en í Reykjavík (góður). l. Vatnið er ...... en þú heldur, passaðu þig (djúpur)! m. Þar eru ...... hús hér en í Borgarnesi (fár). n. Það er ekki nema von *(nicht ohne Grund)*, Borgarnes er miklu ...... bær (stór). o. Það var ...... fólk í rútunni en við bjuggumst við (margur). p. Þetta er miklu ...... jeppi en sá gamli (flottur). q. Hvor finnst þér ......, lifrarpylsa *(Leberwurst)* eða blóðmör *(Blutwurst)* (góður). r. Hvor leiðin er ...... (langur)? s. Finnst þér þessi bíómynd ...... en hin (skemmtilegur)?

2. **Setzen Sie die Adjektive in den Superlativ:**
   a. Það er það ......, hann fór í gær (vondur). b. Hvannadalshnjúkur er ...... fjall á Íslandi (hár). c. Hún er ...... kona sem ég þekki (ríkur). d. Er þetta ...... ferð sem þú hefur farið í (langur)? e. Já, og sú ...... (skemmtilegur)! f. Áttu ...... tölublaðið *(Ausgabe)* af Heimsmynd (nýr)? g. Þetta er ...... bíómynd sem við höfum séð (góður). h. Á Akureyri borðuðum við ...... ís sem fæst á Íslandi (stór). i. ...... stelpan reyndist vera sú ...... (lítill / gamall). j. ...... sonur minn er 25 ára (gamall). k. Þetta er ...... veður sem ég hef lent í (vondur). l. Það er ...... brjálæði að ætla yfir hálendið í vetur (mikill). m. Ég ætla að kaupa ...... litinn af ullinni (dökkur). n. Holland er ...... land sem ég þekki (flatur). o. Þetta er ...... peysan sem ég á (mjúkur). p. ...... fólk vill fara til Þingvalla á sumrin (margur). q. Á hverju varðst þú ...... þegar þú komst fyrst til Íslands (hissa)? r. Ég held að það hafi verið þegar ég sá ...... foss Evrópu (stór). s. Og hvaða staður finnst þér ...... (fallegur)? t. Þetta er ...... spurning sem ég hef þurft að svara (erfiður). u. Hvaða stöðuvatn *(See)* er ...... stöðuvatn á Íslandi (djúpur)?

3. **Führen Sie mit Hilfe des folgenden Wortschatzes ein Gespräch:**
   Ég ætla að fá:

   peysu *einen Pullover*   pils *einen Rock*
   buxur *Hosen*   kjól *ein Kleid*
   skyrtu *ein Hemd*   vesti *eine Weste*
   bol *ein T-Shirt*   bindi *eine Krawatte*
   undirfatnað *Unterwäsche*   skó *Schuhe*
   sokka *Socken, Strümpfe*   stígvél *Stiefel*
   jakka *eine Jacke*   regnkápu *einen Regenmantel*
   kápu *einen Mantel*   belti *einen Gürtel*

úr ull *aus Wolle*
úr bómull *aus Baumwolle*
úr gerviefni *aus Kunstfaser*
úr plasti *aus Plastik*

úr leðri *aus Leder*
úr silki *aus Seide*
úr gúmmí *aus Gummi*

Hvernig finnst þér þessi / þetta? Þessi / þetta er
 of stuttur / stutt / stutt *zu kurz*
 of langur / löng / langt *zu lang (waagrecht, z.B. Gürtel)*
 of síður / síð / sítt *zu lang (senkrecht, z.B. Rock)*
 of breiður / breið / breitt *zu breit*
 of þröngur / þröng / þröngt *zu eng*
 of víður / víð / vítt *zu weit*
 of stór / stór / stórt *zu groß*
 of lítill / lítil / lítið *zu klein*
Hvað kostar þessi / þetta? Þessi / þetta kostar ..... krónur.

16A Text: Jan, Ruth og Arne bætast í hópinn

Þegar leggja átti upp í Íslandsferðina, ákváðu Jan, Ruth og Arne að fara frekar með ferjunni heldur en fljúgandi. Það tók þau fimm daga með tveggja daga dvöl í Færeyjum. Ferjan lagði að á Seyðisfirði, sem er fyrir austan og þaðan tóku þau síðan áætlunarbílinn til Reykjavíkur. Þau bjuggu hjá Ellen móðursystur Arne í tvo daga á meðan þau voru að undirbúa ferðalagið. Þar fréttu þau að Elena og Lars væru á Snæfellsnesi og stefndu nú að því að fara þangað sem fyrst til þess að hitta þau þar. Þar sem þetta var í fyrsta skipti sem Ruth og Jan komu til Íslands, buðust Ellen og Nonni til þess að sýna þeim bæinn. Fyrst fóru þau öll í PERLUNA, sem er einn sérkennilegasti matstaðurinn á Íslandi. Hann er byggður á fjórum vatnsgeymum sem eru stólpar fyrir stóra glerhvelfingu. Inn í miðri byggingunni er gosbrunnur sem minnir á Geysi og sem gýs á þriggja mínútna fresti í allt að 10 metra hæð. Hægt er að sjá yfir stóran hluta Reykjavíkur og einnig yfir Kópavog þegar farið er upp í hvelfinguna.

Þaðan fóru þau að skoða Hallgrímskirkju og voru svo heppin að verið var að spila á orgelið, þegar þau komu inn. Þegar þau höfðu hlustað á tónleikana nokkra stund keyrðu þau niður að Tjörn til að sjá nýja ráðhúsið, einnig mjög merkileg bygging, byggð að hálfu úti í tjörninni. Nonni sagði að andstaðan gegn byggingunni hafi verið hörð, en þáverandi borgarstjóri hafi sigrað og komið því í gegn að ráðhúsið yrði byggt svona. Ruth og Jan voru þakklát fyrir að fá svona góða sýningarferð um bæinn.

Eftir tvo daga voru þau komin með allan nauðsynlegan útbúnað og lögðu af stað með rútunni klukkan níu frá Umferðarmiðstöðinni. Sem betur fer var veðrið alveg dásamlegt og landið því eins fallegt og verið gat. Margrét hafði ákveðið að fara með þeim vestur. Ellen hafði gefið þeim nesti með sér og laumað bæði súkkulaði og lakkrís í pokann. Þau áttu eftir að komast að því, að íslenskt sælgæti er engu líkt, allt öðru vísi á bragðið en í öðrum löndum Evrópu. Það urðu fagnaðarfundir þegar þau komu á áfangastað og Ruth og Jan hugsuðu bæði oftar en einu sinni, hvað það væri gott að þau skyldu hafa drifið í því að læra íslensku. Þetta hafði verið erfitt á meðan þau voru að komast inn í málið, en núna var ánægjulegt að geta tekið þátt í samræðum, og þau voru miklu fljótari að kynnast heimamönnum en annars hefði verið. Það er viss feimni í Íslendingum gagnvart útlendingum, nema þeir tali íslensku, en því fundu þau auðvitað ekki fyrir.

Lektion 16

bætast í e-ð *(bættist)* zu etwas hinzukommen
hópur, -s, -ar *m* Gruppe
leggja upp í ferðina *(lagði)* die Fahrt beginnen
ferja, -u, -ur *f* Fähre
fljúga *st II* fliegen
e-ð tekur fimm daga etwas dauert 5 Tage
dvöl, *dvalar, dvalir f* Aufenthalt
Færeyjar *f/pl* die Färöer(inseln)
leggja að *(lagði)* anlegen
Seyðisfjörður, -*fjarðar m* der Seyðisfjord im Osten Islands, nahe der Stadt Egilsstaðir
fyrir austan im Ostland (Islands)
áætlunarbíll, -s, -ar *m* Linienbus
móðursystir, -*systur*, -*systur f* Tante; Schwester der Mutter
ferðalag, -s, -*lög n* Reise
frétta *(frétti)* erfahren
stefna *(-ndi)* verabreden
sérkennilegur bemerkenswert, eigentümlich
matstaður, -*ar*, -*ir m* Restaurant, Gaststätte
byggja *(-ði)* bauen
vatnsgeymir, -s, -ar *m* Wasserbehälter, Wasserturm
stólpi, -a, -ar *m* Pfahl, Pfosten
glerhvelfing, -ar, -ar *f* Glasgewölbe
í miðri in der Mitte
gosbrunnur, -s, -ar *m* Springbrunnen, Fontäne
minna *(-ti)* erinnern
Geysir, -*is m* eine der größten heißen Springquellen Islands
gjósa *st II* springen, ausbrechen *(von Springquellen)*
á þriggja mínútna fresti im Abstand von drei Minuten
í allt að bis zu
hæð, -ar, -ir *f* Höhe
hluti, -a, -ar *m* Teil

einnig auch
Kópavogur, -s *m* Stadtteil im Großraum Reykjavíks
Hallgrímskirkja, -u *f* Hallgrímskirche, benannt nach Hallgrímur Pétursson, dem größten isländischen Kirchenlieddichter
spila *(a)* spielen *(Karten, Instrument)*
orgel, -s, - *n* Orgel
tónleikar *m/pl* Konzert
Tjörn, *Tjarnar f* Teich, Weiher; Eigenname des Sees in Reykjavík
ráðhús, -s, - *n* Rathaus
merkilegur bemerkenswert
að hálfu zur Hälfte
andstaða, -*stöðu f* Widerstand
gegn e-u gegen etwas
harður hart
þáverandi damalig
borgarstjóri, -a, -ar *m* Bürgermeister
sigra *(a)* siegen
koma e-u í gegn *st IV* etwas erreichen
þakklátur fyrir e-ð für etwas dankbar
sýningarferð, -ar, -ir *f* Besichtigungstour
eins ... og so ... wie *(im Vergleich)*
eins fallegt og verið gat so schön, wie es nur sein konnte
ákveða *st V* sich entschließen
nesti, -s *n* Proviant, Reiseverpflegung
lauma *(a)* dazustecken
súkkulaði, -s *n* Schokolade
lakkrís, -s / -ar *m* Lakritz
e-r á eftir að + inf es bleibt jemandem etwas zu tun
poki, -a, -ar *m* Tüte
komast að e-u *(komst)* hinter etwas kommen
sælgæti, -s *n* Süßigkeiten
líkur e-u einer Sache gleich
öðru vísi auf andere Art und Weise; anders
bragð, -s *n* Geschmack

Evrópa, -u f Europa
áfangastaður, -ar, -ir m Reiseziel

hugsa (a) denken
oftar öfter
einu sinni einmal
drífa sig í e-ð st I sich beeilen, etwas zu tun
erfiður (n/sg: erfitt) schwierig
komast inn í e-ð (komst) etwas lernen
mál, -s, - n Sprache
ánægjulegur befriedigend
taka þátt í e-u st VI an etw. teilnehmen

samræða, -u, -ur f Gespräch, Unterhaltung
fljótur schnell, flott
kynnast e-m (kynntist) jemanden kennenlernen
heimamaður, -manns, -menn m Einheimischer
annars sonst
viss sicher, bestimmt
feimni indekl f Schüchternheit
gagnvart e-m gegenüber jemandem
útlendingur, -s, -ar m Ausländer
finna ekki fyrir (fann, fundum, fundið) nicht merken, fühlen

16A Dialog

Elena: Mig dreymdi hann Arne í alla nótt! Mig grunar að hann sé kominn til landsins. Hefur þú heyrt eitthvað í honum, Gunna?

Gunna: Þú virðist vera berdreymin, stelpa, hann hringdi í morgun og sagðist vera á leiðinni með Ruth, Margréti og Jan. Þau koma öll hingað upp úr hádeginu.

Elena: Ekki segja Lars frá þessu! Mig langar svo að sjá svipinn á honum þegar hann sér þau.

Lars: Ég sé að það er komin verslun á Arnarstapa, hver sér um hana?

Gunna: Aðallega Lalli, hann er bæði með bensínafgreiðslu og verslun; ferðamennirnir sem koma hingað hafa aukist svo á síðustu tveim árum, þannig að þetta var orðið nauðsynlegt. Við eigum von á pöntun með rútunni, ætlar þú að taka á móti henni, Lars minn?

Lars: Alveg sjálfsagt. Ég var að koma frá Trausta, frænda, meiri gleðin að sjá hvað hann er búinn að ná sér eftir veikindin. Hann er farinn að róa aftur!

Gunna: Já, það er huggun í því, við héldum satt að segja að hans ævi væri á enda, en sem betur fer er hann á batavegi. Hann er nú að komast á áttræðisaldur blessaður.

Tryggvi: Rútan er að koma, komdu Lars og hjálpaðu mér að bera þessa kassa sem eiga að fara til Reykjavíkur.

Lars: Halló Margrét, nei hvað sé ég! Arne! Ruth! Jan! Gaman að sjá ykkur! Ég er svo hissa! Hvenær komuð þið til landsins? Hvernig var ferðin?

Arne: Sæll stóri bróðir! Komum í fyrradag og þegar við fréttum að þið mynduð vera hér næstu dagana, ákváðum við að koma okkur bara strax vestur.
Gunna: Komið þið nú inn, krakkar mínir, segðu mér Ruth, þú kannt svo vel að tala íslensku, hvernig stendur á því?
Ruth: Það er búið að vera ætlun mín í mörg ár að fara til Íslands, og ég held að maður kynnist landi og þjóð best með því að læra málið. Sama er að segja um Jan, þannig að við vorum alltaf tvö og það auðveldar hlutina. Ef annað okkar nennti ekki meir, rak hitt á eftir.
Jan: Það er erfitt að læra íslensku, en gaman. Það skiptast á reiði og pirringur, þegar ekkert gengur, og gleði og undrun þegar maður finnur að einhver framför verður.
Tryggvi: Ég er að fara upp á jökul með ferðamenn, hef tvö sæti laus í bílnum, er einhver sem vill fara með?
Arne: Endilega, ég er til í það. Jan, drífðu þig í galla og komdu með.
Jan: Hugsið ykkur, ég að fara upp á jökul! Mig er búið að dreyma um þetta í mörg ár!

mig dreymir *(-di)* ich träume
mig grunar *(a)* ich vermute
heyra e-ð í e-m *(-ði)* etwas von jemandem hören
virðast *(virtist)* angesehen werden (als), scheinen
berdreyminn die Wahrheit träumend, *seit alters her isländ. Eigenschaft*
segjast + inf *(sagðist)* von sich etwas sagen
hádegi, *-s* n Mittag
upp úr hádeginu kurz nach Mittag
e-n langar í e-ð *(a)* jemand möchte etwas
svipur, *-s, -ir* m Gesichtsausdruck
verslun, *-unar, -anir* f Geschäft
sjá um e-ð *(sá, sáum, séð) st V* nach etwas sehen, sich darum kümmern
aðallega *adv* hauptsächlich
bensínafgreiðsla, *-u, -ur* f Tankstelle

aukast *(jókst) st VII* zunehmen, anwachsen
á síðustu tveim árum in den letzten zwei Jahren
þannig að so dass
pöntun, *-unar, pantanir* f Bestellung, bestellte Ware
taka á móti e-u *st VI* etwas entgegennehmen
sjálfsagt *adv* selbstverständlich
gleði *indekl* f Freude
ná sér *(náði)* sich erholen
veikindi *n/pl* Krankheit
vera farinn að gera e-ð etwas angefangen haben
huggun, *-unar* f Trost
satt að segja um die Wahrheit zu sagen; tatsächlich
ævi *indekl* f Leben(szeit)
vera á enda am Ende, zu Ende sein

vera á batavegi auf dem Wege der Besserung sein
komast á áttræðisaldur ins Alter der 80-Jährigen kommen
kassi, -a, -ar m Kiste
mynduð 2. pl kond prät v. munu werden
næstu dagana in den nächsten Tagen
að koma okkur vestur uns nach Westen zu begeben
hvernig stendur á því? wie steht es damit? Wie kommt das?
ætlun, -unar, -anir f Absicht, Vorhaben
í mörg ár viele Jahre lang
þjóð, -ar, -ir f Volk
með því dadurch
það auðveldar hlutina das vereinfacht die Sache

annar ... hinn der eine ... der andere
nenna e-u (-ti) zu etwas Lust haben
ekki meir nicht mehr
reka á eftir st V antreiben, anspornen
skiptast á e-u (skiptist) etwas austauschen
undrun, -unar f Staunen
pirringur, -s m Irritation
það skiptast á reiði og gleði es wechselt zwischen Zorn und Freude
reiði indekl f Zorn
ekkert nichts
framför, -farar, -farir f Fortschritt
laus frei
endilega adv unbedingt
ég er til í það ich bin dabei
drífa sig í e-ð sich mit etwas beeilen
galli, -a, -ar m Overall, Jogginganzug

16B Grammatik
1. Demonstrativpronomen: þessi, sá, hinn, slíkur / þvílíkur, sjálfur, sami

þessi - dieser (hier)

	m/sg	f/sg	n/sg
N	þess - i	þess - i	þett - a
G	þess - a	þess - arar	þess - a
D	þess - um	þess - ari	þess - u
A	þenn - an	þess - a	þett - a

	m/pl	f/pl	n/pl
N	þess - ir	þess - ar	þess - i
G	→	þess - ara	←
D	→	þess - um	←
A	þess - a	þess - ar	þess - i

þessi litli bíll dieses kleine Auto
Hvað er þetta? Was ist das (hier)?
Sérðu þennan bíl? Siehst du das Auto (hier)?

sá - der (da)

	m/sg	f/sg	n/sg
N	sá	sú	það
G	þess	þeirrar	þess
D	þeim	þeirri	því
A	þann	þá	það

	m/pl	f/pl	n/pl
N	þeir	þær	þau
G	→	þeirra	←
D	→	þeim	←
A	þá	þær	þau

- Neutrum Singular und alle Pluralformen entsprechen denen des Personalpronomens.
- Vor Adjektiven, die als Substantiv gebraucht werden, vor Ordnungszahlen (außer annar) und Superlativen wird sá als alleinstehender bestimmter Artikel verwendet:
    Það er það besta. Das ist das Beste.
    Hann var sá besti. Er war der Beste.
    Sá litli er bróðir minn. Der Kleine ist mein Bruder.
- Zusammen mit sem wird sá zum näher bestimmenden Pronomen:
    sá ... sem derjenige ... welcher.
    það ... sem das ... was.
    sú fyrsta, sem kom í mark die erste, die ins Ziel kam

hinn - jener/ der andere

	m/sg	f/sg	n/sg
N	hin - n	hin	hitt
G	hin - s	hin - nar	hin - s
D	hin - um	hin - ni	hin - u
A	hin - n	hin - a	hitt

Lektion 16

	m/sg	f/pl	n/pl
N	hin - ir	hin - ar	hin
G	→	hin - na	←
D	→	hin - um	←
A	hin - a	hin - ar	hin

Das Demonstrativpronomen **hinn** kann gleichzeitig wie ein alleinstehender Artikel vor dem Substantiv gebraucht werden, wenn ein Adjektiv dabei ist. In der seltenen Verwendung als Artikel lautet der N/A sg Neutrum **hið** statt **hitt**.

       hið litla barn (= *litla barnið*)   das kleine Kind
aber: *hitt barnið*   das andere Kind
       hinn bíllinn   das andere Auto

● Nach **hinn** als Demonstrativpronomen steht das Substantiv mit angehängtem Artikel.

Feste Ausdrücke:

    annar ... hinn   der eine ... der andere
    þessi ... hinn   dieser ... jener
    hitt og þetta   dieses und jenes
    hinir og þessir   diese und jene

slíkur / þvílíkur - solcher, so ein

slíkur staður   so ein Ort
þvílíkir vegir!   Welche Wege! (*eigentlich:* solche Wege!)

sjálfur - selbst

Ég sá hana sjálfur.   Ich selbst sah sie.
Ég sá hana sjálfa.   Ich sah sie selbst.

● **slíkur, þvílíkur, sjálfur** werden wie starke Adjektive auf -ur (vgl. 9B 3) flektiert.

sami - derselbe

sami bíllinn   dasselbe Auto.
sá hinn sami   eben derselbe.

● Nach **sami** steht das Substantiv mit dem bestimmten Artikel. Sami flektiert wie ein schwaches Adjektiv.

2. Feminina (-unar, -anir); indeklinable Substantive aller Genera

Sehr wenige Feminina enden im N/sg auf -i (vgl. dazu auch 10B 2). Einige dieser Feminina sind im Singular indeklinabel; sie enden in allen Kasus auf -i. Hierzu gehört z.B. *beiðni (Bitte):*

beiðni (f) – Bitte		
	Singular	Plural
N	beiðn - i	beiðn - ir
G	beiðn - i	beiðn - a
D	beiðn - i	beiðn - um
A	beiðn - i	beiðn - ir

Wie *beiðni* flektieren z.B. - alle nur im Singular - **athygli** *Aufmerksamkeit,* **bræði** *Zorn, Raserei,* **elli** *das Alter,* **gleði** *Freude,* **jarðfræði** *Geologie* und alle weiteren Komposita auf *-fræði,* **reiði** *Zorn,* **veiki** *Krankheit, Schwäche,* **hófsemi** *Mäßigkeit,* **græðgi** *Gier,* **feimni** *Schüchternheit.*

Nur zwei dieser Feminina haben im N/A pl die Endung -ar:

lygi (f) – Lüge		
	Singular	Plural
N	lyg - i	lyg - ar
G	lyg - i	lyg - a
D	lyg - i	lyg - um
A	lyg - i	lyg - ar

Wie *lygi* geht auch **gersemi** *Kostbarkeit.*

Bei den **Maskulina** sind die Monatsnamen unflektierbar (vgl. 6C).

Bei den **Neutra** sind es in der Regel die Worte auf *-ó,* wie **bíó** *(Kino),* **strætó** *(Bus),* die nicht flektieren.

Bei allen indeklinablen Substantiven wird jedoch der bestimmte Artikel jeweils in seiner flektierten Form angehängt, z.B. *lygi-n, lygi-nnar, lygi-nni* etc.

Substantive auf -un sind immer Feminina. Bei ihrer Flexion ist im Plural (außer im Dativ) der Wechsel des Mittelsilbenvokals von -u zu -a zu beachten:

verslun (f) – Geschäft		
	Singular	Plural
N	verslun	versl<u>a</u>n - ir
G	verslun - ar	versl<u>a</u>n - a
D	verslun	verslun - um
A	verslun	versl<u>a</u>n - ir

Wie *verslun* gehen z.B. **ætlun** Absicht, Vorhaben, **kvittun** Quittung, **skemmtun** Vergnügen, **borgun** Bezahlung, **undrun** Verwunderung.

- Substantive auf -un, die ein betontes -ö haben, wechseln dieses im Plural (außer im Dativ) zu -a:

pöntun (f) – Bestellung		
	Singular	Plural
N	pöntun	p<u>a</u>nt<u>a</u>n - ir
G	pöntun - ar	p<u>a</u>nt<u>a</u>n - a
D	pöntun	pöntun - um
A	pöntun	p<u>a</u>nt<u>a</u>n - ir

Wie *pöntun* gehen z.B. **löngun** Sehnsucht, **fölsun** Fälschung, **kvörtun** Beschwerde.

3. Imperativ durch verneinten Infinitiv

Wie im Deutschen kann der verneinte Infinitiv den Imperativ ersetzen, z.B. „Nicht anfassen!", „Nicht verraten!", „Nicht petzen!". Im Isländischen wird diese Konstruktion häufig etwas erzieherisch gebraucht; sie spiegelt eine gewisse Autorität wider:

Ekki hafa neinar áhyggjur! Mach dir keine Sorgen!
Ekki vera að þessu! Nicht so was machen!
Ekki segja svona! Nicht so was sagen!

4. Die Verben róa, gróa, núa und snúa

Die Verben *róa* (rudern), *gróa* (wachsen), *núa* (reiben) und *snúa* (drehen) zeigen im Singular Präsens Veränderung des betonten Vokals; dabei wird ó → æ, ú → ý. Im Präteritum ändern sie im Singular und Plural den betonten Vokal in -é und hängen die Endungen -ri, -rir, -ri, -rum, -ruð, -ru (vgl. die Endungen der schwachen Verben!) an.

róa rudern	Singular	Plural
Präsens 1. Pers. 2. Pers. 3. Pers.	ég ræ - þú ræ - rð hann ræ - r	við ró - um þið ró - ið þeir ró - a
Präteritum 1. Pers. 2. Pers. 3. Pers.	ég ré - ri þú ré - rir hann ré - ri	við ré - rum þið ré - ruð þeir ré - ru

Partizip Perfekt: róið

Im Einzelnen lauten die Stammformen der vier Verben:

róa:	ræ	réri	rérum	róið
gróa:	græ	gréri	grérum	gróið
núa:	ný	néri	nérum	núið
snúa:	sný	snéri	snérum	snúið

5. Unpersönliche Verben

Eine Reihe von Verben kann im Isländischen nicht mit einem persönlichen Subjekt, sondern nur mit dem Dativ oder Akkusativ verbunden werden (vgl. deutsch: *mir scheint*). Die häufigsten von denen, die mit dem **Akkusativ** stehen, sind:

dreyma (träumen):   Mig dreymdi hann. Ich träumte von ihm.
gruna (ahnen) + Konj: Mig grunar að hann sé veikur. Ich ahne, dass er krank ist.
langa (Lust haben):   Mig langar í kók. Ich habe Lust auf eine Cola.
                                   Mig langar að fara til Íslands. Ich möchte gern nach Island fahren.
skorta (mangeln):   Mig skortir vítamín. Mir fehlen Vitamine.

Lektion 16 184

    vanta (fehlen, mangeln):   Mig vantar peninga til að kaupa nýjan bíl. Mir fehlt es an Geld, ein neues Auto zu kaufen.
    svima (schwindlig sein):   Mig svimar. Mir ist schwindlig.

16C Sprachgebrauch und Landeskunde
1. Landeskundliches

Schon auf den ersten Blick erscheint Island selbst wie ein Kunstwerk, wie ein Wunder der Natur. Im Verhältnis dazu ist das, was die Menschen hervorgebracht haben, eher gering. Großartige Burgen und Schlösser, imposante alte Kirchen fehlen auf Island ebenso wie die mächtigen Bürgerhäuser der Jahrhundertwende im übrigen Europa. Es hat hier nie jene reiche Oberschicht gegeben, die all dies hätte veranlassen können. Bis in die dreißiger Jahre unseres Jahrhunderts fanden sich denn auch nur wenige herausragende Gebäude. Die Häuserlandschaft Reykjavíks wird vor allem von den bunten Wellblechdächern geprägt, die jedem Touristen sofort ins Auge springen. In den letzten Jahren sind jedoch einige bemerkenswerte Bauwerke entstanden, z.B. die Hallgrímskirche, das Rathaus oder das Einkaufszentrum KRINGLAN. Sie stehen den schönsten Bauwerken des kontinentalen Europas in nichts nach.

2. Isländische Vorsilben

Vorsilbe	Bedeutung	Beispiel	Übersetzung
aðal-	hauptsächlich	aðalgata	Hauptstraße
all-	sehr	allgáfaður	sehr begabt, intelligent
and-	anti-	andstæðingur	Gegner
auð-	leicht	auðvitað	leicht zu wissen, natürlich
einka-	privat	einkavegur	Privatweg
fjöl-	viel-	fjölrita	vervielfältigen
		fjölskylda	Familie
frum-	ursprünglich	frumskógur	Urwald
gagn-	gegen;	gagnkvæmur	gegenseitig
	von Nutzen	gagnsemi	Nutzen
mis-	miss-	misbeita	missbrauchen
ó-	un-	ófær	unpassierbar
of-	zu viel	ofdrykkja	Alkoholismus
		ofkælast	sich erkälten
sí-	immer	sígrænn	immergrün
		síbreytilegur	ständig wechselnd
tor-	schwierig	torfær	unwegsam
van-	(negativ)	vantraust	Misstrauen
		vanrækja	versäumen, vernachlässigen

16D Übungen

1. Finden Sie das passende Demonstrativpronomen:

a. Ég sá ...... mann í gær. b. Þekkir þú ...... konu? c. Nei, en þekkir þú ...... mann? d. Nei, ekki heldur, ég þekki ...... fólk ekki. e. En ...... barn, þekkir þú það þá? f. Nei, af hverju heldur þú að ég þekki ...... barn? g. Af því að ...... barn var með ...... krökkum sem komu til þín í gær. h. En ...... vitleysa, ... krakkar voru mínir krakkar, ég sá ekki ...... barn. i. ...... menn sem standa þarna, eru þeir frá Danmörku? j. Já, þeir eru með ...... konum, en þær eru sænskar. k. ...... flækja *(Wirrwarr; welches)* ! l. Ég trúi ekki ...... sögu. m. Eiga þau öll heima í ...... húsi? n. Já, þau fluttu öll í ...... hús í fyrra. o. Átt þú heima í ...... húsi og þau *(im selben)* ? p. Nei, ég á heima í ...... húsinu *(im anderen)* . q. Átt þú ...... tösku? r. Nei, ég á ...... töskuna, ... bláu *(die andere)* . s. Er þetta ...... taskan og þú varst með í gær *(gleiche)* ? t. Já, þetta er ..... sama. u. Hvernig finnst þér ...... málverk? v. Ágætt, ég þekki ...... sem málaði það, þekkir þú líka ...... sem stendur við hliðina á honum? w. Já, ég þekki ...... báða.

2. Suchen Sie aus dem Dialog alle Imperative heraus und finden Sie die Infinitive.

3. Unterhalten Sie sich anhand des Vokabulars mit Ihrem Nachbarn:

Hvernig finnst þér ......?

    Woody Allen   Madonna
    Bítlarnir *(die Beatles)*   Elton John
    James Dean   Michael Jackson
    Charles Chaplin   Guns and Roses
    Arnold Schwarzenegger   Metallica
    Rambo   Sugar Cubs

Mér finnst hann / hún / þeir / þær / þau ......

    skemmtilegur *amüsant*   **sætur** *süß*
    leiðinlegur *langweilig*   **gáfaður** *begabt*
    ágætur *ausgezeichnet*   **heimskur** *doof*
    gamaldags *altmodisch*   **vitlaus** *geistlos*
    fallegur *schön*   **sterkur** *stark*
    ljótur *hässlich*   **ömurlegur** *traurig, trist*

4. Suchen Sie zu den angeführten Vorsilben im Wörterbuch je drei andere Wörter und bilden Sie damit Sätze.

17A Text: Með bílaleigubíl til Reykjavíkur

Eftir nokkurra daga dvöl á Snæfellsnesi komu þau sér saman um að leigja sér bíl og keyra áleiðis til Reykjavíkur. Í Stykkishólmi reyndist vera bílaleiga og var nú bara spurningin, hvort þau myndu geta skilað bílnum í Reykjavík. Þegar þau höfðu valið nógu stóran bíl, athugaði Lars hvort hemlarnir og öryggisbeltin væru í lagi. Elena mældi olíuna, en Ruth loftþrýstinginn í dekkjunum. Arne kom farangrinum fyrir á þakgrindinni og batt hann vel niður. Jan kveikti á öllum ljósum, ræsti bílinn og fór í einn hring á stæðinu. Margrét, sem var sú eina, sem hafði bílpróf, ætlaði að keyra. Síðan fylltu þau út öll nauðsynleg eyðublöð, borguðu smá upphæð fyrirfram og lögðu af stað. Þau byrjuðu á því að fara inn á bensínstöð til að taka bensín. Á næstum öllum bensínsölustöðum á Íslandi er hægt að kaupa mat. Oft er þetta eini möguleikinn til innkaupa á stóru svæði. Í flestum tilfellum er um sjálfssölu að ræða og ekki nauðsynlegt að kunna íslensku, nema þá til að vita hvort stendur sykur, salt, hveiti eða þvottaduft á pakkanum. Stundum er líka hægt að fá sér kaffi eða smárétti að borða, eins og pulsur, samlokur eða því um líkt. Það var óvenju kalt þegar þau lögðu af stað, en í bílnum hitnaði þeim fljótt. Það er ekki hægt að keyra hratt á íslensku vegunum, þar sem sjaldan er um malbikaðar götur að ræða. Oftast eru vegirnir olíubornir malarvegir og frekar erfitt að keyra, verður að gæta fyllstu varúðar, sérstaklega þegar bíll kemur á móti. Þá verður maður að hægja ferðina og fara varlega framhjá. En ekki eru allir Íslendingar tillitsamir ökumenn og það var margsinnis, að þau voru komin alveg út í vegarkant þegar miklu stærri bíll þeysti fram hjá án þess að hægja á sér. Krakkarnir voru ekki vön svona keyrslu erlendis og kipptust við í hvert skipti þegar helst leit út fyrir að þeim yrði ýtt út af og voru fegin að Margrét var vön að keyra. Reyndar hefði þau öll langað til að geta keyrt og biðu í rauninni bara eftir að verða nógu gömul til að taka bílpróf. Þau öfunduðu Margréti af að hafa getað tekið bílpróf aðeins sautján ára, eins og gengur og gerist á Íslandi. Þau keyrðu til Akraness, því þaðan fer ferja til Reykjavíkur og styttir það leiðina um einn til tvo tíma. Margrét ók bílnum um borð. Svo fóru þau öll upp á þilfar til að fá sér ferskt loft og sjá ferjuna fara frá landi. Það var sléttur sjór og enginn öldugangur alla leiðina og fyrr en varði voru þau komin til Reykjavíkur.

bílaleigubíll, -s, -ar m Mietwagen
dvöl, dvalar, dvalir f Aufenthalt

koma sér saman um e-ð *st IV* etwas beschließen, sich auf etwas einigen

Lektion 17

áleiðis auf den Weg
reynast (-dist) sich herausstellen
bílaleiga, -u, -ur f Autovermietung
spurning, -ar, -ar f Frage
myndu kond v. munu werden
skila e-u (-a) etwas zurückgeben
velja (valdi, valið) wählen
nógu genug
hemill, -ils, -lar m Bremse
vera í lagi in Ordnung sein
mæla (-di) messen
olía, -u f Öl
loftþrýstingur, -s m Luftdruck
dekk, -s, - n (G/pl: dekkja) Reifen
þakgrind, -ar, -ur f Dachgepäckträger
batt 3. sg prät v. binda st III binden
binda niður festbinden
kveikja á ljósi (-ti) Licht anmachen
ræsa bílinn (-ti) das Auto anlassen
fara í einn hring eine Kurve drehen
stæði, -s, - n Parkplatz
bílpróf, -s, - n Führerschein
taka bílpróf st VI den Führerschein machen
fylla e-ð út (-ti) etwas ausfüllen
nauðsynlegur notwendig
eyðublað, -s, -blöð n Formular
smár klein, gering
upphæð, -ar, -ir f Summe, Betrag
fyrirfram im voraus
bensínstöð, -var, -var f Tankstelle
taka bensín st VI tanken
bensínsölustöð, -var, -var f Tankstelle
eini der Einzige
möguleiki, -a, -ar m Möglichkeit
innkaup, -s, - n Einkauf
á stóru svæði, -s, - n in weitem Umkreis
í flestum tilfellum in den meisten Fällen
tilfelli, -s, - n Fall, Geschehen
ræða um e-ð etwas besprechen
sjálfsali, -a, -ar m Automat
nema þá til að + inf außer um zu + inf

sykur, -s m Zucker
salt, -s n Salz
hveiti, -s n Weizen(mehl)
þvottaduft, -s n Waschpulver
pakki, -a, -ar m Packung
smáréttur, -ar, -ir m kleiner Imbiss
pulsur / pylsur f/pl Würstchen
samloka, -u, -ur f Sandwich
eða því um líkt oder etwas ähnliches, dergleichen
óvenju adv ungewöhnlich
hitna (a) warm werden
fljótt adv schnell
vegur, -ar / -s, -ir m Weg, Straße
sjaldan adv selten
malbika (a) asphaltieren
oftast adv sup v. oft oft
olíuborinn mit Öl vermischt
malarvegur, -ar / -s, -ir m Schotterstraße
gæta fyllstu varúðar (gætti) größte Vorsicht üben
varúð, -ar f Vorsicht
hægja ferðina (-ði) die Fahrt verlangsamen
varlegur vorsichtig
tillitsamur rücksichtsvoll
ökumaður, -manns, -menn m Autofahrer
margsinnis viele Male
vegarkantur, -s, -ar m Straßenrand, Straßenkante
þeysa framhjá (-ti) vorbeisausen
hægja á sér (-ði) langsamer fahren, gehen
vera vanur e-u an etwas gewohnt sein
erlendis im Ausland
löngu adv längst
kippast við (kipptist) zusammenzucken
líta út fyrir st I so aussehen, als ob
ýta (ýtti) stoßen, schubsen
út af vom Weg ab
í rauninni in Wirklichkeit

öfunda e-n af e-u *(a)* jemanden um
 etwas beneiden
eins og gengur og gerist wie es gang
 und gäbe ist
koma e-u *st IV* etwas bringen
stytta *(stytti)* verkürzen
tími, -a, -ar *m* Stunde
um borð an Bord (hinauf)
þilfar, -s *n* Deck
ferskur frisch
sléttur glatt, *hier:* ruhig
sjór, -ar / -s, *oder* sjávar *m* (die) See,
 Meer
öldugangur, -s, -ar *m* Seegang
alla leiðina den ganzen Weg
fyrr en varði ehe sie sich versahen

17A Dialog

Lars: Góðan daginn, við ætlum að fá leigðan bíl. Er hægt að taka bílinn hér og skila honum svo í Reykjavík? Og hvað kostar hann á dag?
Maður: Já, þið getið alveg skilað bílnum í Reykjavík. Ef þið takið hann bara í einn dag, er verðið 7.000 krónur. Í þessu verði er innifalinn söluskattur og trygging; þið megið keyra 200 kílómetra án aukagjalds. Ef þið keyrið meir, verðið þið að greiða 70 krónur, það er ein prósenta af dagsverðinu, fyrir hvern aukakílómetra.
Lars: Áður en við leggjum af stað, verðum við að athuga eftirfarandi: hemlana, ljósin og öryggisbeltin, síðan verður að mæla loftþrýstinginn í dekkjunum og olíuna. Við skulum hafa verkaskipti til að flýta fyrir okkur. Þú sérð um farangurinn, Arne.
Jan: Ég hef tekið eftir því að það keyra allir með ljós hér, líka á daginn, er það skylda?
Arne: Já, það er stranglega bannað að keyra út á þjóðvegum án þess að vera með ljósin á. Það er oft svo mikið ryk sem þyrlast upp, að það er næstum óhæft að sjá bílana annars nógu snemma.
Ruth: Hvar getum við keypt í matinn? Það er enginn bær eða byggð hérna nálægt eftir kortinu að dæma.
Lars: Við þurfum hvort eð er að taka bensín og á flestum bensínstöðvum getur maður keypt allt mögulegt matarkyns. Það er meira að segja stundum eina verslunin fyrir marga sem búa á bóndabæjum langt frá þorpi eða smábæ.
Jan: Ég sé að hér er líka kaffisala, ætla að fá mér bolla af kaffi, viljið þið líka kaffi?
Elena: Pantaðu líka fyrir mig, ég kem bráðum. - Fyrirgefðu, hvar er klósettið?
Stúlka: Þriðju dyr til hægri, fram ganginn þarna.

Lektion 17

Elena: Þakka þér fyrir. Ruth, komdu með mér, ertu kannski með greiðu eða bursta?
Ruth: Nei, dótið mitt er allt úti í bílnum, þú lítur ágætlega út svona, ég get lánað þér varalitinn minn, settu smá á þig, þá ertu fín.
Lars: Hvað segið þið um að stytta okkur leið og taka frekar ferjuna frá Akranesi, heldur en að fara fyrir Hvalfjörð? Það tekur okkur miklu lengri tíma að keyra.
Arne: Þetta finnst mér ágætis tillaga, mig hefur alltaf langað til að fara með Akraborginni, en hvað skyldi það kosta fyrir bíl og fjórar persónur?
Lars: Það er auðvitað ekki gefins, en við verðum komin miklu fyrr til Reykjavíkur, svo það borgar sig.

skila bílnum (a) das Auto wieder abgeben
í einn dag für einen Tag
verð, -s, - n Preis
innifalinn í e-u in etwas inbegriffen
söluskattur, -s, -ar m isl. Verkaufssteuer
trygging, -ar, -ar f Versicherung
kílómetri, -a, -ar m Kilometer
aukagjald, -s, -gjöld n Zusatzkosten, Nebenkosten
greiða (greiddi) bezahlen
prósenta, -u, -ur f Prozent
dagsverð, -s, - n Tagespreis
aukakílómetri, -a, -ar m zusätzlicher Kilometer
eftirfarandi folgend, nachstehend
ljós, -s, - n Licht; hier: Scheinwerfer
verkaskipti, -s, - n Arbeitsteilung
sjá um e-ð st V (sá) sich um etwas kümmern
ég hef tekið eftir því að ... st VI mir ist aufgefallen, dass ...
á daginn tagsüber
skylda, -u, -ur f Pflicht, Verpflichtung
stranglega adv strengstens
þjóðvegur, -ar / -s, -ir m Landstraße
vera með ljósin á die Scheinwerfer eingeschaltet lassen
óhæfur unmöglich
nógu snemma früh genug

kaupa í matinn (keypti) Essen einkaufen
byggð, -ar, -ir f Siedlung
nálægt adv nahe, unweit
kort, -s, - n Karte
dæma (-di) urteilen
hvort eð er so oder so
matarkyns adj. indekl. essbar
meira að segja sogar
verslun, -unar, -anir f Geschäft
langt frá e-u weit von etwas entfernt
þorp, -s, - n Dorf
smábær, -jar, -ir m kleines Dorf
kaffisala, -sölu, -sölur f Cafeteria
bolli, -a, -ar m Tasse
panta (a) bestellen
bráðum gleich, bald
klósett, -s n Klo(sett)
fram ganginn den Flur entlang
greiða, -u, -ur f Kamm
bursti, -a, -ar m Bürste
líta út st II aussehen
ágætlega adv hervorragend, prächtig
varalitur, -ar, -ir m Lippenstift
setja varalit á sig Lippenstift auftragen
ágætur hervorragend
tillaga, -lögu, lögur f Vorschlag
Akraborg, -ar f Eigenname eines Schiffes

persóna, -u, -ur f Person
gefins umsonst, kostenlos
við verðum komin wir werden sein
það borgar sig das lohnt sich

17B Grammatik
1. Die Bildung von Adverbien

Adverbien können ein Verb, ein Adjektiv oder ein anderes Adverb näher bestimmen. Sie haben eine sehr unterschiedliche Herkunft; viele sind direkt von einem Adjektiv abgeleitet, andere lassen sich keinem Adjektiv zuordnen.

Häufig wird von Adjektiven das **Neutrum Singular** als Adverb gebraucht: *fljótur : fljótt (schnell); seinn : seint (spät); mikill : mikið (sehr); hægur : hægt (möglich)*.

Þau töluðu langt fram á nótt. Sie redeten bis tief in die Nacht hinein.
Börnin hlaupa hratt. Die Kinder laufen schnell.
Hann kemur alltaf of seint. Er kommt immer zu spät.

Viele Adverbien werden auch durch Anhängen der Silbe **-lega** an den Stamm eines Adjektivs gebildet; dabei tritt gelegentlich ein Bindevokal zwischen Stamm und Adverb-Endung: *ágæt-ur : ágæt-lega (hervorragend); sérstak-ur : sérstak-lega (besonders); nefn-a : nefn-i-lega (nämlich)*.

Konan er sérstaklega falleg. Die Frau ist außerordentlich schön.
Hún lítur ágætlega út. Sie sieht hervorragend aus.

Zahlreiche Adverbien entstehen auch durch Anhängen von **-a** an den Stamm eines Adjektivs: *vandleg-ur : vandlega (sorgfältig); lík-ur : líka (auch); víð-ur : víða (weit); ill-ur : illa (schlecht)*.

Hér eru víða mikil mannvirki. Hier sind an vielen Stellen große Bauwerke.
Hann skrifaði bréfið vandlega. Er schrieb den Brief sorgfältig.

Bisweilen sind bestimmte Kasus von Substantiven und Adjektiven erstarrt und können als Adverb verwendet werden; sie sind in der Regel nicht mehr als ehemals flektiertes Substantiv oder Adjektiv erkennbar:

-um:	bráðum	bald
	einkum	besonders
	næstum	beinahe
	stundum	bisweilen
	stórum	in hohem Maße

-u: Diese Adverbien stehen hauptsächlich vor Komparativen als Adverbien des Maßes.

löngu (fyrr)	lange (vorher)
miklu (hærri)	viel (höher)
litlu (betri)	nicht viel (besser)
nógu (vel)	(gut) genug

-ar:	einkar	besonders
	raunar	gewiss, zwar
	reyndar	gewiss, übrigens
-is:	árdegis	früh am Tag
	samtímis	gleichzeitig
	erlendis	im Ausland
	beinlínis	direkt

2. Ortsadverbien

Ortsadverbien können eine Richtung, eine Herkunft oder einen Zustand zum Ausdruck bringen; sie werden häufig durch Anhängen verschiedener Endungen an ein und denselben Stamm gebildet. Ortsadverbien, die eine Richtung („nach") angeben, enden oft auf -að oder -ur, oder sie sind endungslos. Ortsadverbien mit Herkunftsbezeichnung („von") enden häufig auf -an, wobei bisweilen ein að vorangestellt wird. Zustandsadverbien enden oft auf -i, -a oder -an mit vorausgehendem fyrir.

Richtung nach		Richtung von		Zustand	
hingað	hierher	héðan	von hier	hér(na)	hier
þangað	dorthin	þaðan	von dort	þar(na)	dort
fram	vorwärts	(að) framan	von vorn	fyrir framan	davor,
				frammi	vorn
heim	nach Hause	(að) heiman	von zu Hause	heima	zu Hause
inn	hinein	(að) innan	von innen	inni	innen
niður	hinunter	(að) neðan	von unten	niðri	unten
upp	hinauf	(að) ofan	von oben	uppi	oben
út	hinaus	(að) utan	von außen	úti	(dr)außen
aftur	zurück; wieder	(að) aftan	von hinten	fyrir aftan	hinten, hinter
austur	nach Osten	(að) austan	von Osten	fyrir austan	im Osten (von)
norður	nach Norden	(að) norðan	von Norden	fyrir norðan	im Norden (von)
suður	nach Süden	(að) sunnan	von Süden	fyrir sunnan	im Süden (von)
vestur	nach Westen	(að) vestan	von Westen	fyrir vestan	im Westen (von)

Lektion 17

3. Zeitadverbien

áður	früher	seint	spät
aldrei	niemals	síðan	dann
alltaf	immer	sjaldan	selten
bráðum	bald	snemma	früh
enn (þá)	noch	strax	gleich, sofort
lengi	lange	stundum	manchmal
nú(na)	nun	þá	damals, dann
oft	oft	þegar	sofort

4. Adverbien der Art und Weise

alveg	ganz	mjög	sehr
bara	nur	svo	so
ella	sonst	vel	gut
illa	schlecht	rétt	richtig
lítt	wenig	rangt	falsch

5. Steigerung der Adverbien

Abgeleitete Adverbien in der Form des **Neutrum Singular** eines Adjektivs bilden ihren Komparativ in der Regel durch Anhängen der Silbe -ara an den Stamm des Adjektivs, den Superlativ durch Anhängen von -ast:

fljótt	fljótara	fljótast
breitt	breiðara	breiðast

Abgeleitete Adverbien auf **-lega** werden durch Anhängen von -r / -st gesteigert:

fallega	fallegar	fallegast
varlega	varlegar	varlegast

Einige abgeleitete Adverbien lauten wie die entsprechenden Adjektive ihren Stammvokal um; bei ihnen endet der Komparativ auf -ra, bzw. -rra nach Vokal, der Superlativ auf -st, bzw -ast nach Vokal. Auch hier werden die Endungen an den Adjektivstamm angehängt:

hátt	hæ-rra	hæ-st
lágt	læg-ra	læg-st
skammt	skemm-ra	skemm-st

Nicht abgeleitete Adverbien bilden ihren Komparativ bisweilen durch Anhängen von -ar an den Stamm, den Superlativ durch Anhängen von -ast, bisweilen auch von -r/ -ur und -st. Im letzten Fall tritt Umlaut des vorausgehenden Vokals ein:

aftur	aft-ar	aft-ast
út, úti	ut-ar	ut-ast
fjarri	fjæ-r	fjær-st

Folgende Adverbien steigern unregelmäßig:

vel (gut)	betur	best
illa (schlecht)	verr	verst
lítið (wenig)	minna	minnst
lítt (wenig)	miður	minnst
mjög (sehr)	meir, meira	mest
mikið (viel)	meir, meira	mest
gjarnan (gern)	heldur	helst
snemma (früh)	fyrr	fyrst
varla (kaum)	síður	síst

Da die Steigerung der Adverbien insgesamt relativ unregelmäßig und schwierig erscheint, ist es einfacher, die Steigerungsformen zumindest der wichtigsten Adverbien auswendig zu lernen als sie nach den Gesetzmäßigkeiten selbst zu bilden.

6. Die Flexion der Indefinitpronomen *hver* und *hvor*

Beide Pronomen können als **Fragewörter** und als **Indefinitpronomen** gebraucht werden. Als Fragewort hat *hver* die allgemeine Bedeutung „welcher? wer?" (vgl. 2B 5), als Indefinitpronomen bedeutet es „jeder (von vielen)".

hver wird - ☞ abweichend vom deutschen indeklinablen „wer?" - auch als Fragepronomen jeweils nach Numerus und Genus flektiert, und zwar:

	m/sg	f/sg	n/sg
N	hver	hver	hver - t / hvað
G	hver - s	hver - rar	hver - s
D	hver - j - um	hver - ri	hver - j - u
A	hver - n	hver - j - a	hver - t / hvað

	m/pl	f/pl	n/pl
N	hver - j - ir	hver - j - ar	hver
G	→	hver - ra	←
D	→	hver - j - um	←
A	hver - j - a	hver - j - ar	hver

Lektion 17

- Die Formen entsprechen denen des Indefinitpronomens einhver (vgl. 11B 5).
- Vor Endung auf Vokal wird ein -j- eingeschoben.
- Als Indefinitpronomen kann hver substantivisch und adjektivisch verwendet werden. Im N/A sg Neutrum steht hvað substantivisch („jedes, alles"), hvert adjektivisch vor Pronomen oder Substantiv.
- Als Fragewort steht im N/A sg Neutrum hvert in der Bedeutung „welches?", hvað in der Bedeutung „was?".

Die Neutrumform wird auch verwendet, wenn es sich um zwei Personen verschiedenen Geschlechts handelt.

Einige flektierte Formen sind bereits aus anderen zusammengesetzen Fragewörtern bekannt, wie z.B. *til hvers* (wozu), *af hverju* (warum), *hvers vegna* (weswegen) etc.

Hverjar eru þessar stúlkur? Wer sind diese Mädchen?
Hverjir voru þessir strákar? Wer waren diese Jungen?
Hver eru þessi börn? Wer sind diese Kinder?
Við hvern ertu að tala? Mit wem redest du gerade?
Hverjum ertu líkur? Wem siehst du ähnlich?
Eftir hverjum varstu að spyrja? Nach wem hast du gefragt?
Til hvers ertu að fara? Zu wem fährst du jetzt?
Hver er sjálfum sér næstur. Jeder ist sich selbst der Nächste.
Þeir tala hver við annan. Sie reden miteinander.
Hann kemur á hverju kvöldi. Er kommt jeden Abend.
Hvert barn elskar mömmu sína. Jedes Kind liebt seine Mutter.

Feste Ausdrücke:

hver eftir annan	einer nach dem Anderen, nacheinander
hvað eftir annað	ein ums andere Mal
annar hver maður	jeder zweite Mann
annan hvern mánuð	jeden zweiten Monat
margur hver	manch einer
hver einasti	jeder Einzige

Als Fragewort hat hvor die Bedeutung „welcher (von beiden)?" (vgl. 7B 5), als Indefinitpronomen „jeder (von beiden)". Es bezieht sich immer auf eine beschränkte Auswahl.

	m/sg	f/sg	n/sg
N	hvor	hvor	hvor - t
G	hvor - s	hvor - rar	hvor - s
D	hvor - um	hvor - ri	hvor - u
A	hvor - n	hvor - a	hvor - t

	m/pl	f/pl	n/pl
N	hvor - ir	hvor - ar	hvor
G	→	hvor - ra	←
D	→	hvor - um	←
A	hvor - a	hvor - ar	hvor

- hvort kann substantivisch und adjektivisch verwendet werden; die Konstruktion **hvor(t) ykkar** ist immer eine direkte Frage an eine Person:
  Hvort ykkar er yngra, þú Elena eða Lars? Wer von euch ist jünger, du Elena, oder Lars?
  Hvor ykkar er yngri, þú Lars eða Jón? Wer von euch ist jünger, du Lars, oder Jón?
  Hvor ykkar er eldri, þú Kristín eða Margrét? Wer von euch ist älter, du Kristín, oder Margrét?
  Hvorn bílinn ætlar þú að kaupa? Welches Auto (von beiden) wirst du kaufen?
  Hvor þeirra vildi keyra bílinn? Lars eða Jón, Margrét eða Kristín? Wer von ihnen wollte das Auto fahren? Lars oder Jón? Margrét oder Kristín?
  Hvort þeirra vildi keyra bílinn? Elena eða Lars? Wer von ihnen wollte das Auto fahren? Elena oder Lars?

Feste Ausdrücke:

á hvora hönd	zu beiden Seiten
annar hvor	einer von beiden
annað hvort - eða	entweder - oder
öðru hvoru	hin und wieder

7. Der Konditional

Der Konditional ist eine Bedingungsform, die im Deutschen mit „würde + Infinitiv" gebildet wird. Sie entspricht der isländischen Konstruktion **mundi + Infinitiv**. Der Konditionalsatz besteht aus dem Bedingungssatz und dem Hauptsatz. Der Bedingungssatz enthält die Voraussetzung für die Aussage des Hauptsatzes und steht in der Regel im Konjunktiv, der Hauptsatz verwendet den Konditional. Die Bedingung ist dabei meist irrational oder hypothetisch; bei realen Bedingungen steht normalerweise der Indikativ. Konditionalsätze werden im Isländischen häufig durch ef „wenn, falls" oder nema „wenn nicht" eingeleitet oder durch Adverbien wie annars, ellegar, ella „andernfalls".

Ef hann væri eldri mundi hann læra á bíl.
Wenn er älter wäre, würde er Auto fahren lernen.
Annars væri hætta á að rútubílstjórinn mundi ekki sjá þau.
Andernfalls bestünde die Gefahr, dass der Busfahrer sie nicht sehen würde.
Þau ætluðu að fara heim nema veðrið mundi batna.
Sie wollten heimfahren, wenn das Wetter nicht besser würde.

17C Sprachgebrauch und Landeskunde
1. Autofahren auf Island
Wer in Island auf eigene Faust umherfahren möchte, kann sich bei etwa 30 verschiedenen Autovermietungen einen Wagen mieten. Die Preise für Mietwagen sind allerdings sehr hoch, da diese nur in den drei Monaten vermietet werden, in denen Touristen kommen. Aus Sicherheitsgründen müssen die Wagen auch immer in einem Topzustand sein; sie werden alle drei Jahre erneuert. Wenn man das weiß, fällt einem das Bezahlen des hohen Preises etwas leichter.
Zu beachten ist, dass der Mieter des Wagens mindestens 20 Jahre alt sein muss, bei Geländewagen sogar 25 Jahre. Man sollte immer daran denken, dass Schäden am Auto, die durch das Überqueren eines Flusses entstehen, auch nicht von der angebotenen Vollkaskoversicherung gedeckt sind. Grundregel: Den Fluss immer erst durchschreiten; wenn das Wasser mehr als kniehoch ist, lieber auf die Durchfahrt verzichten.

2. Bildung von Substantiven
Die Bildung von Substantiven erfolgt im Isländischen häufig durch das Anhängen einer Endung an den Verbstamm:

maskulin

-andi: *kaupa - kaupandi* Käufer; *verja - verjandi* Verteidiger; *lesa - lesandi* Leser

-ari: *leika - leikari* Schauspieler; *kenna - kennari* Lehrer; *baka - bakari* Bäcker

-(n)aður: *fagna - fagnaður* Fest; *spara - sparnaður* das Sparen; *klæða - klæðnaður* Kleidung; *kosta - kostnaður* Kosten

feminin

-sla: kenna - kennsla Unterricht; reyna - reynsla Erfahrung; keyra - keyrsla Fahrt

-un: minnka - minnkun Entwürdigung; loka - lokun Schließung; skemmta -skemmtun Vergnügen, Unterhaltung

-ing: æsa - æsing Erregtheit; hvetja - hvatning Ansporn

17D Übungen

1. **Bilden Sie Sätze mit oben aufgeführten Ortsadverbien nach folgendem Muster:**
Elena kom hingað í gær; hún er hérna núna, á morgun fer hún héðan.

2. **Bilden Sie jeweils aus dem angegebenen Adjektiv das entsprechende Adverb:**
a. Íslenska er ...... (ákafur) skemmtilegt mál. b. Bókin er ...... (ofsalegur) spennandi. c. Þú skalt tala ...... (skýr) og ...... (greinilegur). d. Og þú skalt spyrja ...... (kurteis) um bréfið. e. Ekki tala svona ...... (hraður), ég skil þig þá ekki nógu ...... (góður). f. Íslenskir bílstjórar eru sumir ökufantar og aka ...... (glannalegur). g. Ég get ...... (ómögulegur) borðað meira. h. Þakka þér ...... (kær) fyrir matinn. i. Þeir keyrðu ...... (langur) fram á nótt. j. Það er ekki ...... (hægur) að keyra yfir hálendið á veturna. k. Kemur hann alltaf of ...... (seinn) í skólann? l. Mér finnst þessi lopapeysa alveg ...... (sérstakur) falleg. m. Þvoðu borðið ...... (vandlegur), það er svo skítugt *(schmutzig)*. n. Þetta er ...... (líklegur) í fyrsta skipti sem hún kemur hingað. o. Keyrðu ...... (hægur) og ...... (rólegur), það er ...... (vondur) að keyra á sumum götunum.

3. **Setzen Sie das entsprechende isländische Adverb ein:**
a. Þau fóru ...... (oft) í bíó, en ...... (selten) sáu þau góða mynd. b. Hann fer ...... (immer) mjög ...... (früh) í vinnuna. c. En hann er þar ...... (nie) ...... (lange). d. Hún fer ...... (sofort) í bæinn, þegar hann kemur. e. Þau fara aldrei ...... (gleichzeitig) í bæinn. f. Elena talaði ...... (lange) í símann. g. ...... (Manchmal) finnst mér gaman að hlusta á óperur. h. Þegar við erum ...... (im Ausland), förum við ...... (immer) í leikhús. i. Síðasta sýning var ...... (sehr) skemmtileg. j. Ég sé .... (so schlecht); get ...... (kaum) lesið blaðið. k. Lars á ...... (nur) eftir að vera hér í viku, hann fer ...... (bald) heim. l. Þeir voru ...... (gerade) að koma inn um dyrnar. m. Segðu ...... (niemals) að það sé kalt á Íslandi, þú ert þá ...... (nur) ...... (schlecht) klæddur.

Lektion 17

4. Unterhalten Sie sich anhand des folgenden Wortschatzes und achten Sie auf den Kasus; z.B.: Get ég fengið eitt kíló af baunum?

Hvar finn ég ......? / Get ég fengið ......? / Áttu til ......?

ávextir m/pl Obst
dósamatur, -ar m Konservendose
egg, -s, - n Ei
flatkökur f/pl Fladenbrot
hveiti, -s n Weizenmehl
jógúrt, -s n od. -ar f Joghurt
lambakjöt, -s n Lammfleisch
mjólk, -ur f Milch
grænmeti n/pl Gemüse
strengjabaunir f/pl Bohnen
salt, -s n Salz
núðlur f/pl Nudeln
smjör, -s n Butter
smjörlíki, -s n Margarine
matarolía, -u f Speiseöl
kartöflur f/pl Kartoffeln
sykur, -s m Zucker

brauð, -s n Brot
epli, -s, -i n Apfel
fiskur, -s, -ar m Fisch
fiskréttur, -ar, -ir m Fischgericht
hrísgrjón n/pl Reis
kleina, -u, -ur f Fettgebäck
hangikjöt, -s geräuchertes Lammfleisch
mjólkurostur, -s, -ar m Käse
grænar baunir f/pl Erbsen
laukur, -s, -ar m Lauch
pipar, -s m Pfeffer
súpa, -u, -ur f Suppe
sulta, -u f Marmelade
álegg, -s n Aufschnitt
edik, -s n Essig
safi, -a, -ar m Saft
bjór, -s, -ar m Bier

kíló, -s, - n Kilo
500 grömm ein Pfund
poki, -a, -ar m Tüte, Beutel
ferna, -u, -ur f Getränketüte
flaska, flösku, flöskur f Flasche

pakki, -a, -ar m Packung, Päckchen
stykki, -s, - n Stück
dós, -ar, -ir f Dose
glas, -s, glös n Glas
diskur, -s, -ar m Teller

Það er í hillunni / til hægri / til vinstri / í miðjunni / efst uppi / neðst.
Es steht im Regal / rechts / links / in der Mitte / ganz oben / ganz unten.

18A Text: Allt er gott sem endar vel

Eftir nokkra skemmtilega daga í Reykjavík lögðu Arne, Jan og Ruth aftur upp í leiðangur, en Lars og Elena fóru að hugsa um brottförina. Þau hringdu í flugfélagið til þess að láta staðfesta flugið og pökkuðu niður dótinu sínu. Síðasta kvöldið var þeim boðið í kveðjupartý, þar sem allir vinir þeirra höfðu safnast saman.

Flest þeirra voru nýbúin að ljúka stúdentsprófi og snérust því umræðurnar aðallega um möguleikana á námi við Háskóla Íslands.Eftir upplýsingum sem þau höfðu fengið frá þýska menntamálaráðuneytinu voru góðir möguleikar á því að fá námsstyrk til eins árs náms við íslenskan háskóla. Sigurður útskýrði fyrir þeim, að það væri ekki hægt að ljúka námi á Íslandi nema í fáum greinum, flestir yrðu að fara í framhaldsnám erlendis. Eftir grundvallarnám færu margir til Bandaríkjanna, en einnig margir til Norðurlandanna, Englands, Frakklands og Þýskalands. Elena spurði hvernig væri með jarðfræði, og sagði Sirrý henni að það væri ein af þeim greinum, sem hægt væri að ljúka námi í á Íslandi, enda ekkert skrýtið í landi sem hefði upp á allar tegundir eldfjalla og jarðhitasvæða að bjóða. Lars sem hafði alltaf haft áhuga á norrænu, spurði hvernig kennslan væri og voru allir sammála um að háskólinn væri framúrskarandi í þeirri grein. Guðmundur sagðist ætla að fara í læknisfræði og vildi fá að vita hvernig væri að fá pláss í þýskum háskóla. Lars sagði að það væri ekki nærri því eins erfitt fyrir hann og fyrir þjóðverja, þar sem 10 prósent af námsplássum væru fyrir útlendinga.

Eftir allar þessar vangaveltur fóru þau að dansa. Snorri hafði komið með marga góða geisladiska og var fjör í mannskapnum. Um miðnætti voru öll orðin svöng og fóru að kalda borðinu til þess að fá sér að borða; hver og einn hafði komið með einhvern smárétt með sér, svo það var úr mörgu að velja. Þegar þau kvöddust um nóttina var söknuðurinn mikill og fannst öllum að samveran þessar vikurnar hefði verið sérstaklega skemmtileg. Ekki varð mikið um svefn síðustu nóttina og þegar flugvélin hóf sig til lofts næsta morgun og flaug yfir Reykjanesið, sást aðeins glitra í tár í augunum á Lars og Elenu, hvort sem það var nú af söknuði eða kannski bara þreytu.

allt er gott sem endar vel Ende gut, alles gut
leiðangur, -urs, -rar m Expedition
flugfélag, -s, -lög n Fluggesellschaft
staðfesta flug (-festi) den Rückflug bestätigen lassen
pakka niður dótinu (a) die Sachen packen

kveðjupartý, -s n Abschiedsparty
safnast (safnaðist) sich versammeln
nýbúinn að gera e-ð gerade getan haben
ljúka stúdentsprófi st II das Abitur machen
snúast um e-ð (snérist) sich um etwas drehen
umræða, -u, -ur f Gespräch
aðallega adv hauptsächlich
möguleiki, -a, -ar m Möglichkeit
nám, -s n Studium
Háskóli, -a, -ar m Universität
upplýsing, -ar, -ar f Auskunft
menntamálaráðuneyti, -s, - n Bildungs- und Kulturministerium
námsstyrkur, -s, -ir m Stipendium
útskýra fyrir e-m (-ði) jemandem erklären
grein, -ar, -ar f Zweig, Fachrichtung
framhaldsnám, -s n Fortsetzung des Studiums
grundvallarnám, -s n Grundstudium
Bandaríki n/pl Vereinigte Staaten, USA
Norðurlönd n/pl Skandinavien
England, -s n England
Frakkland, -s n Frankreich
jarðfræði indekl f Geologie
skrýtinn / skrítinn komisch, seltsam

Norræna, -u f Skandinavistik
kennsla, -u f Unterricht
sammála um e-ð einig über etwas
framúrskarandi ausgezeichnet, hervorragend
læknisfræði indekl f Medizin (als Studienfach)
pláss, -, - n Platz
ekki nærri því eins ... og nicht annähernd so ... wie
námspláss, -, - n Studienplatz
vangavelta, -u, -ur f Überlegung, Grübelei
geisladiskur, -s, -ar CD
fjör, -s n Leben, Lebhaftigkeit
mannskapur, -ar, - m Mannschaft
miðnætti, -s n Mitternacht
kalt borð, -s, - n kaltes Buffet
hver og einn jeder einzelne
smáréttur, -ar, -ir m kleiner Imbiss
söknuður, saknaðar m Trauer, Traurigkeit
samvera, -u f Zusammensein
ekki verður mikið um e-ð es wird nicht viel aus etwas
svefn, -s m Schlaf
glitta í (i) glitzern, aufglänzen
tár, -s, - n Träne
þreyta, -u f Müdigkeit

18A Dialog

Sigurður: Gaman að sjá ykkur aftur, komiðið inn!
Elena: Sömuleiðis og takk fyrir boðið.
Sirrý: Halló Elena, komdu, ég ætla að kynna þig fyrir Hjalta. Hjalti, þetta er Elena, vinkona mín, hálf-íslensk en búsett úti. Hún er að fara út aftur á morgun.
Hjalti: Gaman að kynnast þér, hef heyrt svo mikið um ykkur systkinin. Ég frétti að þið væruð að hugsa um að fara í nám hérna við háskólann, er það rétt?
Elena: Já, ég hef mikinn áhuga á jarðfræðinni og ætla að sækja um styrk næsta vetur. En þú, ert þú líka að fara í nám?

Hjalti:	Já, ég ætla í lögfræði. En Lars, hvað ætlar hann að gera?
Lars:	Ég? Ég hef alltaf haft áhuga á Norrænu og er að hugsa um að taka hana allavega sem aukafag, hef annars mest áhuga á viðskiptafræði og frétti áðan að hægt væri að taka hana hér. Seg þú mér Guðmundur, þú ætlar í læknisfræði, er það ekki? Getur þú klárað hana hér?
Guðmundur:	Nei, ég verð að fara í framhaldsnám erlendis, en hvernig er með læknisfræði í Þýskalandi, er mikil aðsókn að henni þar?
Lars:	Já, en útlendingar fá 10% af plássunum, þannig að það ætti að vera í lagi fyrir þig. Og þú Sirrý, er það satt að þú sért að fara í Myndlistarskólann?
Sirrý:	Já, ég byrja þar í haust, í mér býr mikil listakona, hún verður bara að fá útrás.
Sæmundur:	Og í mér býr mikill stjórnmálamaður! Kannski ég verði menntamálaráðherra, þá ætla ég að breyta skólakerfinu alveg og sjá til að nemendur séu betur undir lífið búnir, ekki fullir af þurru bókviti, heldur fái þeir æfingu í hópstarfi alveg frá byrjun. Hvert fyrirtæki sem ætlar að skara fram úr verður að byggjast upp á hópstarfi og nemendur nú til dags sem ljúka stúdentsprófi og jafnvel þeir sem fara í háskólanám eru aðeins vanir einstaklingsvinnu og vantar alla starfsþjálfun.
Hjalti:	Eins og þú talar, verður þú örugglega mikill pólitíkus! Komum að dansa, og gleymum framtíðinni smástund, njótum frekar unglingsáranna svolítið lengur.
Lars:	Viltu dansa Margrét?
Margrét:	Hvort ég vil!

- - - - - -

Flugfreyja:	Góðir farþegar, gerið svo vel að rétta stólbökin og spenna öryggisbeltin og athugið að reykingar eru ekki leyfðar ......

takk sömuleiðis *adv* danke gleichfalls
kynna e-n fyrir e-m *(-ti)* einen jemandem vorstellen
búsettur ansässig

úti *hier:* im Ausland
fara út *st VI* von Island wegfahren
sækja um styrk *(sótti)* sich um ein Stipendium bewerben

lögfræði *indekl* f Jura, Rechtswissenschaften
allavega *adv* in jedem Fall
aukafag, -s, -fög n Zusatz-, Nebenfach
viðskiptafræði *indekl* f Betriebswirtschaft
klára *(a)* beenden
aðsókn að e-u, -ar f Zulauf, Andrang zu etwas
Myndlistaskóli, -a m Kunsthochschule
byrja *(a)* anfangen, beginnen
listakona, -u, -ur f Künstlerin
fá útrás *(fékk) st VII* sich entfalten
stjórnmálamaður, -manns, -menn m Politiker, Staatsmann
menntamálaráðherra, -, -r m Bildungsminister
breyta *(breytti)* verändern

skólakerfi, -s, - n Schulsystem
búinn undir e-ð auf etwas vorbereitet
þurr trocken
bókvit, -s n Buchwissen
æfing, -ar, -ar f Übung
hópstarf, -s, -störf n Teamarbeit
byrjun, -unar f Beginn, Anfang
fyrirtæki, -s, - n Unternehmen
skara fram úr *(a)* hervorragen
byggjast upp á e-u *(byggðist)* sich auf etwas aufbauen
nú til dags heutzutage
jafnvel ebenso
einstaklingsvinna, -u f Arbeit eines Einzelnen
starfsþjálfun, -unar f Arbeitstraining
pólitíkus *indekl* m ·ugs. Politiker
framtíð, -ar f Zukunft
unglingsár, -s, - n Jugendzeit

18B Grammatik
1. Zusammenfassende Regeln zur Syntax

Die vorausgehenden Kapitel des Lehrbuches haben sich insgesamt nur wenig mit der Syntax beschäftigt. Für den Anfänger ist es in der Regel ausreichend, sich klarzumachen, dass die Satzbauweise im Isländischen der des Deutschen sehr nahe kommt. Auf keinen Fall sollte man die Wortreihenfolge des Englischen auf das Isländische übertragen. Im Folgenden sind noch einmal die Grundregeln zur Satzbildung mit jeweils einigen Beispielsätzen zusammengefasst. Es empfiehlt sich nach Abschluss dieses Kapitels, die Übungstexte des Lehrbuches noch einmal unter dem Aspekt der Syntax durchzugehen.

In einem normalen **Hauptsatz (Affirmativsatz)** entspricht die Wortreihenfolge in der Regel dem Deutschen. Ein Dativobjekt steht vor dem Akkusativobjekt.
 Þau sýna þeim myndirnar. Sie zeigen ihnen die Bilder.
 Við fórum í bíó. Wir sind ins Kino gegangen.
 Hann fer aftur til Þýskalands. Er geht wieder nach Deutschland.

Innerhalb des Satzes steht ein Adverb nach dem Verb oder - falls vorhanden - nach dem Akkusativobjekt; bei zusammengesetzten Zeiten steht es nach der ersten flektierten Form:

Hann kemur alltaf á sunnudögum. Er kommt immer sonntags.
Hún skrifar bréfið vandlega. Sie schreibt den Brief sorgfältig.
Hún hefur alltaf verið glöð. Sie ist immer fröhlich gewesen.

Zu beachten ist, dass bei zusammengesetzten Zeiten die einzelnen Teile des Prädikats enger als im Deutschen zusammenbleiben und nicht durch ein Dativ- oder Akkusativobjekt oder eine präpositive Wendung getrennt werden. Lediglich ein Adverb kann zwischen die zusammengesetzten Zeiten treten; es steht dann nach der ersten flektierten Form:

Hann hefur komið hingað oft. Er ist oft hierher gekommen.
Þau hafa skrifað þeim bréfið. Sie haben ihnen den Brief geschrieben.
Hann hafði alltaf haft áhuga á því. Er hatte immer Interesse daran gehabt.
Ég hef aldrei verið á Íslandi. Ich bin nie auf Island gewesen.

In **Verneinungssätzen** steht *ekki* nach dem Verb bzw. nach der ersten flektierten Form bei zusammengesetzten Zeiten und vor dem Akkusativobjekt, wenn dieses ein Nomen ist, aber nach dem Akkusativobjekt, wenn es ein Pronomen ist:

Hann kemur ekki í dag. Er kommt heute nicht.
Þú skalt ekki keyra svona hratt. Du sollst nicht so schnell fahren.
Ég hef ekki skrifað honum bréf. Ich habe ihm keinen Brief geschrieben.
Hún skrifaði honum ekki bréfið. Sie schrieb ihm nicht den Brief.
Hún gaf honum það ekki. Sie gab es ihm nicht.

In **Fragesätzen** gilt normalerweise wie im Deutschen die veränderte Satzstellung; zu beachten ist, dass auch hier bei zusammengesetzten Zeiten Hilfsverb und Vollverb enger als im Deutschen zusammenbleiben:

Last þú bókina? Hast du das Buch gelesen?
Hvert ætlar þú að fara? Wohin willst du gehen?
Hefur þú aldrei verið á Íslandi? Bist du niemals auf Island gewesen?

Wichtig ist es, diese Inversion im Hauptsatz auch dann beizubehalten, wenn ein Nebensatz vorausgeht; dies gilt auch, wenn der Satz mit einer adverbialen Bestimmung des Ortes oder der Zeit beginnt oder wenn ein koordinierter Satz mit **enda** oder **heldur** eingeleitet wird:

Þótt hann væri veikur, fór hann í bíó. Obwohl er krank war, ging er ins Kino.
Í gær fórum við í leikhúsið. Gestern sind wir ins Theater gegangen.
Nú fer hann aftur til Reykjavíkur. Nun fährt er wieder nach Reykjavík.
Ég á engan pening til þess að fara í bíó, enda langar mig ekkert. Ich habe kein Geld, um ins Kino zu gehen, allerdings möchte ich auch gar nicht.

Lektion 18

Hún vildi frekar koma með okkur heldur en bíða eftir strætó. Sie wollte lieber mit uns kommen, als auf den Bus zu warten.

Für **Nebensätze** gibt es in der Regel auch eine feste Wortfolge. Bei **Relativsätzen** stehen sämtliche Verbformen direkt nach dem Pronomen **sem**; nur in den Fällen, in denen *sem* das Objekt vertritt, geht dem Verb das Subjekt des Nebensatzes voraus. Eine eventuelle Präposition tritt dabei an das Satzende:

Akureyri sem liggur við Eyjafjörð Akureyri, das am Eyjafjörður liegt
Bókin sem hún les Das Buch, das sie liest
Staðurinn sem hann gekk til Der Ort, zu dem er ging

In Nebensätzen, die mit einer **Konjunktion** eingeleitet werden, steht nach der Konjunktion jeweils das Subjekt, gefolgt von allen Verbformen und eventuellen Objekten oder adverbialen Bestimmungen:

Hann fór heim, af því að hann var veikur. Er ging nach Hause, weil er krank war.
Hann sagði, að það væri ekki erfitt. Er sagte, dass das nicht schwierig sei.
Þegar þau höfðu valið stóran bíl, lögðu þau af stað. Sobald sie ein großes Auto ausgesucht hatten, fuhren sie los.

Indirekte Rede- und Fragesätze stehen so gut wie immer im **Konjunktiv**. Für ihre Satzstellung gelten ebenfalls die oben aufgeführten Regeln: Nach der nebensatzeinleitenden Konjunktion **að** oder dem Fragepronomen steht das Subjekt, gefolgt von allen Formen des Verbs:

Hún sagði að það væri hægt. Sie sagte, dass es möglich wäre.
Hann spurði hvernig kennslan væri. Er fragte, wie der Unterricht wäre.

In indirekten Redesätzen finden sich auch häufig die medialen Formen eines Verbs; die so konstruierten Sätze sind mit dem lateinischen AcI vergleichbar; der medialen Verbform folgt in diesen Fällen unmittelbar das Verb des Nebensatzes im Infinitiv. Lediglich ein eventuelles Adverb kann davor treten:

Hann sagðist vera veikur. Er sagte, er wäre krank *(„Er sagte sich krank zu sein").*
Hún sagðist aldrei ætla að fara í læknisfræði. Sie sagte, sie würde niemals Medizin studieren *(„Sie sagte sich niemals Medizin zu studieren").*

2. Präpositionen im Überblick

Die folgenden Präpositionen können in mehr als einer Bedeutung gebraucht werden, räumlich (r), zeitlich (z) oder übertragen (ü). Sie können jedoch jeweils nur mit *einem* Kasus verbunden werden. Für die übertragene Bedeutung kann lediglich eine beschränkte Auswahl wichtiger oder häufiger Wendungen angeführt werden:

að + D
- r: *bis hin zu; an:* að húsinu zum Haus; að landi an Land
- z: *an, in, nach, bei, zu:* að morgni am Morgen; að hausti im Herbst; að lokum zum Schluss; að skilnaði beim Abschied; að litlum tíma liðnum nach kurzer Zeit; að síðustu schließlich
- ü: að sjálfsögðu selbstverständlich; að minnsta kosti wenigstens; að hálfu zur Hälfte

af + D
- r: *von etwas fort, von etwas her:* af stað weg, los
- ü: af hverju warum; af því að weil; *stoltur af e-u* stolz über etwas

frá + D
- r: *von (her), aus, weg von:* frá Þýskalandi von Deutschland; *fara frá e-m* von jemandem weggehen; *leggja e-ð frá sér* etwas hin-, weglegen
- z: frá morgni til kvölds von morgens bis abends; frá viku til viku von Woche zu Woche
- ü: *segja frá e-u* von etwas erzählen; *vera frá sér* von Sinnen sein

(á) milli + G
- r: *zwischen zwei Dingen:* milli landa zwischen (zwei) Ländern; milli trjánna zwischen den Bäumen
- z: *zwischen:* milli jóla og páska zwischen Weihnachten und Ostern; þess á milli inzwischen
- ü: sín á milli untereinander, unter sich; okkar á milli unter uns

nær / nærri / næst + D
- r: *nahe / näher / am nächsten an:* nær markinu dem Ziel nahe
- z: *nahe / näher / am nächsten an:* nær jólum nahe an Weihnachten; nær páskum nahe an Ostern; því næst darauf
- ü: *nahe / näher / am nächsten:* næst sanni der Wahrheit am nächsten; nær dauða dem Tode nahe

til + G
- r: *zu, nach:* til þín zu dir; til vinstri nach links; til kirkju zur Kirche
- z: *bis:* til jóla bis Weihnachten
- ü: til dæmis zum Beispiel; til þess að um zu

um + A
- r: *über; durch; um:* um allt land über / durch das ganze Land; um allan líkamann am ganzen Körper; um höfuðið um den Kopf

z: **während; um:** *um nóttina* in der Nacht; *um sumar(ið)* während des Sommers; *um daginn* neulich

ü: **über, um, nach:** *tala um e-ð* über etwas sprechen; *spyrja um e-ð* nach etwas fragen; *hugsa um e-ð* an etwas denken; *vita um e-ð* über etwas Bescheid wissen
hvað er um að vera? was ist los? *hér um bil* ungefähr; *um alla hluti fram* vor allem; *um það bil* circa

undan + D

r: **von, vor, von ... weg:** *undan borðinu* unter dem Tisch hervor; *undan landi* vor der Küste; *undan fæti* bergab; *ganga á undan e-m* vor jemandem hergehen

z: **vor:** *koma á undan öllum öðrum* vor allen anderen kommen

ü: *kvarta undan e-u* sich über etwas beschweren

úr + D

r: **aus (heraus), von (her):** *fara úr landi* außer Landes gehen; *vera úr sveit* vom Lande sein; *fara úr fötum* sich ausziehen

z: **von ... an:** *upp úr því* von da an; *upp úr hádegi* von Mittag an

ü: **aus; außer:** *úr gulli* aus Gold; *úr hættu* außer Gefahr

Die Präpositionen **á, fyrir, í, undir** und **yfir** können als Präpositionen des Ortes mit dem Dativ oder Akkusativ verbunden werden; dabei bezeichnet der Dativ eine Ruhelage (wo?), der Akkusativ eine Bewegung in eine bestimmte Richtung (wohin?).

á + D

r: **in, an, auf:** *á Íslandi* auf Island; *á skipi* auf einem Schiff; *sitja á bekknum* auf der Bank sitzen; *á hóteli* im Hotel; *á bóndabænum* auf dem Bauernhof; *á þessum stað* an diesem Ort

z: **an, in; innerhalb:** *á páskunum* an Ostern; *á föstudögum* freitags; *á einni viku* innerhalb einer Woche; *á tveim(ur) vikum* in zwei Wochen

ü: *halda á e-u* etwas in der Hand halten; *eiga sök á e-u* an etwas schuld sein; *á þýsku* auf Deutsch; *á miðjum aldri* im mittleren Alter

á + A

r: **in, an, auf:** *á hilluna* auf das Regal; *fara á hótel* in ein Hotel gehen; *á vegginn* an die Wand; *á stólinn* auf den Stuhl

z: **an, in; pro; zu:** *á föstudaginn* am Freitag; *á morgun* morgen; *á vorin* im Frühjahr; *á dag* pro Tag; *á daginn* am Tag, tagsüber; *á sama tíma* zur selben Zeit

ü: *á þennan hátt* auf diese Art; *á eigin reikning* auf eigene Rechnung

fyrir + D

- r: *vor, für: vera fyrir e-m* jemandem im Weg stehen
- z: *vor: fyrir löngum tíma* vor langer Zeit; *fyrir löngu* vor langem; *fyrir skömmu* vor kurzem; *fyrir þrem dögum* vor drei Tagen
- ü: *hafa fyrir e-u* sich große Mühe mit etwas machen; *sjá fyrir e-m* für jemanden sorgen; *fyrir gráti* vor lauter Weinen; *tilfinning fyrir e-u* Gefühl für etwas; *fyrir mér* meinetwegen

fyrir + A

- r: *vor: út fyrir dyrnar* hinaus vor die Tür; *ganga fyrir e-n* vor jemanden treten; *fyrir borð* über Bord; *verða fyrir bíl* vom Auto überfahren werden
- z: *vor: fyrir páska* vor Ostern; *fyrir hádegi* vormittags; *fyrir þann tíma* vor jener Zeit; *fyrir tímann* zu früh, vorzeitig
- ü: *für: þetta er fyrir þig* das ist für dich; *gera e-ð fyrir e-n* etwas für jemanden tun; *kaupa fyrir 100 krónur* für 100 Kronen kaufen; *lesa fyrir e-n* jemandem vorlesen; *hættulegt fyrir e-n* gefährlich für jemanden; *hafa e-ð fyrir satt* etwas für wahr halten

í + D

- r: *in: í töskunni* in der Tasche; *í dalnum* im Tal; *í vestri* im Westen; *í bókinni* im Buch; *í textanum* im Text; *í sjónvarpinu* im Fernsehen; *hjartað í mér* mein Herz
- z: *í framtíðinni* in der Zukunft; *í fyrstu* zuerst, anfangs
- ü: *allt í einu* auf einmal; *í heilu lagi* im ganzen; *allt í lagi* alles in Ordnung; *í aðalatriðum* in der Hauptsache; *borga í peningum* mit Geld bezahlen; *í fyrsta lagi* erstens

í + A

- r: *in, hinein: í töskuna* in die Tasche; *í skápinn* in den Schrank
- z: *in, während: í langan tíma* für lange Zeit; *í þann tíma* zu jener Zeit; *í dag* heute; *í morgun* heute Morgen; *í ár* dieses Jahr; *í hvert sinn* jedesmal, jederzeit; *í allan dag* den ganzen Tag lang
- ü: *komast í hann krappann* in Schwierigkeiten geraten

undir + D

- r: *unter: undir berum himni* im Freien; *undir Vatnajökli* am Fuße des Vatnajökull; *undir borðinu* unter dem Tisch
- z: *während: undir stjórn e-s* während der Regierungszeit von jemandem
- ü: *vera undir því komið* davon abhängen; *eiga mikið undir sér* großen Einfluss haben

undir + A
- r: *unter: undir borðið* unter den Tisch
- z: *gegen: undir kvöld* gegen Abend; *undir sumar* kurz vor dem Sommer
- ü: *ganga undir próf* sich einer Prüfung unterziehen; *bera e-ð undir e-n* jemanden um Rat fragen; *leggja e-ð undir sig* etwas erobern; *ýta undir e-n* jemanden anspornen; *taka vel undir e-ð* einer Sache zustimmen

yfir + D
- r: *über; oberhalb von: yfir borðinu* über dem Tisch; *sitja yfir borðum* bei Tisch sitzen (und essen); *konungur yfir landinu* König über das Land
- ü: *lýsa e-u yfir* etwas erklären; *þegja yfir e-u* über etwas schweigen; *láta vel / illa yfir e-u* sich gut / schlecht über etwas äußern

yfir + A
- r: *über: yfir borðið* über den Tisch
- z: *während: yfir daginn* im Laufe des Tages; *yfir sumarið* während des Sommers
- ü: *sofa yfir sig* verschlafen; *yfir 200 krónur* über / mehr als 200 Kronen

Die Präpositionen **eftir**, **með** und **við** können ebenfalls mit dem Dativ oder Akkusativ stehen; die Wahl des richtigen Kasus ist besonders schwierig, da hier die Frage nach „Zustand" und „Richtung" nicht weiterhilft. Die sehr unterschiedlichen Beispiele für die übertragenen Bedeutungen können nur eine kleine subjektive Auswahl wichtiger Wendungen und Ausdrücke sein:

eftir + D
- r: *entlang, nach: eftir götunni* die Straße entlang; *eftir miðjunni* entlang der Mitte
- ü: *senda eftir e-m* nach jemandem schicken; *sjá eftir e-u* etwas bereuen; *eftir atvikum* den Umständen nach; *líta eftir e-u* etwas kontrollieren; *spyrja eftir e-u* nach etwas fragen; *ganga eftir e-u* hinter etwas her sein; *bíða eftir e-u* auf etwas warten; *muna eftir e-u* sich an etwas erinnern; *eftir lögum* nach dem Gesetz

eftir + A
- z: *nach, in: eftir tvo daga* nach / in zwei Tagen; *ár eftir ár* Jahr für Jahr; *eftir hádegið* am Nachmittag; *eftir styrjöld* nach dem Krieg; *eftir vinnu* nach der Arbeit; *einn eftir annan* einer nach dem anderen
- ü: *vera eftir sig* erschöpft sein; *bók eftir Laxness* ein Buch von Laxness

Lektion 18

með + D
- r: *entlang:* upp með ánni den Fluss aufwärts; *með ströndinni* am Strand entlang
- ü: *fara með e-m* mit jemandem zusammen hingehen; *koma með e-m* mit jemandem zusammen kommen; *koma með bílnum* (als Fahrgast) mit dem Auto kommen; *með því* damit, dadurch; *vera með hinum fyrstu* unter den ersten sein; *með þessum hætti* auf diese Art und Weise; *skipta e-u með sér* etwas untereinander aufteilen; *kaffi með kökum* Kaffee und Kuchen; *pönnukökur með rjóma* Pfannkuchen mit Sahne; *hús með mörgum gluggum* ein Haus mit vielen Fenstern; *með því skilyrði* unter der Bedingung

með + A
- ü: *fara með e-ð* etwas mitnehmen; *koma með e-ð* etwas mitbringen; *koma með bílinn* das Auto bringen; *koma með e-n* jemanden mitbringen; *fara vel með e-n* jemanden gut behandeln; *konan með svörtu augun* die Frau mit den schwarzen Augen; *maður með skegg* ein Mann mit Bart; *vera með höfuðverk* Kopfschmerzen haben; *eiga með e-ð að gera* mit etwas zu tun haben; *vera búinn með e-ð* mit etwas fertig sein, etwas getan haben

við + D
- ü: *taka við e-u* etwas entgegennehmen; *hafa við e-m* es mit jemandem halten; *bregðast við e-u* auf etwas reagieren; *segja já við e-u* zu etwas ja sagen; *svar við bréfi* Antwort auf einen Brief; *meðal við tannpínu* ein Mittel gegen Zahnschmerzen

við + A
- r: *an, bei, mit:* *við vatnið* am Wasser, am Meer; *við ána* am Fluss; *setjast við borð* sich an den Tisch setzen; *við dyrnar* an der Tür; *við vinnu* bei der Arbeit; *við sólarlag* bei Sonnenuntergang; *við tækifæri* bei Gelegenheit
- ü: *skilja við e-n* sich von jemandem scheiden lassen, trennen; *ljúka við e-ð* etwas beenden; *vera hræddur við e-ð* Angst vor etwas haben; *í samanburði við e-ð* im Vergleich zu etwas; *góður við e-n* gut zu jemandem; *vanur við e-ð* etwas gewohnt; *við hvert orð* mit jedem Wort; *vera í sambandi við e-n* mit jemandem in Verbindung stehen

Lektion 18

Die folgenden Präpositionen können immer nur mit **einem** bestimmten Kasus stehen:

án + G ohne
Hann ætti ekki að fara úr landi án þess að hafa séð Mývatn. Er sollte nicht wegfahren, ohne den Mývatn gesehen zu haben.

andspænis + D gegenüber von
Konan situr andspænis manninum. Die Frau sitzt dem Mann gegenüber.

ásamt + D samt, mit
Stúlkan kom ásamt pabba sínum. Das Mädchen kam mit ihrem Vater.

gagnvart + D gegenüber *(nur übertragen)*
Þetta var illa gert gagnvart honum. Das war ihm gegenüber schlecht gehandelt.

gegn + D gegen
Þetta er gegn öllum reglum. Das ist gegen alle Regeln.

handa + D für
Ég keypti þetta handa þér. Ich habe das für dich gekauft.

hjá + D bei, an, neben
Litla barnið situr hjá mömmu sinni. Das kleine Kind sitzt bei seiner Mutter.

í gegnum + A durch
Sólin skín gegnum gluggann. Die Sonne scheint durch das Fenster.

í stað + G anstatt
Í stað þess að brosa fór hann að gráta. Anstatt zu lächeln fing er an zu weinen.

meðal + G zwischen, unter
Hann var á meðal þeirra sem komu í dag. Er war unter denjenigen, die heute kamen.

mót / á móti + D gegenüber; entgegen
Mjólkurbúðin er beint á móti bakaríinu. Das Milchgeschäft ist direkt gegenüber der Bäckerei.

sakir + G wegen, um ... willen
Sakir þess að þú komst of seint, gátum við ekki byrjað. Weil *(„wegen dem dass")* du zu spät kamst, konnten wir nicht anfangen.

samkvæmt + D gemäß, entsprechend, laut
Samkvæmt lögum er bannað að berja börn. Laut Gesetz ist es verboten Kinder zu schlagen.

18C Sprachgebrauch und Landeskunde
1. Studieren in Island
Die 1911 gegründete Hochschule, Háskóli Íslands, hat Fakultäten für Theologie, Jura, Philosophie, Medizin, Zahnmedizin und Volkswirtschaft. Das jetzige Hauptgebäude wurde 1940 bezogen. Es ist ausgestattet mit einer großen Bibliothek, einer Kapelle und einer Sporthalle. Pro Jahr gibt es etwa 1500 Studienanfänger. Die Zahl der Studenten insgesamt betrug 1993 ca. 5000. Der Hochschule ist ein Internat angeschlossen, der GARÐUR. Seit 1971 befindet sich im Bereich der Universität der ÁRNAGARÐUR, benannt nach Árni Magnússon, die Forschungs- und Aufbewahrungsstätte für die mittelalterlichen Handschriften des Landes.

2. Wortschatz zum Studium

skrifa / rita sig inn sich einschreiben, immatrikulieren
innritun Immatrikulation
námsgráða Studienabschluss
námslán Studiendarlehen
námsstyrkur Stipendium
bókmenntafræði Literaturwissenschaft
dýralækningar Tiermedizin
eðlisfræði Physik
efnafræði Chemie
félagsfræði Soziologie
grasafræði Botanik
guðfræði Theologie
hagfræði Ökonomie
heimspeki Philosophie
jarðfræði Geologie
læknisfræði Medizin
landafræði Geographie
leikhúsfræði Theaterwissenschaften
líffærafræði Anatomie
líffræði Biologie
listfræði Kunstgeschichte
lögfræði Jura
málvísindi Sprachwissenschaft
sagnfræði Geschichte
sálfræði Psychologie
stærðfræði Mathematik
tannlækningar Zahnmedizin
tölvufræði Informatik
uppeldisfræði Pädagogik
veðurfræði Meteorologie
verkfræði Technologie

Von -fræði leitet sich jeweils der Ausübende mit -fræðingur, von -vísindi mit -vísindamaður, von -lækningar mit -læknir ab.

18D Übungen
1. Übersetzen Sie ins Isländische:
„Gestern sprachen wir über das Buch, das sie gelesen hatten. Hat er mit dir auch darüber gesprochen?" „Ich erinnere mich nicht daran, aber es ist möglich. Meine Mutter hat es jetzt endlich auch gelesen."
„Gehst du mit mir ins Kino? Ich habe zwei Eintrittskarten." „Ich möchte lieber ins Theater gehen, kommst du mit?" „Nein, wir gehen am Sonntag ins Theater."

Lektion 18

„Hast du denn schon den neuen Film von Steven Spielberg gesehen?" „Nein, noch nicht. Ich interessiere mich nicht sehr dafür."
„Bist du aus den USA?" „Nein, ich komme aus England. Bist du schon mal in den USA gewesen?" „Ja, im vorigen Jahr, und im nächsten Sommer will ich noch einmal hinfahren. Es hat mir sehr gut gefallen."
„Kennst du Anna Jónsdóttir? Sie fährt in zwei Wochen nach Reykjavík." „Ja, ich habe sie kennengelernt, als ich bei Sæmundur war. Sie saß mir gegenüber. Ich habe sie vor kurzem gesehen." „Ich möchte wissen, warum sie jetzt nach Island fährt; in den Bergen hat es schon geschneit!"
„Was machst du Weihnachten?" „Ich werde zu meiner Familie fahren und viel essen und lange schlafen. Und du?" „Ich werde dieses Jahr in den Süden fahren, dort ist es wärmer." „Mit dem Auto?" „Nein, mit dem Flugzeug." „Was ist eigentlich aus eurem alten blauen Auto geworden?" „Wir haben es immer noch."

2. **Unterhalten Sie sich mit einem Einheimischen über ein Studium auf Island.**

3. **Wandeln Sie folgende Sätze in indirekte Rede um:**
    a. „Viltu dansa Margrét?" spurði Siggi. b. Lars sagði: „Ég ætla að fara í Norrænu við Háskóla Íslands." c. „Ætlar þú að reyna að fá styrk?" spurði Snorri. d. „Já, ég frétti að það væri auðvelt að fá styrk til eins árs náms," sagði Lars. e. „Og í hvaða grein ætlar þú Jón?" spurði Magnús. f. „Ég er að hugsa um að fara í læknisfræði," svaraði Jón. g. „Eruð þið ekki svöng?" spurði Elena og gekk að kalda borðinu. h. „Hver bjó til kartöflusalatið?" spurði Magnús, „það er svo sérstaklega gott." i. „Örugglega Kristín, hún er svo dugleg að búa til mat," svaraði Elena. j. „Eigum við eitthvað að drekka?" spurði Siggi og gekk að ísskápunum. k. „Það eru fullir kassar af gosi niðri í kjallara," svaraði Snorri. l. „Viltu koma með mér niður?" spurði Siggi, „ég get ekki borið nema nokkrar flöskur." m. „Taktu bara allan kassann með upp!" sagði Snorri, „ég ætla að setja glösin inn á borð á meðan."

4. **Bilden Sie zu folgenden Sätzen so viele Fragen wie möglich:**
    z.B.: Við erum að fara í bæinn að kaupa blóm. Hvert eruð þið að fara? Hvað ætlið þið að kaupa? Eruð þið að fara í bæinn? Ætlið þið að kaupa blóm? etc.
    a. Í dag er sunnudagur og við ætlum að fara á Þingvöll. b. Skólinn byrjar á morgun, þá er sumarfríið (Sommerferien) búið. c. Klæðið þið ykkur vel, það er svo kalt úti. d. Filmur á Íslandi eru svo dýrar, það borgar sig að taka nóg með sér. e. Á morgun leggjum við af stað í ferðalag; við ætlum að leigja okkur bíl. f. Ég ætla að kaupa mér þessa bók, ég held að hún sé skemmtileg. g. Við ætlum að hittast klukkan fjögur og fara saman í bíó. h. Ég drekk alltaf te á morgnana en kaffi eftir hádegi, það finnst mér best. i. Þú verður að fara út í búð fyrir mig, mig vantar svo mikið egg og mjólk. j. Sumarið er styttra á Íslandi en á meginlandi Evrópu, en veturinn er ekki eins kaldur og margir halda.

Wörterverzeichnis

Eigennamen sowie Namen von Gebäuden, Stätten, Ausstellungen und dergleichen wurden nicht aufgenommen. Zwischen Vokalen mit und ohne Akzent wurde bei der Alphabetisierung nicht unterschieden. Bei Verben sind unregelmäßige oder schwierige Präsensformen bei den Stammformen - durch Semikolon von den Präteritalformen getrennt aufgeführt.

A / Á

á, -r, -r f Fluss
á + D/A in, an, auf
að konj dass
að vor inf (um) zu
að präp + D zu, hin nach, bei
aðalatriði, -s, - n Hauptsache
aðallega adv hauptsächlich
aðeins nur, bloß
aðlaðandi anziehend
að lokum schließlich, endlich
aðsókn að e-u, -ar f Zulauf, Andrang zu etwas
áður adv vorher, zuvor; früher; áður en konj bevor, ehe; áður en varði binnen kurzer Zeit
af + D von
áfangastaður, -ar, -ir m Reiseziel
afgreiðsla, -u, -ur f Bedienung; Kasse
afgreiðslustúlka, -u, -ur f Verkäuferin, Bedienung
afi, -a, -ar m Opa
aflvana kraftlos
afmæli, -s, - n Geburtstag
af stað weg, los
aftan / að aftan von hinten; fyrir aftan hinten, hinter
aftann, -s m Abend
aftast adv am weitesten hinten
aftastur hinterster
aftur zurück; wieder; aftur í hinten (drin)
ágúst indekl m August
ágætlega adv prächtig, hervorragend
ágætur hervorragend
áhugi: hafa áhuga á e-u an etwas Interesse haben
áhyggjufullur sorgenvoll, bekümmert
áhyggjur f/pl Sorgen, Kummer; hafa (engar) áhyggjur sich (keine) Sorgen machen
ákafur besonders; eifrig
akkeri, -s, - n Anker
akstur, -urs n Fahrt
ákveða st V vereinbaren, entscheiden
ákærandi, -a, -endur m Ankläger
ala st VI aufziehen, ernähren; gebären
aldintré, -s, - n Obstbaum
aldrei niemals
aldur, -urs m (das) Alter; á miðjum aldri im mittleren Alter
álegg n/pl Aufschnitt
áleiðis auf den Weg, vorwärts

algjör *adv* absolut, völlig, ganz und gar
allavega *adv* in jedem Fall
allra aller- *bei Steigerung*
alls ekki überhaupt nicht
alls staðar überall
allt að bis zu
alltaf immer
allur all-; ganz; *allt í lagi* alles in Ordnung, o.k.; *allan daginn* den ganzen Tag; *alla leiðina* den ganzen Weg; *allt í einu* plötzlich
almennilega *adv* gründlich
alvarlega *adv* ernst
alveg *adv* ganz; alveg rétt ganz recht
á meðan *konj* während
amerískur amerikanisch
á milli + G zwischen
amma, ömmu, ömmur f Oma
án + G ohne
anda (a) atmen
andast (andaðist) sterben
andspænis + D gegenüber von
andstaða, -stöðu f Widerstand
annar ander(er); zweiter; *annar ... hinn* der eine ... der andere; *öðru vísi* auf andere Art und Weise, anders; *annaðhvort - eða* entweder - oder; *á hvora hönd* zu beiden Seiten; *annar hvor* einer von beiden; *öðru hvoru* hin und wieder
annars *adv* übrigens; sonst
ánægður með e-ð mit etwas zufrieden

ánægjulegur erfreulich
appelsín, -s n Limonade
appelsínusafi, -a, -ar m Apfelsinensaft
apríl *indekl* m April
ár, -s, - n Jahr; *í ár* ein Jahr lang *oder* dieses Jahr; *í mörg ár* viele Jahre lang; *á síðustu tveim árum* in den letzten zwei Jahren
árdegis früh am Tag
áríðandi dringend
ásamt + D samt, mit
ásigkomulag, -s n Zustand, Verfassung
áskrifandi, -a, -endur m Abonnent
ástand, -s n Lage, Situation
athuga (-ði) daran denken, beachten
athygli *indekl* f Aufmerksamkeit
átt, -ar, -ir f Richtung
áttavilltur verirrt
áttræðisaldur, -urs m das Alter zwischen 70 und 80
auðséð: *eitthvað er auðséð* etwas ist leicht zu sehen, offensichtlich
auðsær offensichtlich
auðugur reich
auðvelda (a) erleichtern; *það auðveldar hlutina* das erleichtert die Sache
auðvitað natürlich, na klar!
auga, -, -u n Auge; *með eigin augum* mit eigenen Augen
auka (jók, jukum, aukið) *st* VII vermehren, steigern
aukafag, -s, -fög n Zusatz-, Ne-

benfach
aukagjald, -s, -gjöld n Zusatzkosten, Nebenkosten
aukakílómetri, -a, -ar m zusätzlicher Kilometer
aukast (jókst) st VII zunehmen, anwachsen
ausa (eys; jós, jusum, ausið) st VII gießen
austan, að austan von Osten; fyrir austan östlich, im Osten
austur adv nach Osten
ávextir m/pl Obst
áætlunarbíll, -s, -ar m Linienbus

B

bað, -s, böð n Badezimmer
baða (a) baden
báðir / báðar / bæði beide; báðum megin e-s zu beiden Seiten von etwas; bæði – og sowohl – als auch
baka (a) backen
bakari, -a, -ar m Bäcker
bakki, -a, -ar m Ufer; Tablett
bakpoki, -a, -ar m Rucksack
bakstur, -urs, -rar m das Backen; (med.) Umschlag
ball, -s, böll n Ball, Tanzveranstaltung
Bandaríki n/pl Vereinigte Staaten von Nordamerika, USA
banna (a) verbieten
bara nur, bloß
barn, -s, börn n Kind
bátur, -s, -ar m Boot, Kahn

baunir f/pl Bohnen, Erbsen, Linsen; grænar baunir f/pl Erbsen
beiðni indekl f Bitte
beinlínis adv direkt
beint adv direkt, sofort
beisli, -s, - n Zaumzeug
beit, -ar f (Vieh-)Weide
bekkur, -jar, -ir m Bank; Schulklasse
belti, -s, - n Gürtel
benda (benti) á e-ð auf etwas zeigen
bensín, -s n Benzin
bensínafgreiðsla, -u, -ur f Tankstelle
bensín(sölu)stöð, -var, -var f Tankstelle
bera st IV tragen; bera fram servieren; bera e-ð undir e-n jemanden um Rat fragen
berbakt ohne Sattel
berdreyminn die Wahrheit träumend
berja (barði) schlagen
bestur bester
betra adv besser
bíða eftir e-m/-e-u (part perf: beðið) st I auf jemanden oder etwas warten
biðja um e-ð st V um etwas bitten; nach etwas fragen
bil, -s, - n Zeitraum; um það bil ungefähr
bílaleiga, -u, -ur f Autovermietung
bílaleigubíll, -s, -ar m Mietwagen

bílasími, -a, -ar m Autotelefon
bíll, -s, -ar m Auto; *bíll með fjögurra hjóla drifi* Auto mit Allradantrieb
bíllykill, - s, -lar m Autoschlüssel
bílpróf, -s, - n Führerschein; *taka bílpróf* den Führerschein machen
bílstjóri, -a, -ar m Busfahrer
binda *(batt)* st III binden; *binda niður* festbinden
bindi, -s, - n Krawatte
bíó indekl n Kino
birkilundur, -ar, -ir m Birkenhain
bíta st I beißen; *bíta saman tönnum* die Zähne zusammenbeißen
bitur scharf, bitter
bjarga *(a)* retten
bjartur hell
bjóða st II anbieten, einladen; *bjóða e-m upp á e-ð* jemandem etwas spendieren
bjór, -s, - m Bier
blað, -s, blöð n Blatt; Zeitung
blár blau
blása *(blés, blésum, blásið)* st VII blasen
bleikur hellrot, rosa
bless tschüß, ade; *bless á meðan* tschüß, bis dann
blíða, -u f mildes Wetter
blóðmör, -s, -var m Blutwurst
blóm, -s, - n Blume
blómadýrð, -ar, -ir f Blumenpracht
blotna *(a)* nass werden
blær, -jar/-s m Schimmer
boð, -s, - n Einladung

boginn gebogen
bók, -ar, bækur f Buch
bókmenntafræði indekl f Literaturwissenschaft
bókvit, -s n Bücherwissen
bólginn geschwollen
bólgna *(a)* anschwellen, dick werden
bollastell, -s, - n Kaffeegeschirr
bolli, -a, -ar m Tasse
bolur, -s, -ir m Badeanzug; T-Shirt
bómull, -ar f Baumwolle
bóndabær, -jar, -ir m Bauernhof, Farm
bóndi, -a, bændur m Bauer
borð, -s, - n Tisch
borða *(a)* essen
borg, -ar, -ir f Stadt
borga *(a)* bezahlen; *það borgar sig* das macht sich bezahlt, lohnt sich
borgarstjóri, -a, -ar m Bürgermeister
borgun, -unar, -anir f Bezahlung
bót, -ar, bætur f Flicken; Abhilfe
bráðum gleich, bald
bragð, -s, brögð n Geschmack
brauð, -s, - n Brot
bréf, -s, - n Brief
bregðast við e-u *(brást)* st III auf etwas reagieren
breiður breit
bresta st III auseinanderbrechen
brestur, -s, -ir m Krach
breyta *(breytti)* verändern
brjálæði, -s n Wahnsinn

brjóta *st II* brechen, zerbrechen; *brjóta í tvennt* in zwei Stücke brechen
bróðir, *-ur, brædur m* Bruder
brosa *(a)* lächeln
brú, *-ar, brýr f* Brücke
bryggja, *-u, -ur f* Kai; *við bryggju* im Hafen
bræði *indekl f* Zorn, Raserei
búa *(bý; bjó, bjuggum, búið) st VII* leben, wohnen; *búa e-ð til* etwas vorbereiten, zubereiten; *vera búinn að gera e-ð* etwas getan haben; *búinn undir e-ð* auf etwas vorbereitet
búast við e-u *(bjóst)* etwas erwarten
búð, *-ar, -ir f* Laden, Geschäft
búnaður, *-ar m* Landwirtschaft; Ausrüstung
burðast með e-ð *(burðaðist)* etwas schleppen
bursti, *-a, -ar m* Bürste
búsettur ansässig
busla *(a)* planschen
buxur *f/pl* Hosen
byggð, *-ar, -ir f* Siedlung
byggja *(-ði)* bauen
byggjast upp á e-u *(byggðist)* sich auf etwas aufbauen
byrja *(a)* anfangen, beginnen
byrjandi, *-a, -endur m* Anfänger
byrjun, *-unar f* Beginn, Anfang
bæjarbúi, *-a, -ar m* Stadtbewohner
bær, *-jar, -ir m* Stadt; Gehöft
bætast í e-ð *(bættist)* zu etwas hinzukommen

D

dagblað, *-s, -blöð n* Tageszeitung
daglega *adv* täglich
dagsverð, *-s, - n* Tagespreis
dagur, *-s, -ar (D/sg: degi) m* Tag; *á daginn* tagsüber; *í dag* heute; *í einn dag* für einen Tag; *næstu dagana* in den nächsten Tagen; *um daginn* neulich
dalur, *-s, -ir m* Tal
dansa *(a)* tanzen
danskur dänisch
dásamlegur schön, wunderbar
dekk, *-s, - n (G/pl: dekkja)* Reifen
dembandi rigning, *-ar f* Sturzregen
desember *indekl m* Dezember
detta *st III* fallen, stürzen; *e-m dettur e-ð í hug* jemandem fällt etwas ein
deyja *(dey; dó, dóum, dáið) st VI* sterben
diskur, *-s, -ar m* Teller
djúpur tief
djöfull, *-s, -lar m* Teufel
dós, *-ar, -ir f* Dose
dósamatur, *-ar m* Essen aus der Konservendose
dót, *-s n* Zeug, Sachen
dóttir, *-ur, dætur f* Tochter
draga e-ð frá *(dró, drógum, dregið) st VI* etwas wegziehen, abziehen
draumur, *-s, -ar m* Traum

dreif: *á víð og dreif* hier und da
drekka *st III* trinken
drepa *st V* töten
dreyma: *mig dreymir (-di)* ich träume
drífa *st I* treiben; *drífa sig* sich beeilen, etwas zu tun
drjúpa *st II* tropfen, triefen
drottinn, -s, -nar *m* Herr; der Allmächtige
drykkur, -jar, -ir *m* Getränk
dugnaður, -ar *m* Tüchtigkeit
dúkur, -s, -ar *m* Tischdecke
dulinn verborgen
dveljast *(dvaldist)* sich aufhalten
dvöl, dvalar, dvalir *f* Aufenthalt
dyr *f/pl* Tür
dýr teuer
dyrabjalla, -bjöllu, -bjöllur *f* Türglocke
dýralækningar *f/pl* Tiermedizin
dæma *(-di)* urteilen
dæmi, -s, - *n* Beispiel; *til dæmis* zum Beispiel
dæmigerður typisch
dökkur dunkel

E / É

edik, -s *n* Essig
eða oder
eðlisfræði *indekl f* Physik
ef wenn, falls; *ef til vill* vielleicht
efast um e-ð *(efaðist)* etwas bezweifeln
efnafræði *indekl f* Chemie
eftir *D/A* nach, entlang; gemäß; *á eftir* danach; *eftir að hafa + part perf* nachdem man etwas getan hat; *e-r á eftir að gera e-ð* jemandem bleibt noch etwas zu tun; *eftir augnablik* sofort; *eftir götunni* die Straße entlang; *eftir miðjunni* entlang der Mitte; *eftir atvikum* den Umständen nach; *eftir lögum* nach dem Gesetz; *eftir tvo daga* nach 2 Tagen; *ár eftir ár* Jahr für Jahr; *eftir hádegið* am Nachmittag; *hvað eftir annað* ein ums andere Mal; *einn eftir annan* einer nach dem anderen; *vera eftir sig* erschöpft sein; *bók eftir Laxness* ein Buch von Laxness
eftirfarandi folgend, nachstehend
ég (mín, mér, mig) ich
egg, -s, - *n* Ei
eiga *(á; átti, átt)* haben; *eiga að + inf* etwas tun müssen; *eiga von á e–u / e–m* auf etwas Aussicht haben; jemanden erwarten
eiginlega *adv* eigentlich
eiginn eigen
eignast *(eignaðist)* sich anschaffen
eik, -ur, -ur *f* Eiche
einhver irgendeiner; *einhvern daginn* eines Tages; *einhvern tíma* irgendwann einmal; *einhvern veginn* irgendwie; *einhvers staðar* irgendwo
einkar *adv* besonders
einkum *adv* besonders, haupt-

sächlich
einn irgendein; *Zahl:* ein; *einu sinni* einmal
einnig auch
eins ... og so ... wie *(im Vergleich);* *eins og gengur og gerist* wie es gang und gäbe ist
einsamall einsam
einsmannsherbergi, -s, - *n* Einzelzimmer
einstaklingsvinna, -u *f* individuelle Arbeit eines Einzelnen
einstakur einmalig
eitthvað irgendetwas; *segirðu eitthvað?* wie geht's?
ekkert nichts; gar nichts; *það var ekkert* bitte *(bei Dank / Entschuldigung)*
ekki nicht; kein; *ekki síður* nicht weniger; *ekki nema* nichts als; *ekki ennþá* noch nicht; *ekki fyrr en* nicht eher als; *ekki meir* nicht mehr; *ekki nærri því eins ... og* nicht annähernd so ... wie
eldast *(eltist)* altern
eldfjall, -s, -fjöll *n* Vulkan
ella sonst
elli indekl *f* (das) Alter
elska (a) lieben
elstur ältester
en und, aber
enda schließlich, sonst, folglich; *enda ekki nema + kon* schließlich nur
enda (a) enden; *allt er gott sem endar vel* Ende gut - alles gut

endilega *adv* unbedingt
enginn niemand, keiner; *þetta er til einskis (G/sg)* das ist sinnlos; *engan veginn* keineswegs; *engu að síður* trotzdem, doch
England, -s *n* England
enn noch
enni, -s, - *n* Stirn
ennþá (immer) noch
epli, -s, - *n* Apfel
erfiður *(n/sg: erfitt)* schwierig
erlendis *adv* im / ins Ausland
ermi, -ar, -ar *f* Ärmel
Evrópa, -u *f* Europa
ey, -jar, -jar *f* Insel
eyða *(eyddi)* verschwenden, aufbrauchen
eyðublað, -s, -blöð *n* Formular
eyðimörk, -merkur, -merkur *f* Wüste
eyra, -a, -u *n* Ohr
eyri, -ar, -ar *f* flaches Flussufer, Sandbank

F

fá *(fékk, fengum, fengið) st VII* bekommen; *fá tækifæri* die Gelegenheit bekommen; *fá að láni* geliehen bekommen; *fá útrás* sich entfalten
faðir, föður, feður *m* Vater
fagnaðarfundur, -ar, -ir *m* freudiges Wiedersehen
fagnaður, -ar *m* Begrüßung
fagur schön, hübsch
fágætur *adj* selten

falla *(féll, féllum, fallið) st VII* fallen; *falla um hálsinn á e-m* jemandem um den Hals fallen
fallegur schön
fangelsi, *-s, -* n Gefängnis
fár wenig(e)
fara *st VI* gehen, fahren; *fara í sund* schwimmen gehen; *fara í fótbolta* zum Fußbalspiel gehen *fara í útilegu* zum Camping fahren; *fara í innkaup* einkaufen gehen; *fara í bæinn* in die Stadt gehen; *fara fótgangandi* zu Fuß gehen; *fara að + inf* beginnen, etwas zu tun; *fara með e-ð* etwas mitnehmen; *fara með e-m* mit jemandem zusammen hingehen; *fara vel með e-n* jemanden gut behandeln; *fara út* hinausgehen, von Island wegfahren
farangur, *-urs* m Reisegepäck
farangursgeymsla, *-u, -ur* f Kofferraum
fararstjóri, *-a, -ar* m Reiseleiter
farast *(fórst)* untergehen, umkommen
farfuglaheimili, *-s, -* n Jugendherberge
farþegi, *-a, -ar* m Passagier
fastur fest
fata, *fötu, fötur* f Eimer
fatahengi, *-s, -* n Garderobe
fatnaður, *-ar, -ir* m Kleidung
fátækur arm
fé, *fjár, fé* n Geld
febrúar *indekl* m Februar

feginn froh
feiminn schüchtern
feimni *indekl* f Schüchernheit
fela *(faldi)* verbergen, verstecken
félagsfræði *indekl* f Soziologie
félagsheimili, *-s, -* n Gemeindehaus
félaus arm, besitzlos
feldur, *-ar, -ir* m Pelz
ferð, *-ar, -ir* f Fahrt, Reise
ferðalag, *-s, -lög* n Reise
ferðamaður, *-manns, -menn* m Tourist
ferðamannastaður, *-ar, -ir* m Touristenort
ferðamannastraumur, *-s, -ar* Touristenstrom
ferðast *(ferðaðist)* reisen
ferðataska, *-tösku, -töskur* f Koffer
ferja, *-u, -ur* f Fähre
ferna, *-u, -ur* f Getränketüte
ferskur frisch
festi, *-ar, -ar* f Halskette
fiðrildi, *-s, -* n Schmetterling
filma, *-u, -ur* f Film
fimmsýning, *-ar, -ar* f Fünfuhrvorstellung
fimmtudagur, *-s, -ar* m Donnerstag
fingur, *-urs, -ur* m Finger
fínn fein
finna *(fann, fundum, fundið) st III* finden; *finna ekki fyrir* nicht merken, fühlen
finnast *(fannst) unpers* finden, meinen; *e-m finnst e-ð gott* je-

mand findet etwas gut
fínt *adv* fein, prima
firma *indekl n* Firma
fiskréttur, *-ar, -ir m* Fischgericht
fiskur, *-s, -ar m* Fisch
fjall, *-s, fjöll n* Berg
fjallabíll, *-s, -ar m* Geländewagen
fjallahringur, *-s, -ir m* Gebirgskette
fjallganga, *-göngu, -göngur f* Bergwanderung
fjúka *st II* wegwehen
fjögurra-manna herbergi, *-s, - n* Vierbettzimmer
fjöl, *fjalar, fjalir f* Brett
fjölskylda, *-u, -ur f* Familie
fjör, *-s n* Leben, Lebhaftigkeit
fjörður, *fjarðar, firðir m* Fjord
flaska, *flösku, flöskur f* Flasche
flatkaka, *-köku, -kökur f* Fladenbrot
flensa, *-u f* Grippe; *vera með flensu* die Grippe haben
flestir die meisten
fljóta *st II* fließen, schwimmen
fljótandi flüssig
fljótur schnell
fljúga *st II* fliegen
flottur flott
fluga, *-u, -ur f* Fliege
flugeldar *m/pl* Feuerwerk
flugfélag, *-s, -lög n* Fluggesellschaft
flugfreyja, *-u, -ur f* Stewardess
flugvallarbygging, *-ar, -ar f* Flughafengebäude
flugvél, *-ar, -ar f* Flugzeug
flugvöllur, *-vallar, -vellir m* Flugplatz, Flughafen

flýja *(flúði)* flüchten
flýta sér *(flýtti)* sich beeilen
flytja *(flutti)* umziehen
flytjast *(fluttist)* sich niederlassen
flækja, *-u f* Wirrwarr, Chaos
flökurt: *e-m verður flökurt* jemandem wird es schlecht, unwohl
fólk *n (sg!)* Leute
foreldrar *m/pl* Eltern
forseti, *-a, -ar m* Präsident
forstjóri, *-a, -ar m* Direktor
foss, *-, -ar m* Wasserfall
fótur, *-ar, fætur m* Fuß
frá + D von, aus; *vera frá sér* von Sinnen sein
frakki, *-a, -ar m* Herrenmantel
Frakkland, *-s n* Frankreich
fram vorwärts; *fram ganginn* den Flur entlang; *fram í* vorne (drin)
framan, að framan von vorn; *fyrir framan* davor
framför, *-farar, -farir f* Fortschritt
framhaldsnám, *-s n* Fortsetzung des Studiums
framhjá vorbei
framinn begangen
framtíð, *-ar f* Zukunft
framúrskarandi ausgezeichnet, hervorragend
franskbrauð, *-s, - n* Weißbrot
franskur französisch; *franskar kartöflur f/pl* Pommes frites
frekar ziemlich, eher
frelsi, *-s n* Freiheit
fremst ganz vorn
frétt, *-ar, -ir f* Nachricht, Neuigkeit

frétta *(frétti)* erfahren
fréttamaður, -manns, -menn m Journalist
frídagur, -s, -ar m freier Tag
friður, -ar m Friede
frægur berühmt
frændi, -a, -ur m Verwandter
frænka, -u, -ur f Verwandte
fullur voll
fundur, -ar, -ir m Treffen, Begegnung
fura, -u, -ur f Kiefer, Föhre
fylgja *(-di)* folgen
fylla e-ð út *(-ti)* etwas ausfüllen
fyndinn witzig
fyrir + D/A für; *fyrir vestan* im Westen; *fyrir aftan e-n* hinter jemandem; *fyrir neðan e-ð* unten, unterhalb von etwas; *fyrir utan* außerhalb, draußen; *fyrir framan* davor; *fyrir mér* meinetwegen; *vera fyrir e-m* jemandem im Wege stehen; *hafa fyrir e-u* sich mit etwas große Mühe machen; *fyrir gráti* vor lauter Weinen
fyrirfram im voraus
fyrirgefðu entschuldige/n Sie, Entschuldigung
fyrirtæki, -s, - n Unternehmen
fyrr eher, früher; *ekki fyrr en* nicht eher als; erst wenn; *fyrr en varði* ehe sie sich versahen
fyrra-: *í fyrradag* vorgestern; *í fyrramálið* morgen früh; *í fyrrakvöld* vorgestern Abend
fyrst zuerst

fæddur geboren
fæðast *(fæddist)* geboren werden, geboren sein
Færeyjar f/pl die Färöer(inseln)
færiband, - s, -bönd n Fließband
för, farar, farir f Fahrt, Reise
fölsun, -unar, falsanir f Fälschung
föstudagur, -s, -ar m Freitag
föt n/pl Sachen, Kleidung

G

gáfaður begabt
gaffall, -s, -lar m Gabel
gagnsær durchsichtig
gagnvart e-m gegenüber jemandem
galli, -a, -ar m [galli] Overall
galli, -a, -ar m [gadli] Fehler
gamaldags adv altmodisch
gamall alt; *í gamla daga* früher, in früheren Zeiten
gaman, -s n Vergnügen, Spaß; *hafa gaman að e-u* an etwas Freude haben
gamlárskvöld, -s, - n Silvester
ganga *(gekk, gengum, gengið)* st VII gehen; *ganga frá* aufräumen, Ordnung machen; *ganga eftir e-u* hinter etwas her sein; *ganga undir próf* sich einer Prüfung unterziehen
gardína, -u, -ur f Gardine
gassuðutæki, -s, - n Gaskocher
gata, götu, götur f Straße
gefa st V geben, schenken
gefast upp á e-u *(gafst)* etwas

aufgeben
gefins gratis, kostenlos
gegn + D gegen etwas
geimfari, -a, -ar m Astronaut
geisladiskur, -s, -ar CD
gera (-ði) tun, machen; *gera e-ð í stand* etwas herrichten
gerast (gerðist) geschehen
gersemi, -, -ar f Kostbarkeit
gerviefni, -s, - n Kunststoff
gestur, -s, -ir m Gast
geta + part perf st V etwas können
geymir, -s, -ar m Tank, Speicher
girðing, -ar, -ar f Zaun
gista (gisti) übernachten
gjá, -r, -r f Schlucht, Kluft
gjalda st III (zurück)zahlen
gjarnan gern
gjósa st II springen, ausbrechen (von Springquellen, Vulkanen etc.)
gjóta st II Junge werfen
gjöf, gjafar, gjafir f Geschenk
glannalegur leichtsinnig
glas, -s, glös n Glas
gleði indekl f Freude
gleraugu n/pl Brille
glerhvelfing, -ar, -ar f Glasgewölbe
gleyma e-u (-di) etwas vergessen
glitra (a) glitzern
glóð, -ar, glæður f Glut
gluggi, -a, -ar m Fenster
glæpur, -s, -ir m Verbrechen
glöggur deutlich
gnýr, -s m Getöse
gnæfa (-ði) ragen

góður (n/sg: gott) gut
gos, -s, - n Limonade; Vulkanausbruch
gosbrunnur, -s, -ar m Springbrunnen, Fontäne
grafa st VI graben
grannur schlank
grár grau
grasafræði indekl f Botanik
gráta (grét, grétum, grátið) st VII weinen
greiða (greiddi) bezahlen; *greiða sér* sich kämmen
greiða, -u, -ur f Kamm
grein, -ar, -ar f Zweig, Fachrichtung
greinilegur deutlich, klar
greinir, -s, -ar m (gramm.) Artikel
grípa st I greifen
gripur, -s, -ir m Gegenstand
gróa (gréri, grérum, gróið) wachsen
gróðurlaus öde, ohne Bewuchs
gróðursæll fruchtbar
gruna (a) unpers mit kon: *mig grunar* ich ahne, vermute
grundvallarnám, -s n Grundstudium
græðgi indekl f Gier
græjum: *með öllum græjum* ugs. mit allen Schikanen
grænmeti n/pl Gemüse
grænn grün
guðfræði indekl f Theologie
gull, -s n Gold
gullhamrar m/pl Komplimente

Wörterverzeichnis

gulrófa, *-u, -ur* f Steckrübe
gulrót, *-ar, -rætur* f Mohrrübe
gulur gelb
gúmmí, *-s* n Gummi
gæðingur, *-s, -ar* m gutes Reitpferd
gær: *í gær* gestern
gærkvöld: *í gærkvöldi / í gærkveldi* gestern Abend
göngutúr, *-s, -ar* m Spaziergang; *fara í göngutúr* einen Spaziergang machen

H

hádegi, *-s* n Mittag; *eftir hádegi* nachmittags; *fyrir hádegi* vormittags; *um hádegið* mittags; *um hádegið á morgun* morgen Mittag
hádegismatur, *-s/-ar, -ar* m Mittagessen
hafa *(-ði)* haben; *hafa við e-m* es mit jemandem halten
haframjöl, *-s* n Haferflocken
hagfræði *indekl* f Ökonomie
hagnaður, *-ar, -ir* m Gewinn
hákarl, *-s, -ar* m Haifisch
halda *(hélt, héldum, haldið) st VII* halten; glauben; *halda á e-u* etwas in der Hand tragen; *halda áfram* weitermachen
hálendi, *-s* n Hochland
hálfgerður halbwegs
hálfur halb; *að hálfu* zur Hälfte
háll glatt
háls, *-, -ar* m Hals
hamar, *-s, -rar* m Hammer

handa + D für
handan við e-ð hinter etwas
handklæði, *-s, -* n Handtuch
handrit, *-s, -* n Handschrift
hanga *(hékk, héngum, hangið) st VII* hängen
hangikjöt, *-s* n geräuchertes Lammfleisch
hann er; ihn
hans *poss pron* sein
hanski, *-a, -ar* m (feiner) Handschuh
hár, *-s, -* n Haar
hár hoch
harðfiskur, *-s, -ar* m Trockenfisch
harður hart
harka e-ð af sér *(a)* sich etwas nicht anmerken lassen
háskóli, *-a, -ar* m Universität
háttur, *-ar, hættir* m Art und Weise; *á þennan hátt* auf diese Art und Weise
haust, *-s,* n Herbst; *að hausti* im Herbst
hávaði, *-a* m Lärm, Krach
héðan von hier
hefja *(hóf, hófum, hafið) st VI* heben; *hefja upp* beginnen
heiði, *-ar, -ar* f Hochebene; Heide
heiðinn heidnisch
heill gesund; ganz; *í heilu lagi* im ganzen
heilsa *(a)* (be)grüßen
heilsast *(heilsaðist)* einander begrüßen

heim heim, nach Hause
heima zu Hause
heimamaður, *-manns, -menn* m Einheimischer
heiman, að heiman von zu Hause
heimavistarskóli, *-a, -ar* m Internat(sschule)
heimill erlaubt
heimleið, *-ar, -ir* f Heimweg
heimskur doof
heimspeki *indekl* f Philosophie
heimstyrjöld, *-aldar, -aldir* f Weltkrieg
heimsækja *(-sótti)* besuchen
heimur, *-s, -ar* m Welt; *í heimi* in, auf der Welt
heita *(hét, hétum, heitið) st VII* heißen
heitur heiß
heldur sondern; *heldur en* lieber als
helgi, *-ar, -ar* f Wochenende
helgidagur, *-s, -ar* m Feiertag
hellir, *-s, -ar* m Höhle
helst am liebsten
hemill, *-ils, -lar* m Bremse
hengja *(-di)* hängen
hennar *poss pron* ihr
heppinn: *vera heppinn með e-ð* mit etwas Glück haben
heppnast *(heppnaðist)* glücken, gelingen
her, *-s, -ir* m Heer
hér(na) hier
hérað, *-s, héruð* n Gegend
herbergi, *-s, -* n Zimmer

herbergisþerna, *-u, -ur* f Zimmermädchen
herða *(herti)* härten
herðabreiður breitschultrig
hestaleiga, *-u, -ur* f Pferdevermietung
hestarækt, *-ar* f Pferdezucht
hestur, *-s, -ar* m Pferd
hetja, *-u, -ur* f Held
heyra *(-ði)* hören; *heyra e-ð í e-m* etwas von jemandem hören
heyrast *(heyrðist)* gehört werden
hífandi peitschender
hilla, *-u, -ur* f Regal
himinn, *-s, -nar* m Himmel; *undir berum himni* im Freien
hingað hierher
hinn jener; *annar – hinn* der eine – der andere; *þessi – hinn* dieser – jener; *hitt og þetta* dieses und jenes; *hinir og þessir* diese und jene
hissa erstaunt
hitabrúsi, *-a, -ar* m Thermosflasche
hitna *(a)* warm werden
hitta *(hitti)* treffen
hittast *(hittist)* sich treffen
hjá + D neben, an, bei
hjálp, *-ar* f Hilfe
hjálpa *(a)* helfen
hjól, *-s, -* n Fahrrad
hjóla *(a)* radeln, radfahren
hjörtur, *hjartar, hirtir* m Hirsch
hlaða *st VI* laden
hlakka til e-s *(a)* sich auf etwas

freuen
hlaupa *(hleyp; hljóp, hlupum, hlaupið)* st VII springen, hüpfen
hlið, -ar, -ar f Seite; *við hliðina á e-u* an der Seite von, neben etwas
hlíð, -ar, -ar f Abhang
hljóta að + *inf* st II etwas tun müssen
hlusta á e-ð *(a)* sich etwas anhören
hluti, -a, -ar m Teil
hlutur, -ar, -ir m Gegenstand, Sache; *um alla hluti fram* vor allem
hlýr warm
hlæja *(hlæ; hló, hlógum, hlegið)* st VI lachen
hnakkur, -s, -ar m Sattel
hnepptur geknöpft
hníga st I niedersinken
hófsemi *indekl* f Mäßigkeit, Bescheidenheit
hóll, -s, -ar m Hügel
hópstarf, -s, -störf n Teamarbeit
hópur, -s, -ar m Gruppe
horfa á e-ð *(-ði)* etwas ansehen
horn, -s, - n Ecke
hossast *(hossaðist)* schaukeln
hóstakast, -s, -köst n Hustenanfall
hótel, -s, - n Hotel
hótelherbergi, -s, - n Hotelzimmer
hótelstjóri, -a, -ar m Hoteldirektor
hrakinn verjagt
hrár roh
hratt *adv* schnell
hraun, -s n Lava
hreiður, -urs, - n Nest
hreindýr, -s, - n Rentier
hreinn sauber
hreyfa *(-ði)* bewegen
hreyfast *(hreyfðist)* sich bewegen
hrífa st I begeistern
hrinda *(hratt, hrundum, hrundið)* st III stoßen
hringja *(-di)* läuten; *hringja í e-n* jemanden anrufen
hringur, -s, -ir m Kreis, Ring; *fara í einn hring* eine Kurve drehen, im Kreis fahren
hrísgrjón n/pl Reis
hrista *(hristi)* schütteln
hrjósa *(hugur)* st II (Angst) bekommen
hrjóta st II schnarchen
hrota, -u, -ur f das Schnarchen
hruninn eingestürzt
hrynja *(hrundi)* einstürzen
hræddur: *vera hræddur við e-ð* Angst vor etwas haben
húfa, -u, -ur f Mütze
huggun, -unar f Trost
hugmynd, -ar, -ir f Idee; *hafa ekki hugmynd um e-ð* keine Ahnung von etwas haben
hugsa *(a)* denken; *hugsa um e-n* sich um jemanden kümmern
hugsi nachdenklich
humar, -s, -rar m Hummer
hún sie
hundur, -s, -ar m Hund
hús, -s, - n Haus
húsakynni n/pl Wohnräume
húsfreyja, -u, -ur f Frau des Hauses

hvað? was? wie? *hvað er klukkan?* wie spät ist es? *hvað eftir annað* ein ums andere Mal, wiederholt
hvaða? was für ein? welcher? *hvaða vitleysa* was für ein Unsinn
hvaðan? woher?
hvalkjöt, -s *n* Walfleisch
hvalur, -s, -ir *m* Wal; *súr hvalur* sauer eingelegtes Walfett
hvar? wo? *hvar sem* wo auch immer
hvatning, -ar *f* Ansporn
hve? wie?
hveiti, -s *n* Weizen(mehl)
hvellur, -s, -ir *m* Knall; *í hvelli* sofort
hvenær? wann?
hver, -s, -ir *m* heiße Quelle
hver? wer? welcher? *hvers kyns / hvers lags / hvers konar?* was für ein?; *hvers vegna?* warum, weswegen?; *af hverju?* warum, weshalb?; *til hvers?* wozu?; *hvers vegna?* weswegen?; *annar hver maður* jeder zweite Mann; *annan hvern mánuð* jeden zweiten Monat; *margur hver* manch einer; *hver einasti* jeder einzige; *hver eftir annan* einer nach dem anderen, nacheinander; *hver og einn* jeder
hverfa (hvarf, hurfum, horfið) *st III* verschwinden
hverfull vergänglich
hvergi nirgendwo
hvernig? wie? *hvernig líður þér?* wie geht es dir?
hvert? wohin?
hvetja (hvatti) anspornen
hvíla sig (-di) sich ausruhen
hvíld, -ar *f* Ruhe
hvílíkur? welcher?
hvítur weiß
hvor? welcher von beiden? *annar hvor* einer von beiden; *annað hvort - eða* entweder - oder; *á hvora hönd* zu beiden Seiten; *öðru hvoru* hin und wieder
hvorki - né weder - noch
hvort + kon ob; *hvort (sem) - eða kon* ob - oder; *hvort heldur - eða + kon* ob - oder; *hvort ég er!* und ob! *hvort eð er* so oder so
hvorugur keiner von beiden
hygginn klug
hæð, -ar, -ir *f* Anhöhe, Hügel
hæfi: *við sitt hæfi* nach seinen Fähigkeiten, seinem Geschmack
hægindastóll, -s, -ar *m* Sessel
hægja á sér (-ði) langsamer fahren, gehen; *hægja á ferðinni* die Fahrt verlangsamen
hætta, -u, -ur *f* Gefahr
höfn, hafnar, hafnir *f* Hafen
höfuð, -s, - *n* Kopf
höfuðstaður, -ar, -ir *m* Hauptstadt
höfuðverkur, -jar, -ir *m* Kopfschmerzen
hönd, handar, hendur *f* Hand

I / í

í + D/A in, an auf

iðinn fleißig
iðrast *(iðraðist)* bereuen
í gegnum + A durch
í kringum + A um etwas herum
illa *adv* schlecht
illur böse; *vera illt í e-u* an einer Stelle Schmerzen haben
inn hinein
innan, að innan von innen
inni innen
innifalinn í e-u in etwas inbegriffen
innkaup, -s, - *n* Einkauf
innrétting, -ar, -ar *f* Einrichtung
innritun, -unar *f* Immatrikulation, Einschreibung
ís, -s, - *m* Eis
ískaldur eiskalt
Ísland, -s *n* Island
íslenska, -u *f* das Isländische
íslenskur isländisch
ístað, -s, *ístöð* *n* Steigbügel
í stað + G an Stelle von
ítalskur italienisch
íþróttaskór, -s, - *m* Sportschuhe

J

já ja
jafn- *in Zssg.* ebenso-
jafna sig *(a)* sich erholen
jafnskjótt og sobald
jafnvel ebenso
jakki, -a, -ar *m* Jacke
janúar *indekl m* Januar
jarðfræði, - *f* Geologie, Erdkunde
jarðhitasvæði, -s, - *n* Gebiet mit Erdwärme, heißen Wasser- und Lehmquellen
járnbrautarstöð, -var, -var *f* Bahnhof
jeppi, -a, -ar *m* Jeep, Geländewagen
jógúrt, -s, *n od.* -ar *f* Joghurt
jól *n/pl* Weihnachten; *á jólunum* an Weihnachten
jólakaka, -köku, -kökur *f* Napfkuchen
jú ja, doch *(auf eine Frage, die eine Verneinung enthält)*
júlí *indekl m* Juli
júní *indekl m* Juni
jæja na, nun gut, ach so, also *(am Anfang einer wörtlichen Rede)*
jöklaferð, -ar, -ir *f* Gletschertour
jökull, -uls, -lar *m* Gletscher
jörð, jarðar *f* Erde
jötunn, -s, -nar *m* Riese

#

kaffi, -s *n* Kaffee
kaffisala, -sölu, -sölur *f* Cafeteria
kaldur kalt; *kalt borð*, -s, - *n* kaltes Buffet
kálfur, -s, -ar *m* Kalb
kalla *(a)* rufen
kannski vielleicht
kápa, -u, -ur *f* Damenmantel
karl, -s, -ar *m* Mann
kartafla, -töflu, -töflur *f* Kartoffel
kassi, -a, -ar *m* Kiste
kaupa *(keypti, keypt)* kaufen; *kaupa í matinn* Essen einkaufen
kaupandi, -a, -endur *m* Käufer

kenna e-m e-ð *(-di)* jemandem etwas beibringen
kennari, *-a, -ar m* Lehrer
kennsla, *-u f* Unterricht
kerling, *-ar, -ar f* alte Frau
kexpakki, *-a, -ar m* eine Packung Kekse
keyra *(-ði)* (Auto) fahren
keyrsla, *-u f* das Fahren
kíló, *-s, - n* Kilo
kílómetri, *-a, -ar m* Kilometer
kindakjöt, *-s n* Hammelfleisch
kinn, *-ar, -ar f* Wange
kippast við *(kipptist)* zusammenzucken
kirkja, *-u, -ur f* Kirche
kisa, *-u, -ur f* Mietze
kjaftur, *-s, -ar m* Maul
kjóll, *-s, -ar m* Kleid
kjósa *st II* wählen
kjúklingur, *-s, -ar m* Hähnchen
kjölur, *kjalar, kilir m* Kiel
klára *(a)* beenden
klaufaskapur, *-s m* Ungeschicklichkeit
klefi, *-a, -ar m* Abteil, Kabine
kleina, *-u, -ur f* isländisches Schmalzgebäck
klettur, *-s, -ar m* Klippe, Felsen
klífa *st I* erklimmen
klifra *(a)* klettern
kljúfa *st II* spalten
klósett, *-s, - n* Klo(sett)
klukka, *-u, -ur f* Uhr
klukkustund, *-ar, -ir f* Stunde
klukkutími, *-a, -ar m* eine Stunde

klæða sig í e-ð *(klæddi)* sich etwas anziehen; **klæða sig úr** e-u sich etwas ausziehen
klæðnaður, *-ar, -ir m* Kleidung
knúinn getrieben
koja: *neðri koja, -u, -ur f* unteres Etagenbett; *efri koja* oberes Etagenbett
kók *indekl f* Cola
koma *(kem; kom, komum, komið) st IV* kommen; *koma aftur* wiederkommen; *koma e-u í gegn* eine Sache erreichen; *koma sér saman um e-ð* etwas beschließen, sich auf etwas einigen; *koma e-u eitthvert* etwas auf den Weg bringen; *koma með e-m* mit jemandem kommen; *koma með bílnum* (als Fahrgast) mit dem Auto kommen; *koma með bílinn* das Auto bringen; *e-ð er undir e-u komið* etwas hängt von etwas ab
komast inn í e-ð etwas lernen; *komast í e-ð* etwas erreichen; *komast hjá e-u* etwas vermeiden; *komast ekki hjá því að gera e-ð* nicht daran vorbeikommen, etwas zu tun
kona, *-u, -ur (G/pl kvenna) f* Frau
kort, *-s, - n* Karte
kosta *(a)* kosten
kostnaður, *-ar, -ir m* Kosten
kostur, *-ar, -ir m* Bedingung, Vorteil; *að minnsta kosti* wenigstens
krakki, *-a, -ar m* Kind

krjúpa *st II* knien
króna, *-u, -ur* f Krone *(isl. Währungseinheit)*
kross, *-, -ar* m Kreuz
kunna að + *inf (kann; kunni, kunnum, kunnað)* etwas können
kurteis höflich
kveða *st V* aufsagen
kveðja, *-u, -ur* f Gruß
kveðjast *(kvaddist)* sich voneinander verabschieden
kveðjupartý, *-s* n Abschiedsparty
kveikja á e-u *(-ti)* etwas anmachen, einschalten
kvittun, *-unar, -anir* f Quittung
kvæði, *-s, -* n Gedicht
kvöld, *-s, -* n Abend; *í kvöld* heute Abend; *á kvöldin* abends; *gott kvöld!* guten Abend! *annað kvöld* morgen Abend; *undir kvöld* gegen Abend
kvöldlogn, *-s* n Windstille am Abend
kvörtun, *-unar, kvartanir* f Beschwerde
kynna e-n fyrir e-m *(-ti)* einen jemandem vorstellen
kynnast e-m *(kynntist)* jemanden kennenlernen
kýr, *kýr, kýr* f Kuh
kyssa *(-ti)* küssen
kyssast *(kysstist)* sich küssen
kær lieb
köttur, *kattar, kettir* m Katze

[L]

labba *(a)* laufen, schlendern
lag, *-s, lög* n Zustand; *vera í lagi* in Ordnung sein; *allt í lagi* o.k.; *í heilu lagi* im Ganzen; *í fyrsta lagi* erstens
laga *(a)* ordnen; *laga kaffi* Kaffee kochen
lagast *(lagaðist)* besser werden, sich erholen
lágur niedrig
lakkrís, *-s, -ar* m Lakritz
lamb, *-s, lömb* n Lamm
lambakjöt, *-s* n Lammfleisch
lána *(a)* leihen
land, *-s, lönd* n Land
landafræði *indekl* f Geographie
landakort, *-s, -* n Landkarte
landslag, *-s, -lög* n Landschaft
langa: *unpers e-n langar til e-s oder í e-ð (a)* jemand mag etwas, sehnt sich nach
langur lang; *langt fram á nótt* bis tief in die Nacht hinein; *langt frá e-u* weit von etwas entfernt
láta *st VII (lét, létum, látið)* lassen; setzen, stellen, legen; *láta sér e-ð nægja* sich mit etwas benügen; *láta vel / illa yfir e-u* sich gut / schlecht über etwas äußern
látast *(lést)* sterben; so tun, als ob
laug, *-ar, -ar* f Schwimmbecken; warme Quelle
laugardagur, *-s, -ar* m Samstag
laukur, *-s, -ar* m Zwiebel
lauma *(a)* dazustecken
laus frei; *það er ekki laust við* es

fehlt nicht viel daran
laut, -ar, -ir f Vertiefung, Senke
lax, -, -ar m Lachs
leður, -urs, - n Leder
leggja *(lagði)* setzen, stellen, legen; *leggja á borð* den Tisch decken; *leggja á ráðin um e-ð* etwas beratschlagen, überlegen; *leggja af stað* losgehen, losfahren; *leggja trú á e-ð* etwas glauben; *leggja að* (Schiff) anlegen; *leggja í hann* eine Strecke bezwingen; *leggja upp í ferðina* die Fahrt beginnen; *leggja e-ð undir sig* etwas erobern; *leggja e-ð frá sér* etwas hinlegen, weglegen
leggjast inn *(lagðist)* eingewiesen werden
leið, -ar, -ir f Weg; *alla leiðina* den ganzen Weg; *á leiðinni* auf dem Weg; *á réttri leið* auf dem richtigen Weg
leiðangur, -urs, -rar m Expedition
leiðinlegur uninteressant, langweilig; gemein
leiðsögumaður, -manns, -menn m Reiseleiter
leigja *(-ði)* mieten
leigjandi, -a, -endur m Mieter
leikari, -a, -ar m Spieler
leika sér *(lék, lékum, leikið)* st VII spielen; *leika sér í fótbolta* Fußball spielen
leikhúsfræði *indekl* f Theaterwissenschaften

leirtau, -s n Geschirr
leita að e-u *(a)* nach etwas suchen
leyti: *um sama leyti og* zur selben Zeit wie
leka st V leck sein
lenda *(lenti)* landen
lending, -ar, -ar f Landung
lengi lange
lengja *(-di)* verlängern
lengur adv länger
lesa st V lesen; *lesa e-ð fyrir e-n* jemandem etwas vorlesen
leyfa *(-ði)* erlauben
leyndarmál, -s, - n Geheimnis
líða st I gleiten, schweben; (er)gehen; vergehen; *e-m líður illa* jemandem geht es schlecht; *hvernig líður þér?* wie geht es dir?
líf, -s n Leben; *þar er líf í tuskunum* da ist etwas los
lifa á e-u *(-ði)* von etwas leben
líffræði *indekl* f Biologie
líffærafræði *indekl* f Anatomie
lifnaður, -ar, -ir m Lebensweise
lifrarpulsa / lifrarpylsa, -u, -ur f Blutwurst
liggja *(lá, lágum, legið)* st V liegen; *liggja í sólbaði* ein Sonnenbad nehmen
líka auch
líkami, -a, -ar m Körper
líkjast *(líktist)* ähnlich sein
líklegur wahrscheinlich
líkur e-u einer Sache gleich; *eða því um líkt* oder dergleichen

lipur gelenkig
listakona, *-u, -ur* f Künstlerin
listfræði *indekl* f Kunstgeschichte
listmálari, *-a, -ar* m Kunstmaler
líta *st I* sehen, schauen; *líta út* aussehen; *líta eftir e-u* etwas kontrollieren
lítast: *unpers e-m líst (ekki) á e-ð (leist)* jemandem gefällt etwas (nicht)
lítill klein
litlu *adv vor komp* nicht viel, nur wenig
lítt *adv* wenig
litur, *-ar, -ir* m Farbe
ljós, *-s, -* n Licht; *vera með ljósin á* Scheinwerfer eingeschaltet haben
ljós hell
ljósblár hellblau
ljótur hässlich
ljúga *st II* lügen
ljúka *st II* beenden, schließen; *e-u lýkur* etwas ist zu Ende, endet; *ljúka stúdentsprófi* das Abitur machen
loftþrýstingur, *-s* m Luftdruck
lok, *-s, -* n Ende, Schluss; Deckel; *að lokum* schließlich, endlich
loksins endlich
lokun, *-unar, -anir* f Schließung
lopapeysa, *-u, -ur* f Isländerpullover
losna *(a)* frei werden
lúða, *-u, -ur* f Flunder
lukkast *(lukkaðist)* gelingen
lundi, *-a, -ar* m Papageientaucher
lundur, *-s, -ir* m Wäldchen
lunga, *-a, -u* n Lunge
lúta *st II* sich beugen
lygi, *-, -ar* f Lüge
lykill, *-s, -lar* m Schlüssel
lýsa *(-ti)* beleuchten; *lýsa e-u yfir* sich zu etwas erklären
lækning, *-ar, -ar* f Heilung; Heilverfahren
læknir, *-s, -ar* m Arzt, Doktor
læknisfræði *indekl* f Medizin (als Studienfach)
lækur, *-jar, -ir* m Bach
læra lernen; *læra á bíl* Auto fahren lernen
lögfræði *indekl* f Jura, Rechtswissenschaften
löngu *vor komp* längst
löngun, *-unar* f Sehnsucht
löpp, *lappar, lappir* f Pfote; *koma sér á lappir ugs.* sich auf die Socken machen

M

maður, *manns, menn* m Mann, Mensch; man
magur mager
maí *indekl* m Mai
maís *indekl* m Mais
mál, *-s, -* n Sprache
malarvegur, *-ar/s, -ir* m Schotterstraße
malbika *(a)* asphaltieren
málvísindi *n/pl* Sprachwissenschaft
mamma, *mömmu, mömmur* f

Mama, Mutter
mannskapur, -ar, - m Mannschaft
mannvirki, -s, - n Bauwerk
mánudagur, -s, -ar m Montag
mánuður, mánaðar, mánuðir m Monat
margbreytilegur vielfältig, facettenreich, unterschiedlich
margsinnis viele Male
margur viel; hvað ... margir wie viele
mark, -s, mörk n Ziel
mars indekl m März
matarbakki, -a, -ar m Tablett
matarkyns indekl. essbar
mataralía, -u f Speiseöl
matstaður, -ar, -ir m Restaurant, Gaststätte
máttugur mächtig
máttur, -ar, mættir m Macht
matur, -ar, -ar m Essen, Speise
matvörubúð, -ar, -ir f Lebensmittelgeschäft
með + D/A mit; bei; entlang; með því (að) dadurch (dass); upp með ánni den Fluss aufwärts; með ströndinni am Strand entlang; vera með hinum fyrstu unter den ersten sein; með þessum hætti auf diese Art und Weise; með því skilyrði unter der Bedingung
meðal, -s, meðöl n Mittel, Medizin; meðal við tannpínu ein Mittel gegen Zahnschmerzen
meðal + G zwischen; meðal annars (m.a.) unter anderem (u.a.)

mega (má; mátti, mátt) dürfen
meiða sig (meiddi) sich verletzen
meina (a) meinen
meiri mehr
meistaraverk, s, - n Meisterwerk
menntamálaráðherra, -, -ar m Bildungsminister
menntamálaráðuneyti, -s, - n Bildungsministerium
merkilegur bemerkenswert
merkja (-ti) (be)zeichnen, bedeuten
mest höchst; am meisten
meta st V schätzen
miði, -a, -ar m Eintrittskarte; Fahrschein
miðnætti, -s n Mitternacht
miðstöð, -var, -var f Zentrum; Heizungskeller
miður (mið, mitt) mitten; í miðri inmitten
miðvikudagur, -s, -ar m Mittwoch
mig A mich
mikið adv sehr, viel
mikill groß
mikilvægur wichtig
miklu adv vor komp weitaus, viel
milli + G zwischen
minn mein
minna á e-ð (-ti) erinnern an
minnka (a) herabsetzen, verkleinern; kleiner werden
minnkun, -unar, -anir f Entwürdigung
mínúta, -u, -ur f Minute; á þriggja mínútna fresti im Abstand von 3

Minuten
mismunandi verschieden
misstíga sig *st I* sich den Fuß vertreten, umknicken
mjalli: *vera ekki með öllum mjalla* ugs. nicht alle Tassen im Schrank haben
mjólk, *-ur* f Milch
mjólkurostur, *-s, -ar* m Käse
mjór dünn, schmal
mjúkur weich
mjög sehr
móar *m/pl* Heide(land)
móðir, *-ur, mæður* f Mutter
móðursystir, *-ur, -ur* f Tante; Schwester der Mutter
morgunmatur, *-s, -ar* m Frühstück; *í morgunmat* zum Frühstück
morgunn, *-s, -nar* m Morgen; *á morgnana* morgens; *á morgun* morgen; *í morgun* heute Morgen; *næsta morgun* am nächsten Morgen; *ekki á morgun, heldur hinn (daginn)* übermorgen; *síðdegis á morgun* morgen Nachmittag
mót, *á móti, í móti* + D gegen etwas; entgegen; *hafa e-ð á móti e-u* etwas gegen eine Sache haben
mótmæla *(-ti)* widersprechen
móttaka, *-töku, -tökur* f Rezeption, Empfang
muna *e-ð* od. eftir *e-u* (man; mundi, munað) sich an etwas erinnern
munnur, *-s, -ar* m Mund

munu (mun; mundi) werden
mús, *-ar, mýs* f Maus
mynd, *-ar, -ir* f Bild; Film; *taka myndir* Fotos machen
myndavél, *-ar, -ar* f Fotoapparat
myndhöggvari, *-a, -ar* m Bildhauer
Myndlistarskóli, *-a* m Kunst(hoch)schule
mýri, *-ar, -ar* f Moor
mæla *(-di)* messen
mæla *(-ti)* sprechen, reden
mælir, *-s, -ar* m Messgerät
möguleiki, *-a, -ar* m Möglichkeit
mörk, *merkur, merkur* f Mark

N

ná *e-u (náði)* etwas erreichen, etwas können; *ná í e-ð* etwas holen; *ná sér* sich erholen
nágrenni, *-s* n Nähe, Nachbarschaft
nakinn nackt
nákvæmlega adv genau
nál, *-ar, -ar* f Nadel
nálgast *(nálgaðist)* näher kommen; sich nähern
nálægt adv nahe, unweit
nám, *-s* n Studium
námsgráða, *-u, -ur* f Studienabschluss
námslán, *-s, -* n Studiendarlehen
námspláss, *-, -* n Studienplatz
námsstyrkur, *-s, -ir* m Stipendium
náttúra, *-u* f Natur
nauðsynlegur notwendig

neðan, að neðan von unten
nef, -s, - n Nase
nefnilega adv nämlich
nei nein; *nei því miður* leider nicht
neinn keiner
nema staðar st IV anhalten
nema + *kon* außer; es sei denn, dass
nemandi, -a, -endur m Schüler
nenna e-u (ekki) (-ti) (keine) Lust zu etwas haben
nesti, -s n Proviant, Reiseverpflegung
niðri unten
niður hinunter, nach unten
njóta e-s st II etwas genießen
nóg um e-ð genug an etwas; *nógu snemma* früh genug
nokkuð etwas
nokkur m irgendeiner; *im pl* einige; *þó nokkur* ziemlich groß, weit; *nokkra stund* eine Weile, Zeitlang; *nokkurn veginn* einigermaßen; *í nokkra daga* einige Tage lang; *nokkurn tíma* einige Zeit, jemals; *nokkurs staðar* irgendwo; *nokkrum sinnum* einige Male; *það er ekki til nokkurs* es hat keinen Zweck; *segirðu nokkuð?* wie geht's?
norðan, að norðan von Norden; *fyrir norðan* nördlich, im Norden
norður nach Norden
norðurheimskautsbaugur, -s m nördlicher Polarkreis
norðurhvel, -s n nördliche Halbkugel
Norðurland, -s n Nordisland
Norðurlönd n/pl Skandinavien
Norræna, -u f Nordistik, Skandinavistik
nota (sér) e-ð (a) etwas (aus)nutzen; *nota daginn* den Tag nutzen
nótt, nætur, nætur f Nacht; *langt fram á nótt* bis tief in die Nacht; *alla nóttina* die ganze Nacht; *í nótt* heute Nacht; *á næturnar* nachts; *um nóttina* in der Nacht
nóvember indekl m November
nú(na) nun, jetzt; *nú til dags* heutzutage
núa (néri, nérum, núið) reiben
núðlur f/pl Nudeln
númer, -s, - n Nummer
nútíma modern, zeitgenössisch
nýbúinn að gera e-ð gerade getan haben
nýr neu
nýra, -a, -u n Niere
nýtískulegur modern
nægja (-ði) ausreichen, genügen; *láta sér nægja e-ð* sich mit etwas begnügen
nær e-u einer Sache nahe
nærri e-u einer Sache näher
næst das nächste Mal
næstum nahezu, fast
næstur der nächste; *næsta morgun* am nächsten Morgen; *næstu dagana* in den nächsten Tagen
nögl, naglar, neglur f Nagel

O / Ó

ódýr billig
of *vor adv* zu
ofan, að ofan von oben
ofsalegur überaus gewaltsam
oft oft
oftar öfter
og und
óhæfur unmöglich
okkur D/A uns
október *indekl m* Oktober
olía, *-u* f Öl
ólífa, *-u, -ur* f Olive
olíuborinn mit Öl vermischt
ómögulegur unmöglich
opinn offen
opna *(a)* öffnen
orgel, *-s, -* n Orgel
ostur, *- s, -ar* m Käse
óttast *(óttaðist)* (sich) fürchten
óvenju *adv* ungewöhnlich
óþolandi unerträglich

P

pabbi, *-a, -ar* m Papa
pakka niður dótinu *(a)* die Sachen packen
pakki, *-a, -ar m* Packung, Päckchen
panna, *pönnu, pönnur* f Pfanne
panta *(a)* bestellen
páskar: *á páskunum* an Ostern
peningur, *-s, -ar* m Geld
penni, *-a, -ar* m Füller
persóna, *-u, -ur* f Person
pils, *-, -* n Rock
pipar, *-s* m Pfeffer
planta, *plöntu, plöntur* f Pflanze
pláss, *-, -* n Platz
plast, *-s* n Plastik
poki, *-a, -ar* m Tasche, Tüte, Beutel
pólitíkus *indekl m ugs.* Politiker
pollur, *-s, -ar* m Pfütze
póstkort, *-s, -* n Postkarte
pottur, *-s, -ar* m Topf, Bottich
prestur, *-s, -ar* m Priester, Pfarrer
prósenta, *-u, -ur* f Prozent
prufa *(a)* (an)probieren, versuchen
pulsa / pylsa, *-u, -ur* f Würstchen
pönnukaka, *-köku, -kökur* f Pfannkuchen
pöntun, *-unar, pantanir* f Bestellung, bestellte Ware

R

ráða *(réð, réðum, ráðið) st VII* bestimmen
ráðhús, *-s, -* n Rathaus
ráðleggja e-m e-ð *(-lagði)* jemandem etwas raten, empfehlen
raka sig *(a)* sich rasieren
rauðsokka, *-u, -ur* f „Blaustrumpf", Emanzipierte, Frauenrechtlerin
rauður rot
rauf, *-ar, -ar* f Spalte
raun: *í rauninni* in Wirklichkeit
raunar *adv* gewiss, zwar
reglulega *adv* wirklich
regnföt *n/pl* Regenkleidung
regnkápa, *-u, -ur* m Regenmantel
reiði *indekl f* Zorn
reiðtúr, *-s, -ar* m Reittour; *fara í reiðtúr* eine Reittour machen

reikningur, -s, -ar m Rechnung; á eigin reikning auf eigene Rechnung
reikull schwankend
reim, -ar, -ar f Schnürsenkel
reka st V treiben; reka á eftir st V antreiben, anspornen
renna st III fließen, rutschen, rennen; renna til ausrutschen
rétt adv direkt; rétt í þessu gerade eben; rétt við e-ð ganz nahe bei etwas
rétta (rétti) reichen; aufrichten
réttur, -ar, -ir m Recht; Gericht
reykingar f/pl Rauchen
reykja (-ti) räuchern
reyna (-di) versuchen
reynast (-dist) sich herausstellen
reyndar adv gewiss, übrigens
reynsla, -u, -ur f Erfahrung
ríða st I reiten
rífa st I reißen
rigna (-di) regnen
rigning, -ar, -ar f Regen
ríkur reich
rísa st I sich erheben
rita sig inn (a) sich einschreiben, immatrikulieren
rjómi, -a m Sahne; þeyta rjóma Sahne schlagen
rjúfa st II zerbrechen; unterbrechen; entzweireißen
rjúka st II qualmen
róa (réri, rérum róið) rudern
rok, -s, - n Sturm
rólegur ruhig

rót, -ar, rætur f Wurzel
rúgbrauð, -s, - n Schwarz-, Roggenbrot
rúllukragi, -a, -ar m Rollkragen
rúm, -s, - n Bett
rúmur geräumig
rútubíll, -s, -ar m Bus
ryk, -s n Staub
ryksuga (a) staubsaugen
ræða um e-ð (ræddi) über etwas reden, sprechen
rækja, -u, -ur f Garnele, Krabbe
ræsa bílinn (-ti) das Auto starten, anlassen
rödd, raddar, raddir f Stimme
röð, raðar, raðir f Reihe
rönd, randar, rendur f Kante
röntgenmynd, -ar, -ir f Röntgenaufnahme

S

sá ... sem derjenige ... welcher
saddur satt
safn, -s, söfn n Sammlung
safna (a) sammeln
safnast (safnaðist) sich versammeln
saft, -ar, -ir f Saft
saga, sögu, sögur f Geschichte; Anekdote, Geschichtchen
sagnfræði indekl f Geschichte als Studienfach
sakir + G wegen, um ... willen
salat, -s, salöt n Salat
sálfræði indekl f Psychologie
salt, -s, sölt n Salz

salta *(a)* salzen, pökeln
salur, *-ar, -ir m* Saal
saman zusammen
samanburður, *-ar, -ir m* Vergleich;
 í samanburði við e-ð im Vergleich zu etwas
samband, *-s, -bönd n* Verbindung;
 vera í sambandi við e-n mit jemandem in Verbindung stehen
sami derselbe; *sá hinn sami* eben derselbe
samkvæmt + D gemäß, entsprechend
samloka, *-u, -ur f* Sandwich
sammála um *e-ð* einig über etwas
samræða, *-u, -ur f* Gespräch, Unterhaltung
samt trotzdem
samtímis *adv* gleichzeitig
samvera, *-u f* Zusammensein
sandur, *-s, -ar m* Sandfläche, Sand
sannleikur, *-s m* Wahrheit
sannur wahr; *satt að segja* um die Wahrheit zu sagen; tatsächlich
sápa, *-u, -ur f* Seife
sársauki, *-a m* Schmerz
segja *(sagði, sagt)* sagen; *segja frá e—u* von etwas erzählen; *meira að segja* (Abk.: m.a.s.) sogar
segjast + *inf (sagðist)* von sich etwas sagen
seinn spät
seinna meir später einmal
seint *adv* spät; *of seint* zu spät
selja *(seldi)* verkaufen; *selja á lágu verði* billig verkaufen
sem betur fer Gott sei Dank
sem *rel pron* welche, -r, -s
senda *(sendi)* senden, schicken; *senda eftir e-m* nach jemandem schicken
sennilega *adv* wahrscheinlich
september *indekl m* September
sérkennilegur bemerkenswert, eigentümlich
sérstaklega *adv* besonders
sérstæður außergewöhnlich
setja *(setti)* setzen, stellen, legen; *setja svip sinn á e-ð* etwas prägen; *setja á sig varalit* Lippenstift auftragen
setjast *(settist)* sich setzen; *setjast við borð* sich an den Tisch setzen
setning, *-ar, -ar f* Satz *(gramm.)*
síðan dann, später
síðastur der letzte; *að síðustu* schließlich, endlich
síður lang (nach unten)
síga *st I* sinken
sígaretta, *-u, -ur f* Zigarette
sigla *(-di)* segeln
sigra *(a)* siegen
silki, *-s n* Seide
silungur, *-s, -ar m* Forelle
símanúmer, *-s, - n* Telefonnummer
sími, *-a, -ar m* Telefon
sinarslit, *-s n* Bänderriss
sinn ihr, ihre, sein, seine
sinn, *-s, - n* Mal; *í fyrsta sinn* zum ersten Mal; *í hvert sinn* jedes Mal

sitja *(sat, sátum setið)* st V sitzen; *sitja við borð* am Tisch sitzen; *sitja kyrr* sitzen bleiben
sítróna, -u, -ur f Zitrone
sjá *(sé; sá, sáum, séð)* st V sehen; *sjá um e-ð* sich um etwas kümmern; *sjá fyrir e-m* für jemanden sorgen; *sjá eftir e-u* etwas bereuen
sjaldan *adv* selten
sjaldgæfur *adj* selten
sjálfsagt *adv* selbstverständlich
sjálfsali, -a, -ar m Automat
sjálfsögðu: *að sjálfsögðu adv* selbstverständlich
sjálfur selbst
sjampó, -s n Haarschampon
sjást *(sást)* gesehen werden
sjóða st II kochen, sieden
sjónvarp, -s, -vörp n Fernseher
sjoppa, -u, -ur f Kiosk
sjór, *sjavar* (auch: *sjós*) m (die) See, Meer
sjúga st II saugen
sjúkrabíll, -s, -ar m Krankenwagen
sjúkradeild, -ar, -ir f Krankenstation
sjúkrahús, -s, - n Krankenhaus
sjö sieben
skafa st VI schaben
skál, -ar, -ar f Schale, Schüssel
skammast sín *(skammaðist)* sich schämen
skammur kurz; *fyrir skömmu* vor kurzem
skap, -s n Stimmung, Laune; *í*

góðu skapi bei guter Laune
skápur, -s, -ar m Schrank
skara fram úr *(a)* hervorragen
skarð, -s, skörð n Gebirgspass, Scharte
skata, *skötu, skötur* f Rochen
skeið, -ar, -ar f Löffel
skella st III klatschen
skellur, -s, -ir m Knall
skemma *(-di)* beschädigen
skemmta sér *(skemmti)* sich vergnügen, unterhalten
skemmtilegur unterhaltsam
skemmtun, -unar, -anir f Vergnügen
skera st IV schneiden; *skera upp* operieren
skeyti, -s, - n Telegramm
skila e-u *(a)* etwas zurückgeben
skilja *(-di)* verstehen; sich trennen; *skilja við e-n* sich von jemandem scheiden lassen, trennen
skilnaður, -ar, -ir m Trennung; *að skilnaði* zum Abschied
skína st I scheinen
skinn, -s, - n Fell
skip, -s, - n Schiff
skipta *(skipti)* teilen, wechseln; *skipta á rúmi* Bettwäsche wechseln; *skipta e-u með sér* etwas untereinander aufteilen
skiptast á e-u *(skiptist)* sich abwechseln; *það skiptist á reiði og gleði* es wechselt zwischen Zorn und Freude
skipti, -s, - n Mal; *í fyrsta skipti*

zum ersten Mal; *í hvert skipti* jedesmal
skítugur schmutzig
skjóta *st II* schießen; *skjóta upp flugeldum* ein Feuerwerk machen
skjótast *st II* schnell laufen
skjöldur, *skjaldar, skildir m* (der) Schild
skoða *(a)* anschauen, betrachten
skógur, *-ar, -ar m* Wald
skólaferðalag, *-s, -lög n* Schulausflug, Klassenfahrt
skólakerfi, *-s, - n* Schulsystem
skóli, *-a, -ar m* Schule
skorta *(skorti) unpers* mangeln; *mig skortir* mir fehlt
skreppa í bæinn *st III* mal schnell in die Stadt gehen
skrifa *(a)* schreiben
skrifa sig inn *(a)* sich einschreiben, immatrikulieren
skríll, *-s m* Pöbel
skrýtinn /skrítinn komisch, seltsam
skúffa, *-u, -ur f* Schublade
skulu *(skal, skulum)* werden, wollen; sollen
skúra *(a)* wischen
skutla e-m í innkaup *(a) ugs.* jemanden zum Einkaufen fahren
skvetta vatni *(skvetti)* Wasser ausschütten, spritzen
ský, *-s, - n* Wolke
skýjabólstur, *-urs, -rar m* Wolkenbank
skylda, *-u, -ur f* Pflicht, Verpflichtung
skýr deutlich, klar

skyrta, *-u, -ur f* Hemd
skæri *n/pl* Schere
slá *(slæ; sló, slógum, slegið) st VI* schlagen
slást *(slóst)* miteinander kämpfen
slátur, *-urs n* Innereien vom Schaf; Leber- und Blutwurst
sleppa *st III* davonkommen
sléttur glatt, ruhig
slíkur solcher, so ein
slíta *st I* aufreißen
sljór stumpf
slokknaður erloschen
slysavarðstofa, *-u, -ur f* Unfall-, Notaufnahme im Krankenhaus
slæmur schlimm
slökkva *(-ti)* ausmachen, abschalten
smá- *Vorsilbe:* klein
smábær, *-jar, -ir m* kleines Gehöft
smágöngutúr, *-s, -ar m* kleiner Spaziergang
smár *(smá f, smátt n)* klein, gering; *smá stund* eine kleine Weile
smáréttur, *-ar, -ir m* kleiner Imbiss
smáslys, *-s, - n* kleiner Unfall
smátími, *-a m* kurze Zeit
smella *st III* schnalzen
smjúga *st II* schmiegen
smjör, *-s n* Butter
smjörlíki, *-s n* Margarine
sneið, *-ar, -ar f* Scheibe, Schnitte
snemma früh
snerta *st III* berühren
sníða *st I* schneiden

snúa *(snéri, snérum, snúið)* drehen, wenden; *snúa upp á e-ð* etwas verdrehen, verrenken; *snúa við* umdrehen

snúast um e-ð *(snérist)* sich um etwas drehen

snyrtilegur sauber

snöggur schnell

sofa *(sef; svaf, sváfum, sofið) st V* schlafen; *sofa yfir sig* verschlafen

sokkur, -s, -ar m Socke, Strumpf

sólarlag, -s, -lög n Sonnenuntergang

sólbað, -s n Sonnenbad

sparnaður, -ar, -ir m Ersparnis

spegill, -s, -lar m Spiegel

spegla sig *(a)* sich spiegeln

speglast *(speglaðist)* sich widerspiegeln

spenna *(-ti)* anlegen, anschnallen

spenntur gespannt

spila *(a)* spielen *(Karten, Musikinstrument)*

spinna *st III* spinnen

sportleiga, -u, -ur f Vermietung von Camping- und Sportartikeln

spretta *st III* keimen, aufgehen

springa *(sprakk, sprungum, sprungið) st III* zerspringen

spurning, -ar, -ar f Frage

spyrja *(spurði)* fragen; *spyrja til e-s / um e-ð* nach etwas fragen

spyrjast fyrir um e-ð nach etwas fragen

spölur, *spalar* m Wegstrecke

staðfesta *(-festi)* bestätigen

staður, -ar, -ir m Stelle, Ort; *af stað* weg, los

standa *(stóð, stóðum, staðið) st VI* stehen; *hvernig stendur á því?* wie steht es damit? wie kommt das?; *standa fyrir e-m* vor jemandem stehen

standast *(stóðst)* sich bewähren, gelten; *standast e-ð* einer Sache widerstehen

starfsþjálfun, -unar f Arbeitstraining

stefna *(-di)* verabreden; *stefna að e-u* etwas vorhaben

steik, -ar, -ur f Braten

steikja *(-ti)* braten

steinn, -s, -ar m Stein

stela *st IV* stehlen

stelpa, -u, -ur f Mädchen

sterkur stark

stíga *st I* steigen

stigi, -a, -ar m Treppe, Stiege

stimpill, -s, -lar m Stempel

stinga *st III (stakk, stungum, stungið)* stechen, stecken; *stinga upp á e-u* oder *á + inf* etwas vorschlagen

stjórnmálamaður, -manns, -menn m Politiker, Staatsmann

stofa, -u, -ur f Zimmer, Stube

stólbak, -s, -bök n Rückenlehne

stóll, -s, -ar m Stuhl

stólpi, -a, -ar m Pfahl, Pfosten

stoltur af e-u stolz auf etwas

stoppa *(a)* anhalten, stoppen

stoppistöð, -var, -var f Bushaltestelle

stór groß
stórum *adv* in hohem Maße
strákur, -s, -ar *m* Junge
strandlengja, -u, -ur *f* Küstenstreifen
stranglega *adv* streng
strauja *(a)* bügeln
straumþungur mit gewaltiger Strömung
strax *adv* sofort
strax og *konj* sobald
strengjabaunir *f/pl* Bohnen
strjáll verstreut
strjúka *st II* streichen, streicheln
strætó (Abk. für strætisvagn) *indekl n* (Stadt-)Bus
strönd, *strandar, strendur* *f* Strand
stúlka, -u, -ur *f* junges Mädchen
stundum manchmal
sturta, -u, -ur Dusche
stuttur kurz
styðja *(studdi)* stützen
stykki, -s, - *n* Stück
styrjöld, -aldar, -aldir *f* Krieg
stytta *(stytti)* verkürzen
stæði, -s, - *n* Parkplatz
stærð, -ar, -ir *f* Größe
stærðfræði *indekl f* Mathematik
stöð, -var, -var *f* Station
stöðuvatn, -s, -vötn *n* (der) See
stöðvast *(stöðvaðist)* stehenbleiben, innehalten
suð, -s *n* das Summen
suður nach Süden
súkkulaði, -s *n* Schokolade
sulta, -u *f* Marmelade

sumar, -ars, -ur *n* Sommer
sumur manch einer; sumir einige; *sums staðar* hier und da, mancherorts; *að sumu leyti* in gewisser Hinsicht, teilweise; *það er allt og sumt* das ist alles
sund, -s, - *n* das Schwimmen
sundbolur, -s, -ir *m* Badeanzug
sundlaug, -ar, -ar *f* Schwimmbad
sundskýla, -u, -ur *f* Badehose
sunnan, *að sunnan* von Süden; *fyrir sunnan* südlich, im Süden
sunnudagur, -s, -ar *m* Sonntag; *á sunnudögum* sonntags; *á sunnudaginn* am kommenden Sonntag, nächsten Sonntag; *á sunnudaginn var* vergangenen Sonntag
súpa *st II* schluckweise trinken
súpa, -u, -ur *f* Suppe
svangur hungrig; *í svanginn* in den hungrigen Bauch
svartur schwarz
svefn, -s *m* Schlaf
svefnpláss, -, - *n* Schlafplatz
svefnpoki, -a, -ar *m* Schlafsack
sveit, -ar, -ir *f* Land, ländliche Gegend; *í sveit* auf dem Lande
sveitó bäuerisch
svella *(svall, sullum, sollið)* *st III* schwellen
svelta *(svalt, sultum, soltið)* *st III* (ver)hungern
sverfa *(svarf, surfum, sorfið)* *st III* feilen
sverja *(sór, sórum, svarið)* *st VI*

schwören
svið, -s, - n Gebiet; *im pl auch* geräucherte Schafsköpfe; *á því sviði* in dieser Hinsicht
svífa *st I* schweben
svíkja *st I* verraten
svikull trügerisch
svima *(a) unpers* schwindlig sein; *mig svimar* mir ist schwindlig
svipur, -s, -ir *m* Gesichtsausdruck
svo(na) so
svo að + *kon* so dass, damit
svo framarlega sem wenn, falls
svoleiðis so, in der Weise
svolítið ein bisschen
svæði, -s, - *n* Gebiet
sykur, -s *m* Zucker
syfjaður müde
sýna *(-di)* zeigen
synd, -ar, -ir *f* Sünde
synda *(-ti)* schwimmen
sýning, -ar, -ar *f* Aufführung
systir, -ur, -ur *f* Schwester
systkini *n/pl* Geschwister
sækja *(sótti, sótt)* holen; *sækja um styrk* sich um ein Stipendium bewerben
sælgæti, -s *n* Süßigkeiten
sæll glücklich
sæng, -ur, -ur *f* Federbett
sæti, -s, - *n* Sitz, Platz
söfnuður, safnaðar, söfnuðir *m* Gemeinde; Versammlung
sök, *sakar, sakir* *f* Schuld; *eiga sök á e-u* an etwas schuld sein
söknuður, *saknaðar* *m* Trauer,

Traurigkeit
söluskattur, -s, -ar *m* Verkaufssteuer (zu Lasten des Kunden)
sömuleiðis *adv* ebenso, gleichfalls

T

taka *(tók, tókum, tekið) st VI* nehmen; *taka e-ð rólega* etwas ruhig nehmen; *taka bensín* tanken; *taka e-ð saman* etwas aufräumen, zusammenlesen; *taka á sig rögg* sich zusammenreißen; *taka á sprett* losreiten, lossprinten; *taka á móti e-u* etwas entgegennehmen; *taka eftir e-u* etwas bemerken; *taka arf eftir e-n* jemanden beerben; *ég hef tekið eftir því að ...* mir ist aufgefallen, dass ...; *taka vel í e-ð* etwas gut aufnehmen, akzeptieren; *taka þátt í e-u* an etwas teilnehmen; *taka í hendina á e-m* jemandem die Hand geben; *taka tillit til e-s* auf jemanden / etwas Rücksicht nehmen; *taka ákvörðun um að + inf* etwas beschließen; *taka vel undir e-ð* einer Sache zustimmen; *taka upp úr töskunum* die Koffer auspacken; *taka við e-u* etwas übernehmen; *e-ð tekur fimm daga* etwas dauert 5 Tage
takk danke; *takk fyrir e-ð* danke für etwas
tala um e-n / e-ð *(a)* über jemanden oder etwas sprechen

talast við *(töluðust)* sich unterhalten
talstöð, *-var, -var* f Funkgerät
tannlækningar *f/pl* Zahnmedizin
tár, *-s, -* n Träne
taska, *tösku, töskur* f Tasche
taug, *-ar, -ar* f Nerv
te, *-s* n Tee
tegund, *-ar, -ir* f Sorte, Marke
telja *(taldi)* zählen
teppi, *-s, -* n Decke, Teppich
texti, *-a, -ar* m Text
tíðkast *(tíðkaðist)* üblich sein
til + G nach, hin, zu; *til hægri* rechts; *til (þess) að* um zu; *til dæmis* zum Beispiel
tilfelli, *-s, -* n Fall, Geschehen; *í flestum tilfellum* in den meisten Fällen
tilfinning, *-ar, -ar* f Gefühl
tilheyra *(-ði)* gehören
tillaga, *-lögu, -lögur* f Vorschlag
tillitsamur rücksichtsvoll
tilraun, *-ar, -ir* f Versuch
tímarit, *-s, -* n Zeitschrift
tími, *-a, -ar* m Stunde, Zeit; *hafa ekki tíma* keine Zeit haben
tjald, *-s, tjöld* n Zelt
tjalda *(a)* zelten
tjaldstæði, *-s, -* n Campingplatz
tjörn, *tjarnar, tjarnir* f Teich, Weiher
tollskyldur zollpflichtig
tollur, *-s, -ar* m Zoll
tollvörður, *-varðar, -verðir* m Zollbeamter
tómatur, *-s, -ar* m Tomate
tónleikar *m/pl* Konzert
tónn, *-s, -ar* m *(mus.)* Ton
tré, *-s, -* n Baum
trefill, *-s, -lar* m Schal
trjátegund, *-ar, -ir* f Baumart
troða *(treð; tróð, tróðum, troðið) st* V treten, *ugs.* stopfen
troðningur, *-s, -ar* m Andrang, Gedränge; Trampelpfad
trúnaður, *-ar* m Vertrauen
trygging, *-ar, -ar* f Versicherung
tugginn gekaut
túnfiskur, *-s, -ar* m Thunfisch
tungl, *-s, -* n Mond
tveggjamanna-herbergi, *-s, -* n Doppelzimmer
týnast *(týndist)* verlorengehen
tæki, *-s, -* n Gerät
tækifæri, *-s, -* n Gelegenheit
töltari, *-a, -ar* m ein Pferd, das tölten kann
tölublað, *-s, -blöð* n Ausgabe (einer Zeitung etc.)
töluverður *adj* beträchtlich, ziemlich
tölvufræði *indekl* f Informatik
töng, *tangar, tengur* f Zange
tönn, *tannar, tennur* f Zahn

U / Ú

ull, *-ar* f Wolle
ullarsokkar *m/pl* Wollsocken
um + A um; in Bezug auf; *um borð* an Bord (hinauf); *um sama leyti og* zur selben Zeit wie
umferðarmiðstöð, *-var, -var* f Reisebusbahnhof

umræða, *-u, -ur* f Gespräch
undir + D unter, unterhalb von; *vera undir e-u komið* davon abhängen; *eiga mikið undir sér* großen Einfluss haben; *undir kvöld* gegen Abend; *undir sumar* kurz vor dem Sommer
undirbúa sig fyrir e-ð *(-bjó, -bjuggum, -búið)* st VII sich auf etwas vorbereiten
undirbúningur, *-s, -ar* m Vorbereitung
undireins og *konj* sobald
undirfatnaður, *-ar, -ir* m Unterwäsche
undrun, *-unar* f Verwunderung
unglingsár, *-s, -* n Jugendzeit
unglingur, *-s, -ar* m Jugendlicher
ungur jung
uns bis
upp hinauf
uppeldisfræði *indekl* f Pädagogik
upphæð, *-ar, -ir* f Summe, Betrag
uppi oben
upplýsing, *-ar, -ar* f Auskunft
úr + D aus; *úr hádeginu* von Mittag an; *upp úr því* von da an; *úr hættu* außer Gefahr
úr, *-s, -* n Uhr
út hinaus; *út af e-u* wegen etwas; *út við e-ð* am Rand von etwas; *út af* vom Weg ab
utan, að utan von außen
útbúnaður, *-ar, -ir* m Ausrüstung
úti (dr)außen; im Ausland
útilega, *-u* f Camping
útland, *-s, -lönd* n Ausland
útlendingur, *-s, -ar* m Ausländer
útskýra fyrir e-m *(-ði)* jemandem erklären
útsýni, *-s* n Aussicht, Blick
útvarp, *-s, -vörp* n Radio
útvega *(a)* besorgen, beschaffen

V

vaða *(óð, óðum, vaðið)* st VI waten
vaðstígvél, *-s, -* n Gummistiefel
vafi, *-a* m Zweifel
vafinn gewickelt
vaka *(-ti)* wachbleiben
vakna *(a)* aufwachen
vandlegur sorgfältig
vangavelta, *-u, -ur* f Überlegung, Grübelei
vanta *(a) unpers* fehlen, mangeln; *mig vantar* mir fehlt
vanur gewohnt
varalitur, *-ar, -ir* m Lippenstift
varlegur vorsichtig
varningur, *-s, -ar* m Ware
varúð, *-ar* f Vorsicht; *gæta fyllstu varúðar* größte Vorsicht üben
vaska upp *(a)* aufwaschen, spülen
vatn, *-s, vötn* n Wasser
vatnsgeymir, *-s, -ar* m Wasserbehälter, Wasserturm
vaxa *(óx, uxum, vaxið)* st VI wachsen
veður, *-urs* n Wetter
veðurfræði *indekl* f Meteorologie
vefa *(óf, ófum, ofið)* st V weben

vegabréf, -s, - n Pass
vegabréfaeftirlit, -s, - n Passkontrolle
vegarkantur, -s, -ar m Straßenrand, –kante
veggfóður, -urs, - n Tapete
vegur, -s od. -ar, -ir m Weg, Straße
veiða (veiddi) jagen, fischen
veiði, -ar, -ar f Jagd, Fischfang; Beute
veiðileyfi, -s, - n Angelerlaubnis
veiðistöng, -stangar, -stengur f Angelrute
veiki indekl f Krankheit, Schwäche
veikur krank
veina (a) aufschreien
vel adv gut; sehr
vél, -ar, -ar f Maschine
velja (valdi, valið) wählen, aussuchen
vella (vall, ullum, ollið) st III wallen, sieden
velta (valt, ultum, oltið) st III umfallen, ugs. rollen; *velta fyrir sér* (velti) sich überlegen
venjulega adv gewöhnlich
vera (er; var, vorum, verið) sein; *vera við* zugegen sein; *vera að gera e-ð* dabei sein, etwas zu tun; *vera heppinn* das Glück haben; *vera feginn* froh sein, erleichtert sein; *vera á batavegi* auf dem Wege der Besserung sein; *vera með öllum mjalla* ugs.: alle Tassen im Schrank haben; *vera með ljósin á* die Scheinwerfer eingeschaltet haben; *vera til í e-ð* für etwas bereit sein; für etwas sein; *vera staddur* sich befinden; *vera eftir* übrig bleiben; *vera á enda* am Ende, zu Ende sein; *vera með e-ð* etwas bei sich haben; *vera hægt* möglich sein; *vera búinn að* + inf etwas getan haben

verð, -s, - n Preis
verða st III werden; *verða að* müssen; *verða fyrir bíl* vom Auto überfahren werden
verðlaun n/pl Belohnung, Preis
verjandi, -a, -endur m Verteidiger
verk, -s, - n Werk, Arbeit
verkaskipti, -s, - n Arbeitsteilung
verkfræði indekl f Technologie
verpa (varp, urpum, orpið) st III werfen, ugs. Eier legen
verslun, -unar, -anir f Geschäft
vesall elend
vesen: *ekkert vesen!* sei nicht so umständlich!
veski, -s, - n Handtasche
vestan adv von Westen; *fyrir vestan* westlich, im Westen
vesti, -s, - n Weste
vestur adv nach Westen
vettlingur, -s, -ar m wollener Fäustling
vetur, -rar, -ur m Winter; *í vetur* im kommenden Winter; *á veturna* im Winter
við (okkar, okkur, okkur) wir
við + D/A an, bei, mit; *við vatnið*

am Wasser, am Meer; *við vinnu* bei der Arbeit; *við sólarlag* bei Sonnenuntergang; *við tækifæri* bei Gelegenheit; *við hvert orð* mit jedem Wort
víða *adv* weit; an vielen Stellen
víðförull weitgereist
víðir, -s, -ir *m* Weide (Baum)
viðlegubúnaður, -ar, -ir *m* Campingausrüstung
viðskiptafræði *indekl f* (Betriebs)-Wirtschaftslehre
víður weit
vík, -ur, -ur *f* Bucht
vika, -u, -ur *f* Woche; *í viku* eine Woche lang; *frá viku til viku* von Woche zu Woche
víkja *st I* weichen
vilja *(vil; vildi, viljað)* wollen
villa, -u, -ur *f* Fehler
villast *(villtist)* sich verirren
vinda *(vatt, undum, undið) st III* wringen
vindill, -s, -lar *m* Zigarre
vinkona, -u, -ur *f* Freundin
vinna *(vann, unnum, unnið) st III* arbeiten
vinstri linker; *vinstra megin* links
vinur, -ar, -ir *m* Freund
virða *(virti)* schätzen; *virða e-ð fyrir sér (virti)* etwas betrachten
virðast *(virtist)* angesehen werden (als); scheinen
virðing, -ar, -ar *f* Achtung, Wertschätzung
vísa á e-ð *(a)* etwas zeigen, auf etwas aufmerksam machen
vísindi *n/pl* Wissenschaft
vísir, -s, -ar *m* Zeiger
viss *adv* sicher, bestimmt
vita *(veit; vissi, vitað)* wissen
vítamín, -s, - *n* Vitamin
vitleysa, -u *f* Unsinn
vitur klug
vogur, -s, -ar *m* kleine Bucht
von, -ar, -ir *f* Hoffnung; *eiga von á e-m / e-u* jemanden oder etwas erwarten; *ekki nema von* nicht ohne Grund
vona *(a)* hoffen
vonandi hoffentlich
vondur schlecht
vænn hübsch
völlur, *vallar, vellir m* Feld

Y / Ý

yfir + D/A über; *yfir daginn* im Laufe des Tages; *yfir landinu* über dem Land; *yfir sumarið* während des Sommers
yfirgefa e-ð *st V* etwas verlassen
yfirhöfn, -hafnar, -hafnir *f* Mantel
ykkur D/A euch
ýmis bald dieser, bald jener; *ýmiss konar* vielerlei; *á ýmsum tímum* zu verschiedenen Zeiten; *á ýmsum stöðum* an verschiedenen Stellen; *af ýmsu tagi* vielerlei; *ýmist – eða* mal so – mal anders
yndislegur schön
ýta *(ýtti)* stoßen, schubsen; *ýta undir e–n* jemanden anspornen

Þ

þá damals, dann
það ... sem das ... was
þaðan von dort
þakgrind, -ar, -ur f Dachgepäckträger
þakka (a) danken
þakkarskuld: í þakkarskuld zum Dank
þakklátur fyrir e-ð für etwas dankbar
þangað dorthin
þannig að *konj* so dass
þar(na) dort
þarnæstur übernächster
þar sem *konj* da, weil; dort, wo
þar til (að) *zeitlich* bis
þáttur, -ar, þættir m Teil, Abschnitt, Akt im Theaterstück
þau *n/pl* sie
þáverandi damalig
þegar als; sobald
þegja (þagði) schweigen; þegja yfir e-u über etwas schweigen
þeir *m/pl* sie
þeirra *poss pron pl* ihr, ihre
þekkja (-ti) kennen
þekktur bekannt
þessi (þessi, þetta) dieser, der da; þessi ... hinn dieser ... jener; hitt og þetta dieses und jenes; hinir og þessir diese und jene
þéttbýll dicht besiedelt
þeysa (-ti) sausen; þeysa framhjá vorbeisausen
þeyta (þeytti) schlagen; werfen;

þeyta rjóma Sahne schlagen
þið (ykkar, ykkur, ykkur) ihr *pl*
þiggja (þá, þágum, þegið) *st V* annehmen
þilfar, -s n Deck
Þingvellir *m/pl* das alte Thingfeld
þinn dein
þjáll fügsam
þjóð, -ar, -ir f Volk
þjóðerni, -s, - n Nationalität
þjóðvegur, -ar/-s, -ir m Landstraße
þjóta *st II* rasen, sausen
þjöl, þjalar, þjalir f Feile
þó aber, dennoch; þó nokkur ziemlich groß, ziemlich weit
þó að + *konj* obwohl, wenn auch
þola (-di) ertragen, erdulden
þora (-ði) wagen
þorp, -s, - n Dorf
þótt + *konj* obwohl, wenn auch
þráður, -ar, þræðir m Faden
þramma (a) stampfen, stapfen
þreyta, -u f Müdigkeit
þreyttur müde
þriðjudagur, -s, -ar m Dienstag
þrífa *st I* saubermachen
þrjóskur stur
þrjóta *st II* zu Ende gehen, versiegen
þruma, -u, -ur f Donner
þröngur eng
þú (þín, þér, þig) du
þumall, -als, -lar m Daumen
þungur schwer
þurfa (þarf; þurfti) brauchen; þurfa á e-u að halda etwas

nötig haben
þurr trocken
þveröfugur við e-ð / e-n etwas oder jemandem entgegengesetzt
þvílíkur solcher, so ein
því deshalb
því miður leider
því - því je - desto
þvo sér *(þvæ, þvoum; þvoði, þvegið)* sich waschen
þvottaduft, *-s* n Waschpulver
þýða *(þýddi)* bedeuten; übersetzen; *þýða ekki annað* nichts anderes nützen
þýðing, *-ar, -ar* f Übersetzung
þykkur dicht, dick
þyrlast *(a)* aufwirbeln
þyrstur durstig
þýska, *-u* f das Deutsche
Þýskaland, *-s* n Deutschland
þýskur deutsch
þær *f/pl* sie
þögull schweigsam
þörf, *þarfar, þarfir* f Bedarf

Æ

æðislegur toll, super
æfa sig *(-ði)* sich üben
æfing, *-ar, -ar* f Übung
æfisaga, *-sögu, -sögur* f Biografie, Lebensgeschichte
ær, ær, ær f Mutterschaf
æsa *(-ti)* erregen, aufrühren
æsing, *-ar* f Erregung, Erregtheit
ætla að + *inf* etwas (tun) wollen, werden

ætlun, *-unar, -anir* f Absicht, Vorhaben, Plan
ættingi, *-ja, -jar* m Verwandter
ævi *indekl* f Leben(szeit)
ævintýri, *-s, -* n Abenteuer, Märchen

Ö

öðruvísi *adv* anders
öfunda e-n af e-u *(a)* jemanden um etwas beneiden
ökli, *-a, -ar* m Fußknöchel, Fußgelenk
ökufantur, *-s, -ar* m Raser
ökumaður, *-manns, -menn* m Autofahrer
ökuskírteini, *-s, -* n Führerschein
öldugangur, *-s, -ar* m Seegang
ömurlegur traurig, trist
ör, *-var, -var* f Pfeil
örugglega *adv* genau, sicherlich
öryggisbelti, *-s, -* n Sicherheitsgurt

Lösungen

Lektion 1

1. Þetta eru mömmur, flugfreyjur, afar, ömmur, bakkar, krakkar. 2. Þarna er mamman, flugfreyjan, flugvélin, stólbakið, öryggisbeltið, afinn, farþeginn, kókin. 3. Hér er(u) hún, þau, þeir, hann, hún, það, þeir. 4. a. eru; b. er; c. er; d. erum; e. er; f. eruð; g. er; h. er; i. eru. 5. a. Þau eru að fara til Íslands. b. Hún ber fram drykki og blöð. c. Á matarbakkanum er matur. d. Þeir drekka kók. 6. Ég er að fara til Íslands, hvert ert þú að fara? Ert þú íslensk / íslendingur? Nei, ég er þýsk / þjóðverji. Ert þú þjóðverji / þýskur? Já, ég er þjóðverji / þýskur. Ég er frá Þýskalandi, en er að fara til Íslands. Hvað heitir þú? Ég heiti Jón.

Lektion 2

1. tollur-inn, tolls-ins, tolli-num, toll-inn; tollar-nir, tolla-nna, tollu-num, tolla-na; flugvél-in, flugvélar-innar, flugvél-inni, flugvél-ina; flugvélar-nar, flugvéla-nna, flugvélu-num, flugvélar-nar; eftirlit-ið, eftirlits-ins, eftirliti-nu, eftirlit-ið; eftirlit-in, eftirlita-nna, eftirlitu-num, eftirlit-in; háls-inn, háls-ins, hálsi-num, háls-inn; hálsar-nir, hálsa-nna, hálsu-num, hálsa-na, kinn-in, kinnar-innar, kinn-inni, kinn-ina; kinnar-nar, kinna-nna, kinnu-num, kinnar-nar, vegabréf-ið, vegabréfs-ins, vegabréfi-nu, vegabréf-ið; vegabréf-in, vegabréfa-nna, vegabréf-unum, vegabréf-in; 2. a. prestur-inn; b. prests-ins; c. presti-num; d. prest-inn; 3. tollur-inn, tolls-ins, tolli-num, toll-inn; flugvél-in, flugvélar-innar, flugvél-inni, flugvél-ina; eftirlit-ið, eftirlits-ins, eftirliti-nu, eftirlit-ið; land-ið, lands-ins, landi-nu, land-ið; hús-ið, húss-ins, húsi-nu, hús-ið; 4. siehe unter 2 und 3; 5. a. eiga; b. á; c. átt; d. eigum; e. á; f. eigið; g. á; h. á / átt; 6. a. Hún lendir á flugvellinum. b. Þau bíða eftir töskunum í flugvallarbyggingunni. c. Tollvörðurinn spyr þau um tollskyldan varning. d. Amma og afi bíða eftir þeim fyrir utan; 7. Fer þessi rúta til Reykjavíkur? Nei, hún fer til Akureyrar. Hvaðan ert þú? Frá Þýskalandi? Já, ég er þýskur. Hvaðan fer rútan til Reykjavíkur? Þaðan. Takk. Fer þessi rúta til Reykjavíkur? Já, þessi rúta fer til Reykjavíkur. Hvað kostar í rútuna?

Lektion 3

1. a. ætlar að / má; b. skal / ætla að; c. má / ætlar að; d. má / þarf ekki að; e. kann / ætlar; f. kannt; g. þurfum / ætlum; h. þarf / ætla; i. mátt / þarft að; j. skuluð / megið; k. ætla; l. kunnum / ætlum; 2. a. minn; b. minni; c. mitt; d. mínar; e. mína; f. minn; g. mín; h. mitt; i. mína; j. mínir; 3. a. þitt; b. þitt; c. þinn; d. þín; e. þinn; f. þinni; g. þínu; h. þína; i. þína; j. þinn / þinn; k. þíns; 4. a. sínu; b. sína / sinn; c. sitt; d. sinni; e. sínum; f. sinn; g. sinn; h. sinni; i. sinn; 5. a. Þeir eru í veskinu. b. Þær ætla að sitja aftur í. c. Hann ætlar að sitja fram í hjá afa. d. Hann ætlar að læra á bíl í vetur. e. Esjan gnæfir yfir Reykjavík; 6. Halló afi, halló amma, gaman að sjá ykkur. Halló Lars, hvernig líður þér? Vel, en hvað það er gott veður á Íslandi! Nú fara þau að bílnum. Afi leitar að bíllyklunum sínum, en finnur þá ekki. Þeir eru í töskunni minni, segir amma. Elena þú mátt sitja hjá ömmu, segir Lars. Kannt þú að keyra bíl Lars? Nei, en ég ætla að læra á bíl í vetur.

Lektion 4
1.a. borðum; b. drekka / borða; c. hjálpa / þeytir; d. hjálpa / leggja; e. leitar; f. heimsæki / heimsækir; g. gefum; h. sýnið; i. leita; j. lendir; k. lendum; l. setja; m. setur; n. þeytir / legg; o. set; p. setur. 2. a. þeim; b. henni; c. honum; d. þau / þeim; e. hann / honum; f. þær. g. þeir / þeirra; h. þær; i. hann; j. hann / þær; k. hún / hana. 3. Þetta eru: a. gestir; b. bollastell; c. myndir; d. skápar; e. gjafir; f. stofur; g. fjöll; h. skálar; i. töskur; j. blóm; k. appelsínusafar; l. flugvélar; m. pönnukökur; n. drykkir; o. borð; p. blöð; q. dúkar. 4. a. Þau fá appelsínusafa að drekka. b. Þau drekka kaffi. c. Þau borða pönnukökur með sykri á Íslandi. d. Hann er í skúffunni. e. Það er í skápnum. f. Þau gefa þeim gjafir. g. Elena hjálpar ömmu. h. Lars hjálpar afa. i. Hún er á borðinu. j. Afi og amma segja þeim að taka upp úr töskunum. 5. Fyrirgefðu, getur þú hjálpað mér? Ég er að leita að hóteli eða heimagistingu. Já auðvitað; hér er heimilsfangið. Þakka þér fyrir. Ekkert að þakka. Fyrirgefðu, get ég fengið herbergi í nótt? Já, ertu með vegabréfið þitt? Já, hér eru vegabréfin okkar. Og hvað kostar herbergið í viku?

Lektion 5
1. a. bæinn; b. hlutir; c. Reykjavíkur; d. Keflavík; e. bækur; f. mjólk; g. hluti; h. hlutir; i. bæinn. 2. a. skilur; b. horfum; c. lærið / læri; d. spyr; e. skoðar; f. vakna; g. tölum; h. ætlar; i. skilur; j. horfi / horfir. 3. a. býr; b. fer; c. kemur; d. bíðum; e. sitjið / sitjum; f. bið; g. ferð; h. gefur / gef; i. tekur / sit; j. gefum; k. drekkið / borðið; l. kemur / kem; m. bý; n. færð; o. fáum / fáið; p. býr; q. fer; r. bý / býrð; s. tek / tekur. 4. a. Þau vaka næstum alla nóttina til að horfa á sólarlagið. b. Þau þurfa að fara í bæinn til að kaupa blóm. c. Hún er fegin hvað þau skilja vel íslensku. d. Lars ætlar með vini sínum á Árnasafn til að skoða gömlu handritin. e. Þau ætla að hittast þar til að fá sér eitthvað að borða. 5. Fyrirgefðu, get ég hjálpað þér eitthvað? Já takk, ég er að leita að heimagistingu. Hér er heimilisfangið. Hvernig kemst ég þangað? Keyrðu fyrst beint áfram og svo til vinstri. Þar er líka miðbærinn. Þakka þér fyrir, bless. Ekkert að þakka, bless.

Lektion 6
1. a. sér; b. sér; c. okkur; d. sér; e. sig; f. mér; g. okkur; h. sér; i. sig; j. sér; k. mín; l. þér; m. sig / sér; n. mér / þér; o. okkur / ykkur; p. þér / þér; q. okkur; r. ykkur. 2.a. eina / tvær; b. fjórir; c. þrjátíu og þrjár; d. tvær / tveir; e. tveim; f. einum; g. þrem; h. tveim; i. fjóra; j. tuttugu og tvo; k. tuttugu og sex; l. þrítugasta og fyrsta; m. þriðji; n. einn / fjórar; o. þrjár / þrír. 3. fjórði janúar; níundi febrúar; tuttugasti og fjórði mars; fjórtándi apríl; þrítugasti og fyrsti maí; sjötti júní; átjándi júlí; ellefti ágúst; sjötti september; tólfti október; sjöundi nóvember; tuttugasti og sjöundi desember. Ég á afmæli tuttugasta og þriðja janúar; tuttugasta og annan febrúar; þrettánda mars; tuttugasta og fjórða apríl; áttunda maí; nítjánda júní; tuttugasta og áttunda júlí;

Lösungen 252

tuttugasta september; fyrsta október; fimmtánda nóvember; tuttugsta og fyrsta desember. Hefur þú tvær - þrjár - fjórar - sjö - níu - þrettán - átján - tuttugu og þrjár - þrjátíu og sjö - fjörutíu og eina - fimmtíu og fjórar - sextíu og sex - sjötíu og tvær - áttatíu og sjö - níutíu krónur fyrir mig? 4. a. Þau eru frá Þýskalandi. b. Þau eru frá Íslandi. c. Ég er líka frá Þýskalandi. d. Þær koma frá Íslandi. e. Þau fara í bíó til að skemmta sér. f. Hún hringir í ömmu til að segja henni að þau fari í bíó.

Lektion 7
1. a. bíl; b. lykil; c. stól; d. morgun; e. himni; f. stóla; g. bíl; h. gaffli; i. lykla; j. morgnana. 2. keyrði; b. talaði; c. klæddi; d. greiddi / þvoði; e. hringdi; f. sagði; g. vaskaði; h. kenndi; i. meiddi; j. keyrðu; k. borðaðir; l. talaði; m. ætlaðir; n. hjálpaði; o. vaknaði; p. hjálpaðir; q. ætluðu; r. ætlaði; s. sagðir / ætlaðir; t. opnaði 4. a. Jón keyrði bílinn. b. Elena sagði henni frá bíómyndinni. c. Elena vildi borða morgunmat fyrst. d. Afi átti afmæli. e. Þær bökuðu báðar jólakökuna. 5. a. níuhundruð og þrjátíu; b. tólf hundruð sextíu og tvö; c. þrettán hundruð og áttatíu; d. nítján hundruð fjörutíu og fjögur

Lektion 8
1. a. fóru; b. fékk; c. sat; d. sátu; e. var; f. hlupu; g. tók; h. fékk; i. hljóp; j. sváfu; k. léku; l. gengum / nutum; m. buðu; n. fannst; o. fengu; p. bauð; q. stakk. 2. eitt - tvö - þrjú - fjögur; hálf eitt - hálf tvö - hálf þrjú - hálf fjögur. Klukkuna vantar tíu / tuttugu mínútur í eitt - tvö - þrjú - fjögur; korter yfir eitt - tvö - þrjú - fjögur; korter í eitt - tvö - þrjú - fjögur. 3. Klukkuna vantar korter í átta - klukkan er níu mínútur yfir tíu - þrjár mínútur yfir eitt - klukkuna vantar fimm mínútur í þrjú - klukkan er þréttán mínútur yfir tíu - tuttugu og fjórar mínútur yfir sjö -fjórar mínútur yfir hálf sex - klukkuna vantar fjórar mínútur í tólf - sjö mínútur í eitt - klukkan er tíu mínútur yfir fjögur - sjö mínútur yfir eitt - sjö mínútur yfir hálf fjögur .
4. Da die Texte von nun an immer umfangreicher werden, gibt es auf die Fragen viele verschiedene Antworten, die im Folgenden nicht mehr aufgeführt werden.
5. Lars og Jón sátu við borð í Norræna Húsinu og biðu eftir stelpunum. Þeir voru búnir að fá sér pulsur með frönskum kartöflum og appelsín. Stelpurnar komu inn og klæddu sig úr jökkunum. Þær hengdu yfirhafnirnar í fatahengið. Þau heilsuðust öll. Þær voru líka svangar og ætluðu að kaupa sér eitthvað að borða. Elena spurði afgreiðslustúlkuna um verðið á matnum. Þegar þau voru búin að sitja þarna nokkra stund, stakk Jón upp á að fara í bíó. Þau klæddu sig aftur og fóru svo öll í Háskólabíó að ná í miða á fimmsýninguna. En fyrst hringdi Elena í ömmu, til að segja henni að þau myndu koma seinna.

Lektion 9
1. a. gult; b. rauður / blár; c. góðar; d. gott; e. gott / vont; f. íslensk / þýsk;

g. íslenskur / þýskur; h. góðar; i. fínt / vont; j. góður; k. góð; l. gömul; m. gamalt. 2. a. græna / bláa; b. rauða / gula; c. íslenski; d. hvíta; e. stóra; f. gamla. 3. a. á; b. eru með; c. hef; d. átt; e. á; f. er með; g. er með; h. eru með; i. á ekki (oder: er ekki með). 4. a. er í; b. er með; c. vera í; d. vera í; e. vera með; f. vera með; g. vera með. 6. Hvar er næsta tjaldstæði? Fyrst til hægri, svo til vinstri. Hvar get ég keypt inn? Á bensínafgreiðslunum á Íslandi. Hvar finn ég mjólk? Í hillunni vinstra megin (til vinstri). Hvar finn ég smjör? Í hillunni hægra megin (til hægri). Get ég keypt brauð hér? Já auðvitað. Hvað kostar þessi safi? Hann kostar 120 krónur. Hvað á ég að borga? 3.695.- krónur.

Lektion 10

1. a. lagði; b. fór; c. lentu; d. keyrðir; e. tókum; f. voruð / var; g. var; h. skrifaði; i. leigðum / fórum; j. voruð; k. skilaði / sá; l. sáum / var; m. kom; n. gat; o. gaf / keyptuð. 2. búið - farið - komið - borðað - drukkið - spurt - lagt - heyrt - gefið - haft - verið - orðið - setið - sagt. 4. Sérðu þennan græna bíl þarna? Hvaða bíl ertu að meina? Ég er að meina litla bílinn sem stendur fyrir framan hvíta húsið. Það sitja tvær konur í honum. Önnur er frænka mín, hin er mamma mín. Hvor er mamma þín? Það er sú sem er í rauða jakkanum. Já, nú sé ég hana.

Lektion 11

1. a. hafa verið / ákveða; b. hefur velt / kaupa; c. hafa tekið / fer; d. hafa synt / hvíla; e. hefur klætt / fer; f. hafa talað / setja; g. hafa sett / fer; h. hefur komið / biður; i. hefur sett / ætlar; j. hefur fengið / tekur. 2. a. er búinn að; b. er búin að; c. eru búin að; d. eru búnir að; e. eru búnar að; f. er búið að; g.er búinn að; h. er búin(n) að; i. ert búin(n) að. 3. a. nokkra; b. nokkrum; c. nokkuð; d. nokkra; e. nokkur; f. engan; g. engan; h. einhverjum; i. einhvern; j. eitthvað; k. einhverrar; l. einskis; m. ýmsir; n. ýmsum; o. ýmsan. 4. Fyrirgefðu, við ætlum að fara í sund. Er kannski sundlaug hér í nágrenninu? Já, farið þið fyrst beint áfram, svo til hægri, þar er sundlaugin. Þakka þér fyrir. Ekkert að þakka. Krakkarnir fóru til sundlaugarinnar og spurðu: Hvað kostar í sund? Stúlkan svaraði: Það kostar 150 krónur fyrir fullorðna og 100 krónur fyrir börn. Þrjá miða fyrir börn. Farið þið úr skónum og þvoið ykkur áður en þið farið í sund, Já, við gerum það. Takk fyrir.

Lektion 12

1. a. fingrinum; b. fingurinn; c. fingur; d. föður / móður; e. móður; f. mæðra; g. feður; h. bróðir; i.; systur; j. veturna; k. veturinn; l. systrum; m. ær / kýr; n. mýs; o. dætur; p. dóttur / bróður; q. systur / bræður; r. vetur; s. vetur; t. vetrar. 2. a. allir; b. sumir / sumir; c. öll; d. bæði; e. sumar / sumir; f. báðir; g. báðar; h. öll; i. báða; j. suma / sum; k. allan / alla. 3. a. hafði komið / fór; b. hafði verið / leið; c. hafði bjargað / beit; d. höfðu horft / fóru; e. hafði borðað / fannst; f. hafði komið / vildi.

4. a. voru búin að; b. var búin að; c. var búinn að; d. voru búnir að; e. var búin að; f. var búinn að; g. voru búnar að; h. voru búin að; i. voru búin að. 5. a. komið; b. sjáðu / sjáið; c. segðu; d. segið; e. náðu / komdu; f. teldu; g. seldu; h. klæðið; i. farið; j. borðaðu k. láttu; l. settu; m. heyrið; n. sendu; o. hlaupið / náið; p. brjóttu; q. þegiðu; r. takið / vaskið

Lektion 13

1. a. heyrist; b. sést od. sást; c. setjast; d. sest; e. segist / búist; f. segjast / búist; g. kemst; h. komist; i. komast; j. virðist; k. virðist; l. virðast; m. efast; n. efist; o. efumst; p. sjáumst; q. sjáist; r. kyssumst / sjáumst; s. kyssast / sjást; t. finnst; u. finnst. 2. a. fari; b. bíði; c. séu; d. sé; e. séuð; f. séum; g. komi; h. komi; i. segi; j. segi; k. eigi; l. eigi; m. eigi

Lektion 14

1. Ég hélt að: a. það væri hægt; b. Elena þyldi; c. það væri hætta; d. þau væru komin; e. hann væri staddur; f. þau færu; g. Víðimýrakirkja væri; h. Elena bæði; i. hann hefði; j. þau langaði; k. þau þyrftu; l. þau tækju; m. þau gætu; n. hann segði; o. þyrfti; p. gestirnir væru; q. þau þyrftu; r. hann læsi; s. hún sæi; t. maðurinn færi. 2.a. og; b. áður en; c. eftir að; d. ekki fyrr en; e. um leið og; f. þangað til; g. þegar; h. meðan; i. af því að; j. ef; k. nema; l. alveg eins; m. heldur en; n. heldur en; o. því / því ... sem; p. því / því; q. þar sem; r. hvar sem; s. til að; t. þótt; u. hvort; v. hvort sem / eða. 3. a. lagði; b. fór; c. lentu; d. keyrðir; e. tókum; f. voruð / var; g. var; h. skrifaði; i. leigðum / fórum; j. voruð; k. skilaði / sá; l. sáum / var; m. kom; n. gat; o. gaf / keyptuð. 4. Segðu mér, hvað þú gerðir í gær. Taktu bókina og sendu honum hana. Ekki ríða / ríddu ekki svona hratt. Keyrðu varlega. Segið þið mér hvað þetta er. Viltu rétta mér brauðið og smjörið. Farðu núna. Gleymdu ekki að hringja í hana. Mundu að skrifa bréfið. Verið þið róleg. Hringdu til mín í kvöld. Segðu honum að ég komi á morgun. Heyrið þið. Hlauptu í hvelli til ömmu og segðu henni að gestirnir séu komnir. Komið þið, förum í bíó.

Lektion 15

1.a. verra; b. lengri; c. blautari; d. nýrri / stærri; e. minni; f. eldri / stærri; g. yngri / minni; h. eldri; i. mýkri; j. bjartara; k. betra; l. dýpra; m. færri; n. stærri; o. fleira; p. flottari; q. betri; r. lengri; s. skemmtilegri. 2. a. versta; b. hæsta c. ríkasta; d. lengsta; e. skemmtilegasta; f. nýjasta; g. besti; h. stærsta; i. minnsta / elsta; j. elsti; k. versta; l. mesta; m. dekksta; n. flatasta; o. mýksta; p. flest; q. mest hissa; r. stærsta; s. fallegastur; t. erfiðasta; u. dýpsta

Lektion 16
1.a. þennan b. þessa; c. þennan; d. þetta; e. þetta; f. þetta; g. þetta / þessum; h. sú / þessir/ þetta; i. þessir; j. þessum; k. en sú; l. þessari; m. þessu; n. þetta; o. sama; p. hinu; q. þessa; r. hina / þá; s. sama; t. sú; u. þetta; v. þann / þann; w. þá

Lektion 17
2.a. ákaflega; b. ofsalega; c. skýrt / greinilega; d. kurteislega; e. hratt / vel; f. glannalega; g. ómögulega; h. kærlega; i. langt; j. hægt; k. seint; l. sérstaklega; m. vandlega; n. líklega; o. hægt / rólega / vont. 3. a. oft / sjaldan; b. alltaf / snemma; c. aldrei / lengi; d. strax; e. saman *od.* bæði í einu; f. lengi; g. stundum; h. úti / alltaf; i. mjög; j. svo illa / varla; k. bara / bráðum; l. rétt; m. aldrei / bara / illa

Lektion 18
1. *Von zahlreichen anderen Möglichkeiten kann nur eine aufgeführt werden.*
Í gær töluðum við um bókina, sem þeir höfðu lesið. Talaði hann líka um hana við þig? Ég man það ekki, en það getur verið. Mamma mín er loksins búin að lesa hana líka. Kemur þú með mér í bíó, ég er með tvo miða? Mig langar meira að fara í leikhúsið, kemur þú með? Nei, við förum í leikhúsið á sunnudaginn. Ertu búin(n) að sjá nýjustu myndina hans Steven Spielberg? Nei, ekki ennþá. Ég hef ekki mikinn áhuga á henni. Ertu frá Ameríku? Nei, ég er frá Englandi. Hefur þú verið í Ameríku? Já, í fyrra og næsta sumar ætla ég að fara þangað aftur. Mér fannst mjög gaman þar. Þekkir þú Önnu Jónsdóttir? Hún fer eftir tvær vikur til Reykjavíkur. Já, ég kynntist henni þegar ég var hjá Sæmundi. Hún sat á móti mér. Ég sá hana fyrir stuttu. Mig langar að vita af hverju hún fer núna til Íslands; það er farið að snjóa upp á fjöllum.
Hvað ætlar þú að gera á jólunum? Ég ætla að fara til fjölskyldu minnar og borða og sofa mikið. Og hvað ætlar þú að gera? Ég ætla að fara suður á bóginn, það er hlýrra þar. Á bílnum? Nei, með flugvél [*oder üblicher:* Keyrandi? Nei, fljúgandi]. Hvað varð eiginlega um gamla bláa bílinn ykkar? Við eigum hann ennþá.
3.a. Siggi spurði, hvort Margrét vildi dansa. b. Lars sagði, að hann ætlaði að fara í norrænu við Háskóla Íslands. c. Snorri spurði, hvort hann ætlaði að reyna að fá styrk. d. Lars sagði, að hann hafði frétt að það væri auðvelt að fá styrk til eins árs náms. e. Magnús spurði Jón, í hvaða grein hann ætlaði. f. Jón svaraði, að hann væri að hugsa um að fara í læknisfræði. g. Elena spurði, hvort þau væru ekki svöng og gekk að kalda borðinu. h. Magnús spurði, hver hefði búið til kartöflusalatið, það væri svo sérstaklega gott. i. Elena svaraði, að það hefði örugglega verið Kristín, hún væri svo dugleg að búa til mat. j. Siggi spurði, hvort þau ættu eitthvað að drekka og gekk að ísskápnum. k. Snorri svaraði, að það væru fullir kassar af gosi niðri í kjallara. l. Siggi spurði, hvort hann vildi koma með sér niður, hann gæti ekki borið nema nokkrar flöskur. m. Snorri sagði, að hann skyldi taka bara allan kassan með upp, hann ætlaði að setja glösin inn á borð á meðan.

Wir danken Landmælingar Íslands für die freundliche Genehmigung zum Abdruck dieser Karte.

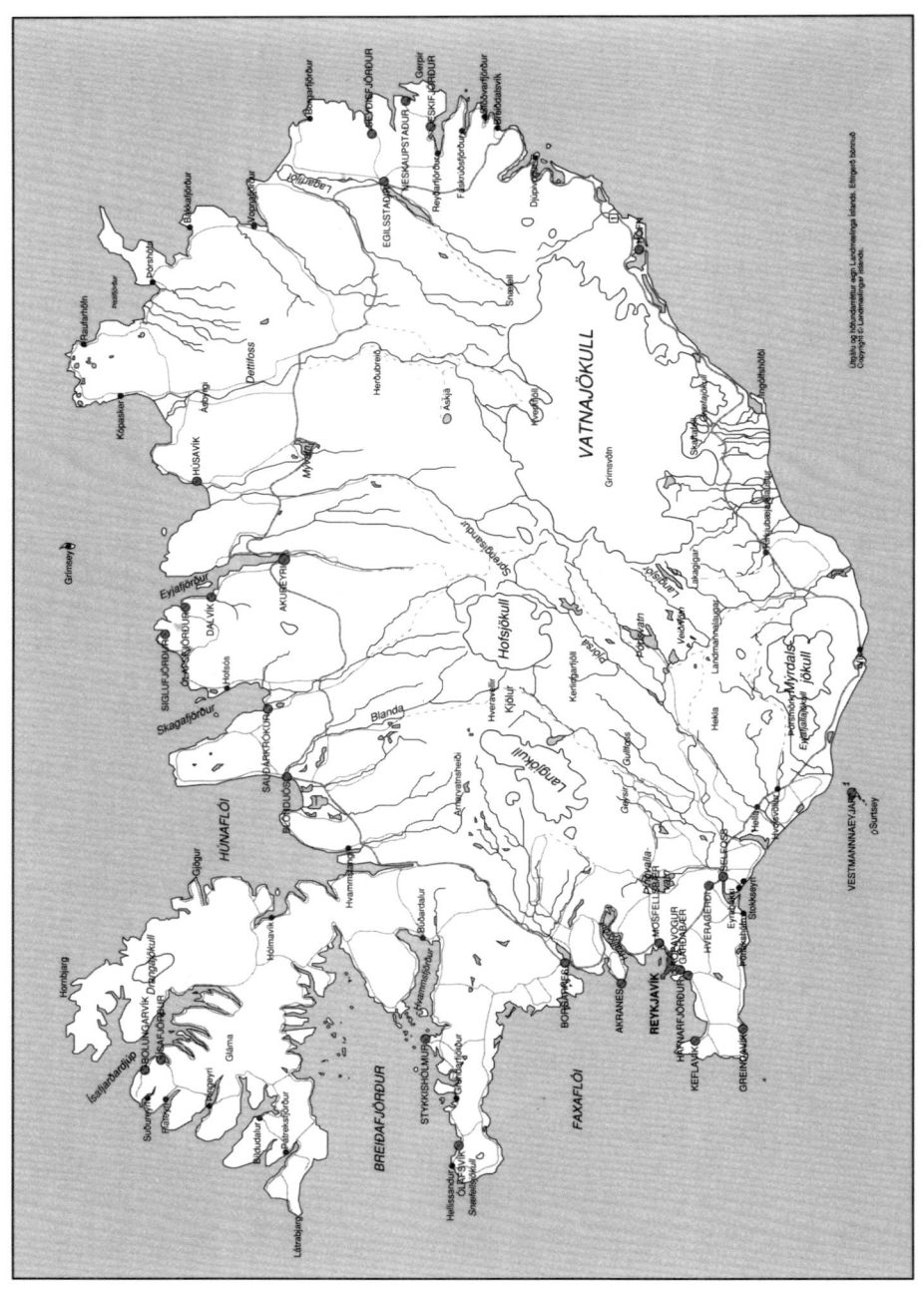